AF741883

വ്യർത്ഥതയുടെ പൊരുൾ

vyardhathayude porul

•

original title
myth of sisyphus

•

albert camus

•

translation
dr. munjinad padmakumar

•

first edition
july 2016

•

typesetting and published
chintha publishers, thiruvananthapuram

•

printed
manipal technologies limited

•

cover
midas

വിതരണം

ദേശാഭിമാനി ബുക്ക് ഹൗസ്

H O തിരുവനന്തപുരം-695 035
phone: 0471-2303026, 6063026
www.chinthapublishers.com
chinthapublishers@gmail.com

ബ്രാഞ്ചുകൾ

ഹെഡ്ഡാഫീസ് ബ്രാഞ്ച് കുന്നുകുഴി • സ്റ്റാച്ച്യു തിരുവനന്തപുരം • കെ എസ് ആർ ടി സി ബസ് സ്റ്റേഷൻ ആലപ്പുഴ • കെ എസ് ആർ ടി സി ബസ് സ്റ്റേഷൻ എറണാകുളം • മച്ചിങ്ങൽ ലെയ്ൻ തൃശൂർ • ഐ ജി റോഡ് കോഴിക്കോട് • മാവൂർ റോഡ് കോഴിക്കോട് • എൻ ജി ഒ യൂണിയൻ ബിൽഡിങ് കണ്ണൂർ • സെൻട്രൽ ബസ് ടെർമിനൽ കോംപ്ലക്സ് താവക്കര കണ്ണൂർ

CO - 2380 / 3917
ISBN - 978-93-86112-49

വ്യർത്ഥതയുടെ പൊരുൾ

അൽബേർ കമ്യൂ

പരിഭാഷ

ഡോ. മുഞ്ഞിനാട് പത്മകുമാർ

ചിന്ത പബ്ലിഷേഴ്സ്
തിരുവനന്തപുരം-695 035

അൽബേർ കമ്യൂ (1913-1960)

അൾജീരിയയിലെ തൊഴിലാളി കുടുംബത്തിൽ ജനിച്ചു.

അൾജീരിയൻ സർവ്വകലാശാലയിലെ പഠനത്തിനായി അവിടെ ഓട്ടോ മൊബൈൽ കമ്പനിയിലും കപ്പൽ കമ്പനിയിലുമായി വിവിധ ജോലികൾ ചെയ്തു. പിന്നീട് പത്രപ്രവർത്തകനായി. 1935 മുതൽ മൂന്നുവർഷക്കാലം മൾറോക്സ്, ആന്ദ്രേഗൈഡ്, ദസ്തയേവ്സ്കി തുടങ്ങിയവരുടെ കൃതികളെ അടിസ്ഥാനപ്പെടുത്തി നടത്തപ്പെടുന്ന തിയേറ്റർ കമ്പനി നടത്തിയിരുന്നു. രണ്ടാം ലോക മഹായുദ്ധകാലത്ത് *പോരാട്ടം (combat)* എന്ന പേരിൽ ഒരു രഹസ്യ പ്രസിദ്ധീകരണം നടത്തി.

1957 ൽ നോബൽ സമ്മാനം ലഭിച്ചു. *പ്ലേഗ്, കലിഗുല ദി റിബൽ* തുടങ്ങിയവയാണ് പ്രധാനകൃതികൾ. പാരീസിൽ വച്ച് ഒരു കാറപകടത്തിൽ മരിച്ചു.

ഡോ. മുഞ്ഞിനാട് പത്മകുമാർ

1972 മെയ് അഞ്ചിന് കൊല്ലത്ത് ജനിച്ചു. അച്ഛൻ: എം കെ ഗോപിനാഥൻനായർ. അമ്മ: എൻ വിജയമ്മ.

കൊല്ലം ശ്രീനാരായണ കോളേജ്, തിരുവനന്തപുരം രാജ രാജവർമ്മ ഭാഷാപഠനകേന്ദ്രം എന്നിവിടങ്ങളിൽനിന്ന് മലയാളസാഹിത്യത്തിൽ ബിരുദാനന്തരബിരുദവും രമണ മഹർഷിയുടെ ആദ്ധ്യാത്മികജീവിതത്തെ അടിസ്ഥാനമാക്കിയുള്ള പഠനത്തിന് ഡോക്ടറേറ്റും നേടി.

കവിത, ചരിത്രം, യാത്ര, സംഗീതം, വിവർത്തനം, വിമർശനം എന്നീ മേഖലകളിലായി അമ്പതോളം കൃതികൾ പ്രസിദ്ധീകരിച്ചു.

ആശാൻ പുരസ്കാരം (2009), ബലിചന്ദനം പ്രതിഭാപുരസ്കാരം (2014), എസ് ബി ടി സാഹിത്യപുരസ്കാരം (2015) എന്നിവ നേടിയിട്ടുണ്ട്.

ഭാര്യ : മിനി എസ്
മകൾ : പി ദേവികൃഷ്ണ
വിലാസം : 'നീലാംബരി'
ശ്രീവിലാസം നഗർ
വടക്കേവിള പി ഒ
കൊല്ലം-691 010.
ഫോൺ : 9995539192

ഉള്ളടക്കം

അസംബന്ധത്വവും ആത്മഹത്യയും 9

അസംബന്ധപ്രാകാരം 15

ദാർശനികമായ ആത്മഹത്യ 30

അസംബന്ധ സ്വാതന്ത്ര്യം 47

അസംബന്ധ മനുഷ്യൻ 59

ഡോൺ ജുവനിസം 62

നാടകം 69

കീഴടക്കൽ 75

തത്ത്വശാസ്ത്രവും കല്പിതകഥയും 83

കിറിലോവ് 93

ക്ഷണിക സൃഷ്ടി 101

അനുബന്ധങ്ങൾ

സിസിഫസ് പുരാണത്തിന്റെ പൊരുൾ

ഡോ. മുഞ്ഞിനാട് പത്മകുമാർ 106

അസംബന്ധത്തിന്റെ പുനഃസൃഷ്ടികൾ 111

പ്രസാധകക്കുറിപ്പ്

അൽബേർ കമ്യൂ എല്ലാകാലത്തേക്കുമുള്ള എഴുത്തുകാരനാണ്. ചിന്തകനും സർഗ്ഗാത്മക സാഹിത്യകാരനുമായ കമ്യൂവിന്റെ ചിന്ത ഒരു കാലത്ത് ലോകത്തെമ്പാടുമുള്ള യുവതയെ ഉലച്ചിരുന്നു. മറ്റെഴുത്തുകാർ ജീവിതത്തിന്റെ പൊരുൾ തേടിയപ്പോൾ കമ്യൂ വ്യർത്ഥതയുടെ പൊരുളാണ് അന്വേഷിച്ചത്. വെളിച്ചത്തെപ്പറ്റിയുള്ള പലതും ഇരുട്ടിനെക്കുറിച്ചു കൂടിയുള്ള പഠനമാണല്ലോ. പലരും ഒളിച്ചുവച്ച ജീവിതസത്തയെപ്പറ്റിയുള്ള ആർജ്ജവ സമീപനത്തെ കമ്യൂ സധൈര്യം നേരിട്ടു. എന്തുകൊണ്ടാണ് മനുഷ്യൻ ആത്മഹത്യ ചെയ്യുന്നത്? ജീവിത നൈരാശ്യം കൊണ്ടെന്നു സാമാന്യേന പറയുമ്പോൾ നൈരാശ്യം എങ്ങനെയുണ്ടാവുന്നു. ജീവിത നാടകത്തിലെ രംഗങ്ങൾക്കിടയിൽ നിന്നുള്ള ആ നടന്റെ വിടവാങ്ങൽ അസംബന്ധത്തിന്റെ ശരിയായ അനുഭവമാണെന്ന് കമ്യൂ നിരീക്ഷിക്കുന്നു. അസംബന്ധത്തിന്റെയും ആത്മഹത്യയുടെയും ഇടയിലുള്ള ആത്മബന്ധത്തെ കമ്യൂ ചർച്ചാവിഷയമാക്കുന്നു. അസംബന്ധം വെറുമൊരു അസംബന്ധമല്ലെന്നും ജീവിതപ്പൊരുൾ തന്നെയാണെന്നും കമ്യൂ കാട്ടിത്തരുന്നു. *മിത്ത് ഓഫ് സിസിഫസ്* എന്ന ഈ വിശ്വവിഖ്യാത ഗ്രന്ഥത്തിന്റെ പരിഭാഷ പ്രസിദ്ധീകരിക്കാനായതിൽ ഞങ്ങൾക്ക് സന്തോഷമുണ്ട്. ഉദാസീന വായനകൾക്കിടയിൽ ജീവിതപ്പൊരുൾ തേടുന്ന ഈ പുസ്തകം ഡോ. മുഞ്ഞിനാട് പത്മകുമാർ കമ്യൂവിന്റെ ഗൗരവം ഒട്ടും ചോർത്താതെ വിവർത്തനം ചെയ്തിരിക്കുന്നു.

ചിന്ത പബ്ലിഷേഴ്സ്

അസംബന്ധതയും ആത്മഹത്യയും

ആത്മഹത്യ- ഇതൊന്നു മാത്രമാണ് ശരിക്കും ഗൗരവമാർന്നൊരു ദാർശനികപ്രശ്നം. ഈ പ്രശ്നത്തെ സധൈര്യം നേരിടേണ്ടിവരുമ്പോൾ മൗലികമായൊരു ചോദ്യത്തെക്കൂടി നമുക്ക് സ്വീകരിക്കേണ്ടിവരുന്നു. അത് ജീവിതം മൂല്യമുള്ളതായിരുന്നുവോ അതോ അല്ലയോ എന്നതിനെ അടിസ്ഥാനമാക്കിയുള്ളതാണ്. ബാക്കിയുള്ള ചോദ്യങ്ങളെല്ലാം ഇതിന്റെ അനുബന്ധമായുള്ളവയാണ്. ലോകം ത്രിമാനമാണോ, മനസ്സിന് ഒമ്പതോ പന്ത്രണ്ടോ വകഭേദങ്ങളുണ്ടോ ഇല്ലയോ എന്നീ ചോദ്യങ്ങളെ നേരിടേണ്ടത് അനിവാര്യമാണ്. പ്രത്യക്ഷത്തിൽ ഇതൊരുതരം സൂത്രക്കളിയാണ്. ഒരാൾ, തന്റെ ജീവിതകാലത്ത് ഉത്തരം പറയേണ്ട ജാഗ്രതയുള്ള ചോദ്യങ്ങൾ തന്നെയാണ് ഇവയെല്ലാം. നീത്ഷേ പറയുന്നതുപോലെ, ഒരു തത്ത്വജ്ഞാനി നമ്മുടെ ബഹുമാനാദരവുകൾ അർഹിക്കുന്നുവെങ്കിൽ, അയാൾ ധാർമ്മികോത്ബോധനം നടത്തിയേ മതിയാകൂ. അപ്പോൾ മാത്രമേ ഈ ബോധനത്തെ ഗുണാധിഷ്ഠിതമായ വിശകലനത്തിലൂടെ നിങ്ങൾക്ക് വിലമതിക്കാനാകൂ. കാരണം, കൃത്യമായ പ്രവൃത്തിയിലൂടെ സമാരംഭിച്ചതായിരിക്കും അത്. ഇതെല്ലാം അനുഭവവേദ്യമാകുന്ന സത്യങ്ങളാണെങ്കിൽ കൂടിയും ഇവ വ്യക്തമാക്കുന്നതിന് മുൻപ് ശ്രദ്ധാപൂർവ്വമായൊരു പഠനം ആവശ്യമാണ്. ഇക്കാര്യം ഞാൻ ധൈഷണികരോട് തുറന്നു പറയുകയാണ്. ഇത് ഞാൻ എന്നോട് തന്നെ ഒരു വേളയിൽ ചോദിച്ചിട്ടുമുണ്ട്. അപ്പോൾ എനിക്ക് ലഭിച്ച മറുപടി ജാഗ്രതയുള്ള ഒന്നായിരുന്നു. ഒരാൾ വിധിക്കുന്നത് നിരുപാധികം തലമുറകളായി അനുഭവിക്കുന്ന സ്ഥാനത്തിന്റെ കർമ്മത്താൽ ആയിരിക്കുമെന്നാണ് എനിക്ക് ലഭിച്ച മറുപടി. സത്താപരമായ വാദത്തിനുവേണ്ടി ആരെങ്കിലും മരിച്ചിട്ടുള്ളതായി ഞാനിതുവരെ കണ്ടിട്ടില്ല. മഹത്തായ ഒരു

ശാസ്ത്രസത്യം കണ്ടുപിടിച്ച ഗലീലിയോ, അദ്ദേഹത്തിന്റെ ജീവൻ അപകടത്തിലാണെന്നറിഞ്ഞപ്പോൾ ആ നിമിഷംതന്നെ വളരെ ലളിതമായി ആ അറിവിനെ ത്യജിക്കുകയാണ് ചെയ്തത്. ഒരർത്ഥത്തിൽ ഗലീലിയോ ചെയ്തതാണ് ശരി. ആ സത്യത്തിന് വലിയ വില അദ്ദേഹത്തിന് കൊടുക്കേണ്ടിവന്നു. എന്നാൽ അപകടകരമായ ആ അവസ്ഥയിൽ ഈ സത്യം മൂല്യവത്തായ ഒന്നായി ഗണിക്കാനാവില്ല. ഭൂമി സൂര്യനെയാണോ അതോ നേരെ തിരിച്ചാണോ ഭ്രമണം ചെയ്യുന്നതെന്ന കാര്യം നിഗൂഢമായൊരു കാര്യമാണ്. സത്യത്തിൽ അത് വ്യർത്ഥമായൊരു ചോദ്യമാണ്.

ജീവിതം ജീവിക്കാൻ കൊള്ളില്ല എന്ന കാരണം പറഞ്ഞ് മരണത്തിലേക്ക് നടന്നുപോയവരെ എനിക്കറിയാം. വിരോധാഭാസമെന്നുതന്നെ പറയട്ടെ, ജീവിക്കുന്നതിനെ സംബന്ധിച്ച് യുക്തിവിചാരം നല്കുന്ന, ആശയത്തിന് വേണ്ടി വീരമരണം വരിച്ചവരേയും എനിക്ക് കണ്ടുമുട്ടാൻ കഴിഞ്ഞിട്ടുണ്ട്. ഇവിടെ ഒരുകാര്യം പ്രത്യേകം ശ്രദ്ധിക്കേണ്ടതാണ്. അത് ജീവൻമുക്തിയെയും മൃത്യുമുക്തിയെയും സംബന്ധിച്ചിട്ടുള്ളതാണ്. ഇതു രണ്ടും ഒന്നുതന്നെയാണെന്നാണ് എന്റെ കണ്ടെത്തൽ. അതുകൊണ്ടുതന്നെ ജീവിതത്തിന്റെ അർത്ഥം എന്താണെന്ന ചോദ്യത്തെ വളരെ വേഗത്തിൽ ഒരുത്തരത്തിൽ കൊണ്ടുചെന്നെത്തിക്കുക. അത് അനിവാര്യം തന്നെയാണ്.

ഈ ചോദ്യത്തെ എങ്ങനെ നേരിടാനാകും? ഞാനെന്റെ കാഴ്ചപ്പാട് വിശദീകരിക്കാം. ആദ്യത്തേത്, മൃത്യുവിലേക്ക് നയിക്കുന്ന ആപത്ശങ്കയെ വളർത്തുന്ന ഘടകങ്ങളെക്കുറിച്ചുള്ളതാണ്. ജീവിക്കുവാനുള്ള ആഗ്രഹത്തെ വർദ്ധിപ്പിക്കുന്ന ഘടകങ്ങളെക്കുറിച്ചുള്ളതാണ് രണ്ടാമത്തേത്. ഇവ രണ്ടും ഒരേ ദിശയിലേക്ക് കുതിക്കുന്ന വ്യത്യസ്തങ്ങളായ ചിന്താമാർഗ്ഗങ്ങളാണ്. ഉദാഹരണം പറഞ്ഞാൽ ലാപലിസ്സിയുടെ മാർഗ്ഗവും ഡോൺ ക്വിക് സോട്ടിന്റെ മാർഗ്ഗവും. തെളിവുകളുടെയും കാവ്യാത്മകതയുടെയും തുലനപ്പെടൽ വികാരപരതയും വ്യക്തതയും ഒരേസമയം കൈവരിക്കാൻ നമ്മെ സഹായിക്കും. ഗൗരവവും വികാരസാന്ദ്രവുമായ ഈ വിഷയത്തിൽ പാരമ്പര്യത്തിലധിഷ്ഠിതമായ വൈരുദ്ധ്യാത്മകാന്വേഷണത്തേക്കാൾ സ്വീകാര്യത ബുദ്ധനിൽനിന്നും സാമാന്യയുക്തിയിൽനിന്നും പ്രഭവംകൊള്ളുന്ന മിതത്വമാർന്ന മനോനിലതന്നെയായിരിക്കും.

ആത്മഹത്യയെ ഒരു സാമൂഹ്യപ്രതിഭാസം എന്നതിനപ്പുറത്തേക്ക് മറ്റൊരുതരത്തിൽ ആരും വ്യാഖ്യാനിച്ചിട്ടുള്ളതായി എനിക്കറിയില്ല. ഇതിന് വിപരീതമായി നമുക്കിവിടെ ചിന്തിക്കേണ്ട വിഷയം ആത്മഹത്യയും ഒരു വ്യക്തിയുടെ മനസ്സും തമ്മിലുള്ള ബന്ധത്തെക്കുറിച്ചാണ്. ആത്മഹത്യ പോലുള്ള ഒരു പ്രവൃത്തി മഹത്തായ ഒരു കലപോലെ ഹൃദയത്തിന്റെ നിശ്ശബ്ദതയിലെവിടെയോ ആണ് രൂപംകൊള്ളുന്നത്. മനുഷ്യനെ സംബന്ധിച്ചിടത്തോളം അതിന്റെ പ്രഭവകേന്ദ്രവും അത് രൂപപ്പെടുന്ന വിവിധ ഘട്ടങ്ങളും ഇന്നും അജ്ഞാതമാണ്. ഒരു സായാഹ്നത്തിലാകും അത്

സംഭവിക്കുക. കാഞ്ചി വലിക്കുകയോ, ഉയരത്തിൽനിന്ന് എടുത്തു ചാടുകയോ ചെയ്തേക്കാം. ആത്മഹത്യ ഭംഗിയായി നിർവ്വഹിച്ച ഒരു അപ്പാർട്ട്മെന്റ് മാനേജരെപ്പറ്റി ഞാൻ കേട്ടിട്ടുണ്ട്. അഞ്ചുകൊല്ലങ്ങൾക്ക് മുമ്പ് അയാൾക്ക് സ്വന്തം മകളെ നഷ്ടപ്പെടുന്നു. ആ നഷ്ടം അയാളിൽ ചെറുതും വലുതുമായ മാറ്റങ്ങൾ വരുത്തിക്കൊണ്ടേയിരുന്നു. ആ ദുരന്താനുഭവത്തിന്റെ ആഘാതം അയാളുടെ വേരുകളെയാകെ ഇളക്കി (ഇതിനേക്കാൾ ശരിയായൊരു പ്രയോഗം ഭാവന ചെയ്യുവാൻ കഴിയുന്നില്ല). ഇങ്ങനെ ചിന്തിക്കാൻ ആരംഭിക്കുന്നതു തന്നെ വേരുകളിളക്കുന്നതിന്റെ ആരംഭമായിരിക്കും. ഇത്തരം ആരംഭങ്ങൾക്ക് സമൂഹവുമായി ഒരു ബന്ധവുമുണ്ടാവില്ല. മനുഷ്യമനസ്സിലാണ് പുഴുവിരുന്ന് കരണ്ടുന്നത്. അനുഭവങ്ങളുടെ പ്രകാശവലയങ്ങളിൽ നിന്ന് പറന്നകലുന്ന മനസ്സിന്റെ അപകടകരമായ കളി നമുക്ക് പിൻതുടരേണ്ടതും മനസ്സിലാക്കേണ്ടതുമാണ്.

ആത്മഹത്യക്ക് ധാരാളം കാരണങ്ങൾ കണ്ടേക്കാം. എന്നാൽ പൊതുവേ ഏറ്റവും പ്രകടമായവയല്ല ഏറ്റവും ശക്തമായവ. ആലോചിച്ചുറപ്പിച്ച ആത്മഹത്യകൾ അപൂർവ്വമാണ്. മാനസികപ്രതിസന്ധികളിലേക്ക് ഒരാളെ നയിക്കുന്ന പല അനുഭവങ്ങളും ഇതിൽ കണ്ടേക്കാം. മാധ്യമങ്ങൾ ആത്മഹത്യയെ പല കാലങ്ങളിൽ പല രീതികളിലാണ് നിർവ്വചിക്കുന്നത്. വ്യക്തിപരമായ വിഷാദങ്ങളുടെ കാരണങ്ങൾ, അതിന്റെ മലക്കം മറിച്ചിലുകൾ, ചികിത്സഫലിക്കാത്ത രോഗാവസ്ഥകൾ ഇങ്ങനെ ലളിതവും സങ്കീർണ്ണവുമായ അനവധി നിർവ്വചനങ്ങൾ ഇതിനെ ചുറ്റിപ്പറ്റി നില്പുണ്ട്. ഇതിനെയെല്ലാം ഒരർത്ഥത്തിൽ സത്യമായിത്തന്നെ നമുക്ക് സ്വീകരിക്കാനാകും. ജീവിതനിരാശയിൽപ്പെട്ട് ആടിയുലഞ്ഞ ഒരുവനോട് ഒരു സുഹൃത്ത് എങ്ങനെയാണ് പെരുമാറുന്നത് എന്നത് പരിശോധിക്കേണ്ടതാണ്. അയാൾ നല്ല ഭാഷയിൽ സംസാരിച്ചില്ലെങ്കിൽ ഇതിൽ കുറ്റക്കാരൻ അയാൾ തന്നെ ആയിരിക്കും. തെറ്റായ അല്ലെങ്കിൽ അസ്ഥാനത്തു ചേർത്തുവയ്ക്കാൻ ശ്രമിക്കുന്ന ഒരു വാക്ക് മതി വിദ്വേഷങ്ങളും വിരസതകളുംകൊണ്ട് ഘനീഭവിച്ച ആ മനസ്സിനെ ആത്മഹത്യയിലേക്ക് നയിക്കാൻ.

മരണത്തെ എങ്ങനെയാണ് തെരഞ്ഞെടുക്കേണ്ടതെന്ന ആലോചന നിഗൂഢവും സൂക്ഷ്മവുമായ ഒന്നാണ്. ഈ ആലോചനയെ അടിസ്ഥാനമാക്കി ഉള്ളതാകും പലപ്പോഴും അതിന്റെ പരിണിതഫലം, പ്രത്യക്ഷത്തിൽ ഈ സ്വയംഹത്യ സംഭവബഹുലവും സ്തോഭജനകവും ഒടുവിൽ ശുഭപര്യവസാനിയുമായ ഒരു നാടകംപോലെയായിരിക്കും. മറ്റൊരർത്ഥത്തിൽ പറഞ്ഞാൽ ആത്മഹത്യ ഒരു വിശുദ്ധ കുമ്പസാരംകൂടിയാണ്.

ജീവിതം നിങ്ങൾക്ക് താങ്ങാവുന്നതിലും അപ്പുറമായിരിക്കാം. ജീവിതത്തെ നോക്കൂ, അല്ലെങ്കിൽ നിങ്ങൾക്ക് ജീവിതത്തെ മനസ്സിലാക്കാൻ കഴിഞ്ഞിട്ടുണ്ടാവില്ല, ഈ തിരിച്ചറിവാണ് കുമ്പസാരം. നിർവ്വചനത്തിന്റെ ആധികാരികതയിലേക്ക് ആത്മഹത്യയെ കൂട്ടിക്കൊണ്ടുപോകാതെതന്നെ

നിത്യജീവിതത്തിന്റെ പരിസരങ്ങളിലേക്ക് നമുക്കിതിനെ കൊണ്ടുവരാം. അർത്ഥശൂന്യമായ കുമ്പസാരം ഒന്നിനെയും മഹത്വവല്ക്കരിക്കുന്നില്ല. ജീവിക്കുക എന്നത് ഒരിക്കലും ലളിതമായ ഒന്നല്ല. നിലനില്പിനുവേണ്ടി നിങ്ങൾ പലതും ചെയ്തുകൂട്ടുന്നു. യുക്തിക്കുവേണ്ടിയുള്ള അഭിപ്രായ പ്രകടനങ്ങളെല്ലാം ഇതിന്റെ ഭാഗമാണ്. ഇതിലാദ്യത്തെഭാഗം നിങ്ങളുടെ ശീലമാണ്. നിങ്ങൾ സ്വയം മരണത്തെ സ്വീകരിക്കുകയാണെങ്കിൽ നിങ്ങൾ ആ ശീലത്തിന്റെ നാണംകെട്ട സ്വഭാവത്തെ സ്വീകരിച്ചു എന്നു തന്നെയാണ് അർത്ഥം. അതായത് ബുദ്ധിസ്ഥിരതയില്ലായ്മയെ നിങ്ങൾ അംഗീകരിച്ചു എന്നുതന്നെയാണ് അതിനർത്ഥം. അപ്പോൾ നമുക്കൊരു ചോദ്യത്തെ നേരിടേണ്ടിവരുന്നു. അത് ജീവിതത്തിന് അനിവാര്യമായ ശാന്തതയെ തടയുന്ന വിചാരങ്ങളെക്കുറിച്ചുള്ളതാണ്. ചീത്തയായ യുക്തികൾകൊണ്ട് വിശദീകരിക്കാവുന്ന ഒരു ലോകം നമുക്ക് മുന്നിലുണ്ട്. എന്നാൽ മറുവശത്ത് ആനന്ദം നീക്കംചെയ്യപ്പെട്ട ഒരവസ്ഥയിൽ മനുഷ്യൻ അന്യവല്ക്കരണം അഥവാ അപരിചിതത്വം നേരിടുകയും ചെയ്യുന്നു. സ്വപ്നങ്ങളിൽ നിന്നും പ്രകാശത്തിൽനിന്നും ഒഴിവാക്കപ്പെട്ട അവന്റെ ഒറ്റപ്പെട്ട ജീവിതത്തിന് ഒരിക്കലും പരിഹാരമുണ്ടാകുന്നില്ല. കാരണം, അവന്റെ ഓർമ്മകളിൽ നിന്ന് വാഗ്ദത്തഭൂമികൾ നഷ്ടമായിരിക്കുന്നു. ജീവിതനാടകത്തിലെ രംഗങ്ങൾക്കിടയിൽ നിന്നുള്ള ഒരു നടന്റെ വിടവാങ്ങൽ അസംബന്ധത്തിന്റെ ശരിയായ ഒരനുഭവമാണ്. ആത്മഹത്യയെക്കുറിച്ച് ചിന്തിക്കുന്ന എല്ലാ ആരോഗ്യവാന്മാരിലും മരണക്കൊതിയുമായി ബന്ധപ്പെട്ടിട്ടുള്ള ഈ ആത്മബന്ധം കാണാൻ കഴിയും.

ഇങ്ങനെ അസംബന്ധത്തിന്റെയും ആത്മഹത്യയുടെയും ഇടയിലുള്ള ഈ ആത്മബന്ധത്തെക്കുറിച്ചാണ് ഇവിടെ ആധികാരികമായി ചർച്ച ചെയ്യപ്പെടേണ്ടത്. ആത്മഹത്യ അസംബന്ധത്തിന് ഒരുപരിധിവരെ പരിഹാരമാകുന്നുണ്ട്. സത്യത്തെ വഞ്ചിക്കാതെ ഒരുവൻ അവന്റെ കർമ്മത്തെ നിർവ്വചിക്കുന്നു എന്ന തത്ത്വത്തെ ഇതുവഴി സ്ഥാപിക്കാൻ കഴിയും. അപ്പോൾ അസ്തിത്വത്തെ സംബന്ധിച്ചുള്ള വിശ്വാസം അവന്റെ പെരുമാറ്റത്തിലൂടെ യഥാവിധി വെളിപ്പെടുക തന്നെ ചെയ്യും.

ഈ പ്രശ്നം ആദ്യന്തം ലളിതവും എന്നാൽ പരിഹരിക്കാനാകാത്തതുമായ ഒന്നാണ്. ലളിതമായ ചോദ്യങ്ങളെ കാത്തിരിക്കുന്നത് സങ്കീർണ്ണങ്ങളായ ഉത്തരങ്ങളായിരിക്കും എന്നത് ഇവിടെയും ഓർമ്മിക്കേണ്ടതാണ്. ഒരാൾ അയാളെ തന്നെ കൊല്ലുന്നു. അല്ലെങ്കിൽ കൊല്ലുന്നില്ല എന്നതാണ് ഇവിടത്തെ പ്രധാന പ്രശ്നം. ഇത് വളരെ ലളിതമായൊരു ചോദ്യോത്തരമാണ്. ഇവിടെ ഞാൻ ഇടപെടാൻ ആഗ്രഹിക്കുകയാണ്. 'ഇല്ല' എന്നു പറയുന്നവർ 'ഉണ്ട്' എന്ന ചിന്തയിൽ കുടുങ്ങിക്കിടക്കുന്നത് എന്റെ ശ്രദ്ധയിൽപ്പെട്ടിട്ടുണ്ട്. ഇക്കാര്യത്തിൽ നീത്ഷെയുടെ മാനദണ്ഡം ഞാനും സ്വീകരിക്കുകയാണ്. പലപ്പോഴും ആത്മഹത്യ ചെയ്യുന്നവർ ജീവിതത്തിന്റെ അർത്ഥത്തെക്കുറിച്ച് നല്ല ഉറപ്പുള്ളവരായിരിക്കും. ഈ വൈരുദ്ധ്യങ്ങൾ സ്ഥിരം സ്വഭാവമുള്ളതാണ്. ഇത് അഭില

ഷണീയമാണെന്നു പ്രത്യക്ഷ യുക്തിയിൽ തോന്നാമെങ്കിലും ഈ അഭിപ്രായത്തിൽ അവരൊരിക്കലും വിശ്വസിക്കുന്നില്ല. തത്ത്വശാസ്ത്രസിദ്ധാന്തങ്ങളും ഒരാളുടെ പെരുമാറ്റവും തമ്മിൽ താരതമ്യം ചെയ്യേണ്ടത് അനിവാര്യമാണ്. എഴുത്തുലോകത്തിൽ ചിരപരിചിതനായ കിലോവ്, ഐതിഹ്യമായിരുന്ന പെരിഗ്രിനോസ്, തന്റെ യുക്തിബോധത്തെ ജീവിത നിഷേധത്തിനോട് കൂട്ടിയിണക്കിയ ജൂൾസലേ ക്യുയർ എന്നിവരൊഴിച്ച് ജീവിതത്തിന് അർത്ഥം നല്കാൻ വിസമ്മതിച്ച ചിന്തകർ ആരുമില്ല എന്ന് പറയേണ്ടിയിരിക്കുന്നു. എന്നാൽ ഇതിൽനിന്നും തികച്ചും വ്യത്യസ്തനായിരുന്നു ഷോപ്പനോവർ. അദ്ദേഹമാകട്ടെ ബലവത്തായ മേശയ്ക്കരികിലിരിക്കുമ്പോൾ ആത്മഹത്യയെ പുകഴ്ത്തും. ദുരന്തത്തെ ഗൗരവമായി കണക്കാക്കാത്ത ഒരു മാർഗ്ഗമാണത്. ഇതിൽനിന്ന് ഒരു മനുഷ്യനെ നമുക്കെളുപ്പം വിലയിരുത്താനാകും.

ഇതെല്ലാം വൈരുദ്ധ്യങ്ങൾ നിറഞ്ഞ അനുഭവങ്ങളാണ്. ജീവിതത്തെ സംബന്ധിച്ച് ഒരാൾക്കുള്ള അഭിപ്രായവും ജീവിതം ഉപേക്ഷിക്കാൻ തയ്യാറായ ഒരാളുടെ അഭിപ്രായവും തമ്മിൽ ഒരു ബന്ധവുമില്ല എന്ന നിഗമനത്തിൽ എത്തിച്ചേർന്ന് നമുക്കീ വിഷയത്തെ പര്യവസാനിപ്പിക്കാനാകുമോ? ഇക്കാര്യത്തിൽ യുക്തിക്ക് അതീതമായ യാതൊന്നും തന്നെ ഇടകലർത്തി നമുക്കിവിടെ പരിശോധിക്കേണ്ടതില്ല. ലോകത്തിൽ എന്തൊക്കെ മോശം പ്രവൃത്തികൾ നടന്നിട്ടുണ്ടെങ്കിലും അതിനെല്ലാം ഉപരിയായൊരു ശക്തി, ഒരാളുടെ 'ജീവിക്കണം'എന്ന ആഗ്രഹത്തിനും പിന്നിലുണ്ടായിരിക്കും. മനസ്സ് എത്രത്തോളം നല്ല അവസ്ഥയിലായിരിക്കുമോ അത്രത്തോളം നന്നായിരിക്കും ശരീരത്തിന്റെ വിധിയെഴുത്ത്. ഉന്മൂലനചിന്തയിൽ ശരീരം വല്ലാതെ ചുരുങ്ങിപ്പോകും. ചിന്താശീലം ആർജ്ജിക്കുന്നതിന് മുമ്പുതന്നെ ജീവിക്കാനുള്ള ശീലം നാം ആർജ്ജിച്ചിരിക്കും. മരണത്തിലേക്ക് ലക്ഷ്യം വയ്ക്കുന്ന ആ ഓട്ടമത്സരത്തിൽ ശരീരം മനസ്സിന്റെ വേഗങ്ങളെ അതേപടി അനുസരിക്കാൻ തയ്യാറാകുന്നു. ഇത് ആദ്യന്തം വൈരുദ്ധ്യം നിറഞ്ഞ ഒരനുഭവമാണ്. ഇത് പാസ്കലൈൻ ബോധത്തിൽ അധിഷ്ഠിതമായ ചെറുതും വലുതുമായ വ്യതിയാനത്തിന്റെ ഭാഗമാണ്. തെന്നിമാറൽ എന്നത് മാറ്റമില്ലാത്ത ഒരു വിനോദമാണ്. തെന്നിമാറലിന്റെ മാതൃകകൾ, വിധികല്പിതമായ ഒഴിഞ്ഞുമാറൽ ഇവയെല്ലാം ആധികാരികമായിത്തന്നെ ചർച്ചചെയ്യപ്പെടേണ്ടതാണ്.

ഇതെല്ലാം ചിന്താക്കുഴപ്പം സൃഷ്ടിക്കുന്ന വിഷയങ്ങളാണ്. ജീവിതത്തിന് അർത്ഥം നല്കാൻ വിസമ്മതിക്കുന്നതെല്ലാം ജീവിതം മൂല്യവത്തല്ല എന്നു പ്രഖ്യാപിക്കാൻ നമ്മെ പ്രേരിപ്പിക്കും. സത്യത്തിൽ ഈ വിധി തീർപ്പുകൾക്ക് മദ്ധ്യേ ഒരു പൊതുമാനദണ്ഡത്തിന്റെ ആവശ്യകത, ചില പൂർവ്വാപരവിരുദ്ധമായ നിലപാടുകൾ, വേർപിരിയൽ, ചിന്താക്കുഴപ്പം എന്നിവയാൽ വഴിതെറ്റിപ്പോകുന്ന അവസ്ഥകൾ ഒരാൾ ഉപേക്ഷിക്കേണ്ടത് അത്യാവശ്യമാണ്. ഒരാൾ ജീവിതത്തിനു കുറുകെ നില്ക്കുന്ന പ്രശ്നങ്ങളെ യഥാവിധി പരിഹരിച്ച് യഥാർത്ഥ പ്രശ്നത്തിലേക്ക്

എത്തുക എന്നതാണ് പ്രധാനം. ജീവിതത്തെ മൂല്യവത്തായ ഒന്നായി കാണുന്നതുകൊണ്ടു മാത്രമാണ് ഒരാൾ ആത്മഹത്യ തിരഞ്ഞെടുക്കുന്നത്. ഒരു പരിധിവരെ ഇതു ശരിയാണ്. എന്നാൽ ഫലവത്തായ ഒരു ഉത്തരമോ, നിർവ്വചനമോ ആയി ഇതിനെ കാണാനാവില്ല. കാരണം ഇത് സ്വതഃസിദ്ധമാണ്. എന്നാൽ തിരസ്കാരത്തിൽ ആഴ്ന്നുപോയ 'അർത്ഥമില്ല' എന്ന സത്യത്തിൽ നിന്ന് പൊന്തിവന്ന് അസ്തിത്വത്തെ കളങ്കപ്പെടുത്തുമോ എന്നും ഇതിന്റെ അസംബന്ധത്വം ഒരാൾ പ്രത്യാശയിലൂടെയോ ആത്മഹത്യയിലൂടെയോ രക്ഷപ്പെടുമോ എന്നതും വ്യക്തമാക്കേണ്ടതാണ്. ഈ പ്രശ്നത്തിൽ ഒരു പുതുവഴി ആലോചിക്കേണ്ടതാണ്. അസംബന്ധം മരണം അനുശാസിക്കുന്നുണ്ടോ? പ്രത്യേക താല്പര്യമില്ലാത്ത മനസ്സുകളുടെ അഭ്യാസങ്ങൾക്കും ചിന്താമാർഗ്ഗങ്ങൾക്കുംപുറത്ത് മറ്റെന്തിനേക്കാളും മുൻഗണന ഈ പ്രശ്നത്തിന് നല്കേണ്ടതാണ്. അർത്ഥങ്ങളുടെയും വൈരുദ്ധ്യങ്ങളുടെയും വസ്തുനിഷ്ഠസ്വഭാവം മനസ്സിനെ എല്ലായ്പ്പോഴും എല്ലാ പ്രശ്നങ്ങൾക്കും പരിഹാരം കണ്ടെത്താൻ ഉപകരിക്കണമെന്നില്ല. ഇത്തരമൊരവസ്ഥ താല്ക്കാലികമായൊരു ചിന്ത ആവശ്യപ്പെടുന്നുണ്ട്. ഇതിനെ 'താർക്കികമാക്കുക' എന്നത് അസാദ്ധ്യമായിത്തന്നെ നില്ക്കും. ആത്മഹത്യ ചെയ്യുന്നവർ, അവരുടെ പരിസമാപ്തിവേളയിൽ വൈകാരികമായ ചായ്വിനെ പിൻതുടരുകതന്നെചെയ്യും. അപ്പോൾ ഒരുചോദ്യം നമുക്ക് നേരെ വാളോങ്ങി നില്ക്കുന്നതു കാണാം. മരണത്തിന് ഒരു യുക്തിപ്രമാണം ഉണ്ടോ എന്ന്. ഞാനിവിടെ സൂചിപ്പിക്കുന്ന ഉത്ഭവത്തിന്റെ യുക്തിചിന്ത അന്വേഷിച്ചു കണ്ടെത്തും വരെ എനിക്കതിനെക്കുറിച്ച് ഒന്നും പറയാനാവില്ല. ഇത്തരമൊരവസ്ഥയെയാണ് ഞാൻ അസംബന്ധ യുക്തിചിന്ത എന്നു വിളിക്കുന്നത്. പലതും ഈ മാർഗ്ഗത്തിൽ ഉൾപ്പെട്ടുകഴിഞ്ഞു. എന്നാൽ അവരിത് ഇപ്പോഴും തുടരുന്നുണ്ടോ ഇല്ലയോ എന്നു മാത്രം എനിക്കിതുവരെ അറിയാൻ കഴിഞ്ഞിട്ടില്ല.

ലോകത്തെ ഏകത്വത്തിൽ രൂപപ്പെടുത്തുന്നതിനുള്ള ബുദ്ധിമുട്ടിനെക്കുറിച്ച് പറയുന്നതിനിടയിൽ കാൾജാസ് ആശ്ചര്യപ്പെടുന്നുണ്ട്. കാൾജാസ് പറയുന്നു, "ഈ പരിമിതി എന്നെ എന്നിലേക്കു തന്നെ നയിക്കുന്നു. അവിടെ അധികകാലം എനിക്ക് സ്വന്തം കാഴ്ചപ്പാടിന്റെ മറവിൽ ഒളിച്ചിരിക്കാനാവില്ല. മറ്റുള്ളവരുടെ അസ്തിത്വം എനിക്കൊരിക്കലും വസ്തുനിഷ്ഠമായിരുന്നില്ല" എന്ന്. കാൾജാസിനു പിന്നാലെ വന്ന പലരും അവരുടെ ചിന്തകളെ അതിന്റെ പരിധിയിൽ നിന്നുകൊണ്ട് വ്യാഖ്യാനിക്കാൻ ശ്രമിച്ചവരായിരുന്നു. ചിന്തകൾ മടിച്ചുനില്ക്കുന്ന അവസാനവഴിയിൽ പലരും എത്തിച്ചേർന്നു. അവർ അവരുടെ ജീവിതത്തിലെ വിലപിടിപ്പുള്ള പദവികളെല്ലാം ഉപേക്ഷിക്കുകയും ചിന്തകളെ അതിന്റെ പ്രക്ഷുബ്ധതയിൽത്തന്നെ നശിപ്പിക്കാൻ മുൻകൈയെടുക്കുകയും ചെയ്തു.

അസംബന്ധപ്രാകാരം

മഹത്തായ കൃതികൾപോലെയാണ് ആഴത്തിലുള്ള അനുഭവങ്ങൾ. അത് ആത്മപ്രേരണയുടെയും വികർഷണത്തിന്റെയും യഥാക്രമത്വം, പുനരുല്പാദിപ്പിക്കപ്പെട്ട പ്രവൃത്തികളുമായോ ചിന്തകളുമായോ നിരന്തരം ഏറ്റുമുട്ടുന്നു. തല്ഫലമായി ആത്മാവ് ഒന്നുമറിയാത്തൊരു അവസ്ഥയിൽ എത്തിച്ചേരുന്നു. അപ്പോൾ പ്രപഞ്ചത്തിൽ മനോഹരവും നികൃഷ്ടവുമായ അനുഭവങ്ങൾ ഒരേ കാലം രൂപംകൊള്ളുന്നു. അവ തീക്ഷ്ണവികാരത്താൽ ലോകത്തെ ജ്വലിപ്പിച്ച് അതിൽ അനുഭവങ്ങളുടെ ശീതോഷ്ണാവസ്ഥ ക്രമപ്പെടുത്തുന്നു. അസൂയ, അത്യാഗ്രഹം, സ്വാർത്ഥത, ഔദാര്യം എന്നിവ നിറഞ്ഞതാണ് പ്രപഞ്ചം. അത് അതിഭൗതികമായൊരു മനഃസ്ഥിതികൂടിയാണ്. അടിസ്ഥാനപരമായി അത് വ്യക്തവും അവ്യക്തവും അകന്നതും അടുത്തതുമായ അസംബന്ധത്തിൽനിന്ന് ഉയിർകൊണ്ടതോ സൗന്ദര്യത്താൽ നാം അവതരിപ്പിച്ചതോ ആയ വികാരങ്ങളുടെ ഒരു ഇരിപ്പിടംകൂടിയാണ്.

ഏതൊരു തെരുവിൽവെച്ചും ഏതൊരാൾക്കും അസംബന്ധാനുഭവം മുഖത്ത് പ്രകടിപ്പിക്കാൻ കഴിയും. അങ്ങനെ ആയിരിക്കുമ്പോൾ അസഹ്യപ്പെടുത്തുന്ന അതിന്റെ നഗ്നത പോലും കൂടുതൽ വ്യക്തമായിത്തീരാറുണ്ട്. ഒരാൾ നമുക്ക് എന്നെന്നേയ്ക്കുമായി അപരിചിതനായിരിക്കുന്നതും അയാളിലെ വിശദീകരിക്കാനാകാത്തതുമായ എന്തോ ഒന്ന് നമുക്ക് പിടി തരാതിരിക്കുന്നതും പ്രായേണ ശരിയായിരിക്കാം. പക്ഷേ, പ്രായോഗികമായി, പെരുമാറ്റം കൊണ്ടും അവരുടെ പ്രവൃത്തിയുടെ സവിശേഷതകൾകൊണ്ടും ജീവിതത്തിലുണ്ടാകുന്ന അനന്തരഫലങ്ങൾകൊണ്ടും നമുക്കത് എളുപ്പം തിരിച്ചറിയാവുന്നതാണ്. എല്ലാ അയുക്തിക അനുഭവങ്ങളും അപഗ്രഥത്തിനായി ഒന്നും വാഗ്ദാനം ചെയ്യുന്നില്ല. ബുദ്ധിയുടെ

പ്രവർത്തന വ്യാപ്തിയിൽനിന്നുകൊണ്ട് അവയുടെ പരിണിതഫലങ്ങളുടെ സവിശേഷതകൾ ശേഖരിച്ചുകൊണ്ട് പ്രപഞ്ചത്തെ രേഖീയമാക്കി നിർവ്വചിക്കാനും അഭിനന്ദിക്കാനും എനിക്കാകും. ഒരേ നടനെത്തന്നെ ഞാൻ നൂറു തവണ കണ്ടിട്ടുണ്ടെങ്കിൽപ്പോലും ആ ഒറ്റക്കാരണംകൊണ്ട് അയാളെ എനിക്ക് വ്യക്തിപരമായി അറിയില്ല എന്നതാണ് സത്യം. എന്നാൽ അയാൾ അവതരിപ്പിച്ച കഥാപാത്രങ്ങളെ പരിശോധിച്ച് 'കൊള്ളാം' എന്നു പറഞ്ഞാൽ അതിൽ സത്യത്തിന്റെ ഒരംശം കാണും. പ്രത്യക്ഷമായ ഈ വിരോധാഭാസം ഒരു സാരോപദേശകഥകൂടിയാണ്. അതിനൊരു ഗുണപാഠം കൂടിയുണ്ട്. ഒരാൾ അയാളെ സ്വയം നിർവ്വചിക്കുന്നത് അയാളാൽ മറ്റുള്ളവർക്കുള്ള വിശ്വാസം വരുത്തിക്കൊണ്ടും ആത്മാർത്ഥമായ ആവേഗങ്ങളിലൂടെയാണെന്നും അത് പഠിപ്പിക്കുന്നു. അങ്ങനെ ഹൃദയത്തിൽ അഗമ്യമായ അനുഭവങ്ങളുടെ താഴ്ന്ന ആവിഷ്കാരമുണ്ടാകും. എന്നാൽ അവ ഉൾക്കൊള്ളുന്ന പ്രവൃത്തിയാലും അവ കൈക്കൊള്ളുന്ന മനസ്സിന്റെ നിലപാടുകളാലും ഭാഗികമായി പലതും വെളിവാക്കപ്പെടും. ഈ വഴിക്ക് ഞാനൊരു പ്രത്യേക രീതിയെ പിൻതുടരാൻ ശ്രമിക്കുകയാണ്. ആ രീതി കാലികമായൊരു അപഗ്രഥന മാർഗ്ഗമാണ്. ഇതിന് അറിവുമായി യാതൊരു ബന്ധവുമില്ല. ചിലപ്പോൾ അജ്ഞാതമെന്ന് അവകാശപ്പെടുന്ന നിർണ്ണയങ്ങളെ അബോധമായി അത് വെളിപ്പെടുത്തുന്നു. അതിഭൗതികത ഈ രീതി പരോക്ഷമായി ഉൾക്കൊള്ളുന്നുണ്ട്. അവസാനപുറങ്ങൾ ആദ്യപുറങ്ങളിൽ ഉൾപ്പെട്ടിരിക്കുന്ന അപൂർവ്വമായൊരു പുസ്തകംപോലെയാണിത്. അങ്ങനെയുള്ള ബന്ധം അനിവാര്യമാണ്. ഇവിടെ നിർവ്വചിച്ചിരിക്കുന്ന രീതി എല്ലാ നേരായ അറിവുകളും അസാദ്ധ്യമെന്ന തോന്നലിനെ ഉറപ്പാക്കുന്നതരത്തിലുള്ളതാണ്.

പിടികൊടുക്കാത്ത ഇത്തരം അസംബന്ധാനുഭവങ്ങളെ വളരെ അടുത്ത ബന്ധമുള്ള ബുദ്ധിയുടെയും ജീവനകലയുടെയും യഥാർത്ഥ അനുഭവങ്ങളിലൂടെ മറികടക്കാൻ നമുക്ക് കഴിഞ്ഞേക്കും. അസംബന്ധത്തിന്റെ ശീതോഷ്ണസ്ഥിതി അതിന്റെ തുടക്കത്തിലാണ്. പ്രത്യേകരീതിയിലുള്ളതും വഴങ്ങാത്തതുമായ മുഖലക്ഷണത്തെ പ്രകടമാക്കുവാൻ ശരിയായ നിറത്തോടുകൂടിയ ലോകത്തെ പ്രകാശിപ്പിക്കുന്ന മനോനിലപാടും അസംബന്ധ ലോകവും ഇതിനു ആവശ്യമാണ്.

എല്ലാ മഹത്തായ കർമ്മങ്ങൾക്കും ചിന്തകൾക്കും പരിഹാസ്യമായൊരു തുടക്കമുണ്ട്. മഹത്തായ കൃതികൾ ചിലപ്പോൾ പിറവികൊള്ളുന്നത് തെരുവിൽവച്ചോ, റസ്റ്റോറന്റിൽ വെച്ചോ ആയിരിക്കും. അതുകൊണ്ടുതന്നെ അവ അസംബന്ധത്തോടുകൂടിയതാണെന്ന് പറയേണ്ടി വരുന്നു. അസംബന്ധ ലോകം മറ്റുള്ളവയേക്കാൾ കുലീനത്വം നേടുന്നത് അതിന്റെ ഹീനജന്മത്തിൽനിന്നാണ്. നിങ്ങൾ എന്തിനെക്കുറിച്ചാണ് ചിന്തിക്കുന്നത് എന്ന് ചോദിക്കുമ്പോൾ 'ഒന്നുമില്ല' എന്നു പറയുന്നയാൾ കള്ളവേഷം കെട്ടുകയാണ്. ഇത് സ്നേഹിക്കുന്നവർക്ക് നന്നായി അറിവുള്ളതാണ്. നിരർത്ഥകമായത് അർത്ഥസമ്പുഷ്ടമായി മാറുന്നതും

ഹൃദയം വ്യർത്ഥമായി വീണ്ടും അതിനെ ബന്ധപ്പെടുത്തിക്കൊണ്ട് കണ്ണി തേടുന്നതും ആത്മാവിന്റെ ഒറ്റപ്പെട്ട അവസ്ഥയിൽ അത് പ്രതീകവല്ക്കരിക്കുകയും ചെയ്യുന്നുവെങ്കിൽ അത് അസംബന്ധത്തിന്റെ ആദ്യ അടയാളങ്ങൾ ആയതുകൊണ്ടാണ്.

ചോദ്യോത്തരങ്ങളാൽ ജീവിതം ആരംഭിക്കുകയും വിസ്മയത്താൽ ചായംപിടിപ്പിച്ച തളർച്ചയിൽ നിന്ന് ഓരോന്നു തുടരുകയും ചെയ്യുന്നു. 'ആരംഭം' എന്നത് ഇവിടെ പ്രധാനമാണ്. 'തളർച്ച' എന്നത് ഒരു യാന്ത്രികമായ ജീവിതപ്രവർത്തനത്തിന്റെ അവസാനത്തിലുണ്ടാകുന്ന ഒന്നാണ്. എന്നാൽ അതേസമയം അത് ബോധത്തിന്റെ ആവേഗത്തെ പ്രോജ്ജ്വലിപ്പിക്കുകയും ചെയ്യുന്നു. ഇത് ബോധത്തെ ഉണർത്തുകയും പിന്തുടർച്ചയെ പ്രകോപിക്കുകയും ചെയ്യും. പിന്തുടർച്ച എന്നാൽ ശ്രേണിയിലേക്കുള്ള അനുക്രമമായ തിരിച്ചുവരവോ അല്ലെങ്കിൽ നിർണ്ണായകമായ ഉണർവ്വോ ആയിരിക്കും. ഉണർവ്വിന്റെ അന്ത്യത്തിൽ ഫലപ്രാപ്തിയുണ്ടാകുന്നു. ആത്മഹത്യ അല്ലെങ്കിൽ പുനഃപ്രാപ്തിയിൽ തളർച്ചയെ തന്നെ വെറുപ്പിക്കുന്ന എന്തോ ഒന്ന് അതിൽ അടങ്ങിയിട്ടുണ്ട്. ഇവിടെ അത് നല്ലതുതന്നെയാണെന്ന് പറയാവുന്നതാണ്. സകലതും ആരംഭിക്കുന്നതിന് ബോധം വേണം. അതിൽക്കൂടിയല്ലാതെ യാതൊന്നും മൂല്യവത്താകുകയില്ല. ഈ അഭിപ്രായങ്ങൾക്ക് മൗലികത്വമൊന്നുമില്ല. പക്ഷേ, അവ സ്പഷ്ടമാണ്. അസംബന്ധാരംഭത്തെക്കുറിച്ചുള്ള സ്ഥൂലപരിശോധനകൾക്ക് ഇത് മതിയാകും. ഹിഡീഗ്ഗർ പറഞ്ഞതുപോലെ എല്ലാത്തിന്റെയും സമാരംഭം കുറിക്കുന്നത് ഉൽക്കണ്ഠയാണ്. ഹിഡീഗ്ഗറിന്റെ അഭിപ്രായം പലതലങ്ങളിൽ നിന്ന് വീക്ഷിക്കുമ്പോൾ ശരിയാണെന്ന് വരുന്നു.

അതുപോലെ മൂല്യമില്ലാത്ത ജീവിതത്തിന്റെ എല്ലാ ദിവസങ്ങളിലും സമയം വല്ലാതെ നമ്മെ ചുമന്നു നടക്കുന്നുണ്ട്. എന്നാൽ നാം അതിനെ വഹിക്കുന്ന ഒരുനിമിഷം എപ്പോൾ വേണമെങ്കിലും കടന്നുവരാം. നാം ഭാവിയിൽ ജീവിക്കുന്നവരാണ്. പ്രായമേറുമ്പോൾ മാത്രമേ നമുക്കിത് മനസ്സിലാകൂ. അങ്ങനെയുള്ള തിരിച്ചറിവുകളാണ് അത്ഭുതങ്ങളെ നമുക്ക് തരുന്നത്. പക്ഷേ, എല്ലാ തിരിച്ചറിവുകൾക്കുംശേഷം അത് മരണത്തിന്റെ കാര്യത്തിൽ സന്ദേഹിച്ചുനില്ക്കുന്നു. എങ്കിലും ഒരുവൻ അവന്റെ സമയം വരും എന്ന് യുവത്വത്തിൽ ഉറച്ചുനിന്നുകൊണ്ട് വിശ്വസിക്കുന്നു. അവൻ എല്ലായ്പ്പോഴും സമയവുമായി ബന്ധപ്പെട്ടു നിലകൊള്ളാൻ ആഗ്രഹിക്കുന്നു. അതിനുള്ളിൽ അവന്റെ സ്ഥാനം കണ്ടെത്തുകയും ഉറപ്പിക്കുകയും ചെയ്യും. ഒരു വളവിന്റെ നിശ്ചിതബിന്ദുവിൽ നിന്നുകൊണ്ട് അതിന്റെ അവസാനം വരെ പോകേണ്ടതാണെന്ന് അവൻ തീരുമാനിച്ചുറപ്പിക്കും. അവൻ സമയത്തിന് വിധേയനാകുകയും ആ ഭീകരത്വം അവനെ പിടികൂടുമ്പോൾ അവന്റെ ഏറ്റവും വൃത്തികെട്ട ശത്രുവിനെ അംഗീകരിക്കുകയും ചെയ്യും. നാളേയ്ക്ക് വേണ്ടി അവൻ വല്ലാതെ കൊതികൊള്ളും.

എല്ലാ സൗന്ദര്യ ഹൃദയത്തിലും മനുഷ്യത്വമില്ലായ്മയുടെ ഒരു കരട് വീണു കിടപ്പുണ്ട്. ഭംഗിയുള്ള കുന്നുകളും ആകാശത്തിന്റെ മൃദുത്വവും വൃക്ഷങ്ങളുടെ അഭിജാതരൂപങ്ങളും അവയെ നാം ധരിപ്പിക്കുന്ന മായികമായ അർത്ഥവും ഓരോ നിമിഷവും നഷ്ടമാകുന്നുണ്ട്. സഹസ്രാബ്ദത്തെ മറികടക്കുക എന്നതിനെ യാഥാർത്ഥ്യമാക്കുന്നത് ലോകത്തിന്റെ പ്രാകൃതമായ വൈരം ഒന്നുകൊണ്ടുമാത്രമാണ്. ഒരു നിമിഷനേരത്തേക്ക് ഇതു മനസ്സിലാക്കുന്നതിൽനിന്ന് നാം പിൻതള്ളപ്പെടുന്നു. മുൻകൂറായി നാമിതിൽ ചുമത്തിയിട്ടുള്ള നിഴലുകളും മാതൃകാരൂപങ്ങളും നൂറ്റാണ്ടുകളായി നാം മനസ്സിലാക്കിയിരിക്കുന്നു. ഇനി അങ്ങോട്ട് ആ കൗശലപ്പണി ഉപയോഗിക്കുവാനുള്ള ശക്തി നമുക്കില്ല. ലോകം നമ്മളിൽനിന്ന് മാറിക്കൊണ്ടേയിരിക്കുന്നു. അത് വീണ്ടും വരും. ശീലത്താൽ മുഖം മറച്ച് ലോകക്കാഴ്ചകൾ വന്നുകൊണ്ടിരിക്കുകയും നമ്മിൽനിന്ന് പിൻവലിഞ്ഞ് ഏകാന്തതയിലേക്ക് മടങ്ങിപ്പോവുകയും ചെയ്യും. പക്ഷേ, നമുക്ക് അനുവദിച്ചിട്ടുള്ള സമയം ഇനിയും വന്നുചേർന്നിട്ടില്ല. ലോകത്തിന്റെ നിബിഡതയും അപരിചിതത്വവും അസംബന്ധമാകുന്നു എന്നതാണ് സത്യം. ഇത് നാം തിരിച്ചറിയേണ്ടത് അനിവാര്യമാണ്.

പ്രസന്നതയുടെ അഥവാ സ്പഷ്ടതയുടെ അഭിപ്രായപ്രകാശനത്തിന്റെ യാന്ത്രികവശങ്ങൾ, അവരുടെ അർത്ഥരഹിതമായ മൂകാഭിനയത്തിനും അവർക്ക് ചുറ്റുമുള്ള എല്ലാത്തിന്റെയും കഥയില്ലാതാക്കും. കണ്ണാടിക്ക് പിറകിൽനിന്ന് ടെലിഫോണിൽ സംസാരിക്കുന്ന ഒരാളെ സങ്കല്പിച്ചുനോക്കുക. നിങ്ങൾക്ക് അയാളെ കേൾക്കാൻ പറ്റുന്നില്ല. എന്നാൽ അയാളുടെ ആംഗ്യം നിങ്ങൾക്ക് കാണാം. അയാൾ ജീവിച്ചിരിക്കുന്നത് എന്തുകൊണ്ടാണെന്ന് നിങ്ങൾ ആശ്ചര്യപ്പെട്ടേക്കാം. മനുഷ്യത്വമില്ലായ്മ ഒരു മനുഷ്യന്റെ മുഖത്തു സൃഷ്ടിക്കുന്ന അസ്വസ്ഥത, നാം എന്താണോ അതിന്റെ നിഴലിനു മുന്നിലുള്ള മലക്കം മറിച്ചിൽ, ഒരെഴുത്തുകാരൻ എന്ന നിലയിലുള്ള ഓക്കാനം ഇതെല്ലാം അസംബന്ധം നിറഞ്ഞ അനുഭവങ്ങളാണ്. അതുപോലെ, അല്പനിമിഷത്തേക്ക് കണ്ണടയിൽ നമ്മെ കണ്ടുമുട്ടുന്ന അപരിചിതനും നമ്മുടെ സ്വന്തം ഫോട്ടോഗ്രാഫിലെ പരിചിതനും നമ്മെ പരിഭ്രമിപ്പിക്കുന്ന സഹോദരനുമായുള്ള ഏറ്റുമുട്ടലും അസംബന്ധത്തിന്റെ പരിധിയിൽ വരുന്ന അനുഭവങ്ങൾതന്നെയാണ്.

ചിന്താബന്ധുരമായ ഈ അസംബന്ധത്തിന്റെ വഴികൾ ഒടുവിൽ മരണത്തിലേക്കും അതിന്റെ നിലപാടിലേക്കും വരുന്നു. ഈ അവസ്ഥയിൽ എല്ലാം തുറന്നു പറയുന്നത് ഉചിതമായിരിക്കും. ഓരോരുത്തരും ജീവിക്കുന്നത് അവരുടേതായ സ്വാതന്ത്ര്യത്തിന്റെ ഉള്ളിലാണ്. ഇത് അറിയാത്തിടത്തോളം കാലം ഒരാൾക്കും അത്ഭുതത്തിലേക്ക് വഴിമാറേണ്ടതില്ല. യഥാർത്ഥത്തിൽ മരണാനുഭവം ഇല്ലാത്തതുകൊണ്ടാണ് ഇതു സംഭവിക്കുന്നത്. ഇവിടെ മറ്റുള്ളവരുടെ മരണത്തിന്റെ അനുഭവത്തെപ്പറ്റി പൊള്ളയായി നമുക്ക് സംസാരിക്കാം. ഇതൊരു പകരം വയ്ക്കലാണ്.

ഇതൊരു മായയാണ്. ഇതൊരിക്കലും നമുക്ക് പൂർണ്ണമായും മനസ്സിലാക്കാനാവില്ല.

ബീഭത്സത യാഥാർത്ഥ്യത്തിലേക്ക് വരുന്നത് സംഭവങ്ങളുടെ കണക്കുകൂട്ടലിൽ നിന്നാണ്. സമയം നമ്മെ വല്ലാതെ ഭയപ്പെടുത്തുന്നതാണെങ്കിൽ പ്രശ്നത്തിന് ഉത്തരം കണ്ടുപിടിക്കാൻ തുടങ്ങിയെന്നും ഉത്തരം പിന്നാലെ വരുന്നെന്നുമാണ്. ആത്മാവിനെക്കുറിച്ചുള്ള എല്ലാ മനോഹര പ്രഭാഷണങ്ങളും ഏറ്റവും കുറഞ്ഞത് ആ സമയത്തേക്കെങ്കിലും അവയുടെ വിപരീതാവസ്ഥ വിശ്വാസയോഗ്യമായി തെളിയിച്ചിരിക്കും. കൈകൊണ്ടുള്ള ഒരു പ്രഹരം ഈ ജഡശരീരത്തിൽ നിന്ന് ആത്മാവ് അപ്രത്യക്ഷമായതിന്റെ അടയാളമൊന്നും ഉണ്ടാക്കില്ല. അപ്രതീക്ഷിതമോ സ്തോഭജനകമോ ആയ ഒരു സംഭവത്തിന്റെ പ്രാഥമികവും അവിതർക്കിതവുമായ ഒരു വശം അസംബന്ധാനുഭവത്തെ രൂപീകരിക്കുന്നു. ആ ഭാഗധേയത്തിന്റെ വിനാശകരമായ ജ്വലനത്തിൽ അതിന്റെ ഉപയോഗശൂന്യത തെളിഞ്ഞു വരും. നമ്മുടെ സ്ഥിതി കല്പിക്കുന്ന ക്രൂരമായ ഗണിത ശാസ്ത്രത്തിനു മുൻപിൽ ഒരു നീതിശാസ്ത്രവും ഒരു ശ്രമവും ന്യായീകരിക്കപ്പെടില്ല.

ഇപ്പറഞ്ഞതെല്ലാം ഒന്നു കൂടി ആവർത്തിക്കാൻ എന്നെ അനുവദിച്ചാലും. ഇതെല്ലാം ഞാൻ വീണ്ടും വീണ്ടും പറയുകയാണ്. പെട്ടെന്നുള്ള വർഗ്ഗീകരണത്തിനു വേണ്ടിയും ന്യായമായ പ്രതിപാദ്യവിഷയം ചൂണ്ടിക്കാണിക്കുന്നതിനു വേണ്ടിയും കാര്യങ്ങളെ ഞാനിവിടെ പരിമിതിപ്പെടുത്തുന്നു. സാഹിത്യത്തിലും തത്ത്വശാസ്ത്രത്തിലും ഇപ്പറഞ്ഞതെല്ലാം ചലിച്ചുകൊണ്ടേയിരിക്കുന്നു. എല്ലാ നിത്യസംഭവത്തിലും അവയാൽ ത്വരിതപ്പെട്ടിരിക്കുന്നു. അവയെ വീണ്ടും കണ്ടുപിടിക്കാമോ എന്ന ചോദ്യത്തിന് ഇവിടെ പ്രസക്തിയില്ല. ആരംഭം മുതൽ നിലനില്ക്കുന്ന ചില ചോദ്യങ്ങളെ ഒരാൾക്ക് പിന്നീട് ചോദ്യം ചെയ്യുന്നതിനുവേണ്ടി ഉപയോഗിക്കേണ്ടതായി വരും. അസംബന്ധത്തിന്റെ കണ്ടുപിടുത്തത്തോടൊപ്പമല്ലെങ്കിലും അവയുടെ പരിണിതഫലത്തിന് ഉള്ളതുപോലെയെങ്കിലും തുടരുവാൻ അനുവദിച്ചാലും. ഒരാൾക്ക് ഈ വസ്തുത ഉറപ്പായിക്കഴിഞ്ഞാൽ എന്തായിരിക്കും അയാൾ നിർണ്ണയിച്ചെടുക്കുക. പിടികൊടുക്കാതെ ഒരാൾക്ക് എത്രത്തോളം ദൂരം പോകാനാകും? ബാഹ്യപ്രേരണ കൂടാതെ ഒരാൾക്ക് സ്വമേധയാ മരിക്കാനോ അല്ലെങ്കിൽ മറ്റെന്തിനേക്കാളും കൂടുതൽ ആഗ്രഹിക്കാനോ കഴിയുമോ? ചോദ്യം വഹിക്കുന്ന പ്രശ്നത്തെ ബുദ്ധിശക്തിയുടെ അനുഭവത്തിൽ നിന്നുകൊണ്ടു സഗൗരവം വീക്ഷിക്കേണ്ടത് അത്യാവശ്യമാണ്.

തെറ്റിൽ നിന്ന് ശരി വേർതിരിച്ചെടുക്കലാണ് മനസ്സിന്റെ ആദ്യത്തെ ജോലി. എന്നിരുന്നാലും അതിൽ ചിന്തകൾ പെട്ടെന്ന് പ്രതിഫലിക്കുമ്പോൾ ആദ്യം കണ്ടെത്തുന്നത് വിപരീതങ്ങളാകും. ഈ അവസ്ഥ മനസ്സിലാക്കാനുള്ള ഉദ്യമം നിഷ്ഫലമാണ്. നൂറ്റാണ്ടുകളായിട്ട് പ്രവൃത്തിയെ സംബന്ധിച്ച് സുവ്യക്തവും ലളിതവുമായ തെളിവ് അരിസ്റ്റോട്ടിൽ

അല്ലാതെ മറ്റാരും മുന്നോട്ടു വച്ചിട്ടില്ല. അഭിപ്രായങ്ങളുടെ പലപ്പോഴുമുള്ള അവജ്ഞാപരമായ പരിണിതഫലങ്ങൾ അവയെത്തന്നെ നശിപ്പിച്ചു കളയും. എല്ലാം ശരിയാണെന്ന് ഉറപ്പിക്കാൻ വേണ്ടി നാം തലതിരിഞ്ഞ അവകാശവാദത്തിന്റെയൊപ്പം കൂട്ടുചേരും. അതുവഴി നാം നമ്മുടെ സിദ്ധാന്തത്തിന്റെ തെറ്റ് ഉറപ്പിക്കുകയാണ് ചെയ്യുന്നത്. വിപരീതമായ അവകാശവാദം അത് സത്യമാകാമെന്ന് ഒരിക്കലും അംഗീകരിക്കുകയില്ല. എല്ലാം തെറ്റെന്ന് ഒരാൾ പറയുകയാണെങ്കിൽ, ആ അവകാശവാദം തന്നെ തെറ്റാണ്. നമുക്ക് എതിരായ അവകാശവാദം മാത്രം തെറ്റാണെന്നോ നമ്മുടേത് മാത്രം തെറ്റല്ല എന്നോ പ്രഖ്യാപിക്കുകയാണെങ്കിൽ എങ്ങനെയായാലും നമ്മൾ ശരിയോ തെറ്റോ എന്ന വിധിനിർണ്ണയത്തിന്റെ അനന്തമായ എണ്ണത്തെ സ്വീകരിക്കേണ്ടി വരും. സത്യസന്ധമായ ഒരു അവകാശവാദമാണ് ഒരാൾ പ്രകടിപ്പിക്കുന്നതെങ്കിൽ അത് സത്യമാണെന്ന് ഒരേസമയത്ത് വെളിപ്പെടുകയാണ്. അങ്ങനെ അത് അനന്തമായ ഒരനുഭവമായിത്തീരുന്നു.

മനസ്സ് സ്വയം പഠിച്ച് വഴിതെറ്റി ഉന്മത്തമായി ഭ്രമണം ചെയ്യുന്നതിലെ ആദ്യ പരമ്പരയാണ് ഈ അധർമ്മ വൃത്തം. വൈരുദ്ധ്യങ്ങളുടെ ഈ ലാളിത്യം അവയെ ലഘൂകരിക്കാൻ പറ്റാത്ത വിധത്തിലാക്കുന്നു. വാക്കുകൾക്കു മേലുള്ള കളിയും തർക്കശാസ്ത്രത്തിന്റെ കായികാഭ്യാസവും എന്തുതന്നെ ആയിരുന്നാലും ഏകീകരണത്തിന് എല്ലാറ്റിനും ഉപരിയായി വേണ്ടത് മനസ്സിലാക്കലാണ്. പ്രപഞ്ചത്തിൽ മനുഷ്യന്റെ ആഴത്തിലുള്ള ആഗ്രഹങ്ങൾ, അതിന്റെ ഏറ്റവും വിപുലമായ പ്രവർത്തനങ്ങളിൽ പോലും അവന്റെ അബോധാനുഭവങ്ങളുമായി സമാന്തരീകരിക്കുന്നുണ്ട്. ഇത് മമതയ്ക്കുവേണ്ടിയുള്ള ഒരു പിടിവാശിയാണ്. വ്യക്തതയ്ക്ക് വേണ്ടിയുള്ള ആഗ്രഹം കൂടി ഇതിൽ അടങ്ങിയിരിക്കുന്നു. ഒരാളിനെ സംബന്ധിച്ച് ലോകത്തെ മനസ്സിലാക്കുക എന്നാൽ, ലോകത്തെ മനുഷ്യനിലേക്ക് ചുരുക്കുക എന്നാണർത്ഥം. പൂച്ചയുടെ പ്രപഞ്ചം ഒരിക്കലും ഒരു ഉറുമ്പിന്റെ പ്രപഞ്ചമാവില്ല. എല്ലാ ചിന്തയും ഈശ്വരനിൽ മനുഷ്യരൂപാരോപണമാണ്. ഇത് സ്വതഃസിദ്ധമായ സത്യത്തിന്റെ അടയാളമാണ്. അതുപോലെ യാഥാർത്ഥ്യം മനസ്സിലാക്കാൻ ലക്ഷ്യമിടുന്ന മനസ്സിന്, ചിന്തയുടെ സംജ്ഞയിലേക്ക് ചുരുങ്ങിക്കൊണ്ട് തൃപ്തിയാകുന്നതിനെ മാത്രമേ പരിഗണിക്കാൻ കഴിയൂ. പ്രപഞ്ചത്തിന് അവനെപ്പോലെ സ്നേഹിക്കാനും ക്ലേശിക്കാനും കഴിയുമെന്ന് മനസ്സിലാക്കിയെങ്കിൽ അവൻ അതുമായി പൊരുത്തപ്പെട്ടുവെന്നു കരുതാം. ഏകത്വത്തിൽ ഒരുമിപ്പിച്ചു ചേർക്കാവുന്ന നിത്യബന്ധങ്ങളെ നമുക്ക് കണ്ടെത്താൻ കഴിഞ്ഞിട്ടുണ്ടെങ്കിൽ അത് ബൗദ്ധിക ആഹ്ലാദത്തിന്റെ ഭാഗമാണെന്നുതന്നെ കരുതാവുന്നതാണ്. പക്ഷേ, ഇത് പരിഹാസ്യം കലർന്ന അനുകരണമാണ്. ഐക്യത്തിനുവേണ്ടിയുള്ള, ബ്രഹ്മത്തിനുവേണ്ടിയുള്ള ആഗ്രഹം എന്നിവ, മനുഷ്യനാടകത്തിലേക്കുള്ള ഉൾപ്രേരണകളാണ്. എന്നാൽ ഗൃഹാതുരത്വം ഉണ്ടെന്ന് വച്ച് അത് എളുപ്പം നടപ്പാകുമെന്ന് അർത്ഥമില്ല. വിജയ

ത്തിൽനിന്ന് ആഗ്രഹത്തെ വേർതിരിക്കുന്ന വിടവ് നികത്തണമെങ്കിൽ പാർമണൈഡിസി*ന്റെ ഏകത്വത്തിന്റെ യാഥാർത്ഥ്യത്തിൽ നാം ഉറച്ചു കൊണ്ട് മൊത്തം ഐക്യം ഊന്നിപ്പറയുകതന്നെ വേണം. അല്ലെങ്കിൽ സ്വന്തം വ്യത്യാസത്തിലും വൈവിദ്ധ്യത്തിലും ഉറച്ചുനിന്നുകൊണ്ടുതന്നെ തീരുമാനമെടുക്കണമെന്ന് അവകാശവാദമുന്നയിക്കുന്ന മനസ്സിന്റെ പരിഹാസാത്മകമായ വൈരുദ്ധ്യത്തിൽ നാം ചെന്നു വീഴും.

ഇതെല്ലാം സ്വതസത്യസിദ്ധാന്തത്തിന്റെ ഭാഗമാണ്. ഒരാൾക്ക് അയാളിൽത്തന്നെ താല്പര്യമില്ലെങ്കിലും അനന്തരഫലങ്ങൾ അവരിൽനിന്നുതന്നെ അനുമാനിക്കാൻ കഴിയും. എനിക്ക് മറ്റൊരു സ്വതസത്യസിദ്ധാന്തമറിയാം. അത് പറയുന്നത് മനുഷ്യൻ നശ്വരനാണെന്നാണ്. എന്നിരുന്നാലും ഇതിൽ നിന്ന് അനന്തമായ നിർണ്ണയങ്ങൾ അനുമാനിച്ച മനസ്സുകളെ ഒരാൾക്ക് വിലമതിക്കാൻ കഴിയും. ജീവിതത്തെ താറുമാറാക്കിയേക്കാവുന്ന ആശയങ്ങളും നമ്മെ ജീവിക്കാൻ അനുവദിക്കുന്ന പ്രായോഗിക സമ്മതവും കപടമായ അജ്ഞതയും സൂചികകളായി പരിഗണിക്കേണ്ടത് അനിവാര്യമാണ്. മനസ്സിന്റെ സങ്കീർണ്ണമായ ഈ വൈരുദ്ധ്യത്തെ അഭിമുഖീകരിക്കുമ്പോൾ നമ്മുടെ സൃഷ്ടിയിൽനിന്ന് നമ്മെ വേർപെടുത്തുന്ന ഘടകം എന്താണെന്ന് ഗ്രഹിക്കാൻ കഴിയും. ആശകളുടെ ചലനം നഷ്ടപ്പെട്ട ലോകത്തിൽ മനസ്സ് നിശ്ശബ്ദമായിരിക്കുന്നിടത്തോളം കാലം എല്ലാം ക്രമപ്പെടുത്തി പ്രതിഫലിക്കും. എന്നാൽ ആദ്യ ചലനത്തോടെ ആ ലോകം പൊട്ടിത്തെറിക്കുകയും നിലം പൊത്തുകയും ചെയ്യും. എണ്ണിയാൽ തീരാത്ത മിന്നിത്തിളങ്ങുന്ന ശകലങ്ങൾ നമ്മുടെ അറിവിന്റെയും ധാരണയുടെയും മുന്നിൽ പ്രത്യക്ഷപ്പെടും. നമ്മുടെ ഹൃദയത്തിന് സമാധാനം തരുന്ന പ്രശാന്തതയുടെ പ്രതലം നിർമ്മിക്കാൻ കഴിയാത്തതിൽ നാം നിരാശപ്പെടും. അനേകം നൂറ്റാണ്ടുകളിലൂടെയുള്ള അന്വേഷണങ്ങളുടെയും അനേകം ചിന്തകരുടെ സ്ഥാനത്യാഗങ്ങൾക്കുശേഷം നമ്മുടെ എല്ലാ അറിവുകളിലും വച്ച് ഇതായിരുന്നു യഥാർത്ഥമെന്നും ബോദ്ധ്യപ്പെടും. യുക്തിവാദം തൊഴിലാക്കിയിട്ടുള്ളവർ ഒഴികെ മറ്റുള്ളവർ ഇന്ന് അറിവിന്റെ കാര്യത്തിൽ നിരാശരാണ്. മനുഷ്യചിന്ത ചരിത്രത്തിന്റെ കാതലായ അംശം മാത്രമെടുത്ത് എഴുതിയിരുന്നുവെങ്കിൽ അത് തുടർച്ചയായ ആകുലതയുടെയും ബലഹീനതയുടെയും ചരിത്രം മാത്രമായിരിക്കും.

ആരെക്കുറിച്ചായാലും എന്തിനെക്കുറിച്ചായാലും കഴിയുന്നത് മാത്രം ഞാൻ തുറന്നുപറയാം. എന്റെ ഉള്ളിലുള്ള, ഞാൻ അനുഭവിക്കുന്ന ഈ ഹൃദയം അതുണ്ടെന്ന് തന്നെ ഞാൻ വിധിക്കുന്നു. എനിക്ക് സ്പർശിക്കാൻ കഴിയുന്ന ഈ ലോകം, അതുപോലെ, ഞാനുണ്ടെന്ന് വിധിക്കുന്നു.

* പാർമണൈഡിസ് സോക്രട്ടീസിനു മുമ്പ് ഇറ്റലിയിൽ ജനിച്ച ഗ്രീക്ക് തത്ത്വചിന്തകനാണ്. യാഥാർത്ഥ്യത്തിന്റെ സ്വഭാവത്തെപ്പറ്റി വാദപ്രതിവാദം നടത്തിയ ചിന്തകരിൽ പ്രമുഖൻ. സ്ഥായിത്വമാണ്, മാറ്റമില്ലായ്മയാണ് യാഥാർത്ഥ്യമെന്നും പരിവർത്തനം, ചലനം എന്നൊക്കെയുള്ളത് വെറും തോന്നലുകളാണെന്നും ഇദ്ദേഹം പറഞ്ഞു.

അവിടെ എന്റെ എല്ലാ അറിവുകളും അവസാനിക്കുന്നു. അവശേഷിക്കുന്ന ഉറപ്പെന്ന് കരുതുന്ന ഈ സത്ത പിടിച്ചെടുക്കാൻ ഞാൻ ശ്രമിക്കുകയാണെങ്കിൽ അത് മറ്റൊന്നുമായിരിക്കില്ല. കൈക്കുമ്പിളിലെ ജലം വിരലുകൾക്കിടയിലൂടെ വാർന്നുപോകുന്നതു പോലായിരിക്കും അത്. അതിന് കൈവരിക്കാൻ കഴിയുന്ന എല്ലാ കാര്യങ്ങളും ഓരോന്നോരോന്നായി രേഖീയമാക്കാൻ എനിക്ക് കഴിയും. അതുപോലെതന്നെ അതിൽ ചുമത്തപ്പെട്ടിട്ടുള്ള ഈ വളർച്ച, ഈ തനിമ, ഈ ഔത്സുക്യം, ഈ നിശ്ശബ്ദത, ഈ കുലീനത്വം, ഈ നീചത്വം എല്ലാം. പക്ഷേ, കാര്യങ്ങൾ അത്രവേഗത്തിൽ കൂട്ടിച്ചേർക്കാൻ കഴിയില്ല. എന്റെ ഈ ഹൃദയം എന്നന്നേക്കും അനിർവ്വചനീയമായിത്തന്നെ തുടരും. എന്റെ നിലനില്പിന്റെ നിശ്ചിതത്വത്തിനും അതിനുള്ള ഉറപ്പിനും ഞാൻ തരാൻ ശ്രമിക്കുന്ന ഉള്ളടക്കത്തിനുമിടയിലുള്ള വിടവ് ഒരിക്കലും നികരില്ല. എന്നന്നേക്കും ഞാൻ എനിക്കൊരപരിചിതനായിരിക്കും. മനഃശാസ്ത്രത്തിലും തർക്കശാസ്ത്രത്തിലും പരമാർത്ഥങ്ങൾ ഉണ്ടായിരിക്കാം. പക്ഷേ, ശരിയായ പരമാർത്ഥം കാണില്ല. 'നിങ്ങൾ സ്വയം അറിയുക' എന്നതിന് കുമ്പസാരക്കൂടുകൾ സദാചാരപരമായിരിക്കണം എന്ന് പറയുന്നതിന്റെ മൂല്യമുണ്ടായിരിക്കണം. (സോക്രട്ടീസ്) അവർ ഒരേസമയം, അജ്ഞതപോലെതന്നെ ഗൃഹാതുരത്വത്തെയും തുറന്നുകാട്ടുന്നു. ഇവയെല്ലാം മഹത്തായ വിഷയങ്ങളിന്മേലുള്ള വന്ധ്യമായ അഭ്യാസങ്ങളാണ്. അവ ന്യായാനുസൃതമാകുന്നത് സൂക്ഷ്മമായി അവ സത്യത്തോട് അടുക്കുമ്പോൾ മാത്രമാണ്.

ധാരാളം മഴയും കാറ്റും ഏറ്റുവാങ്ങിയ ഈ വൃക്ഷങ്ങളുടെ ഉപരിതലം ഞാൻ അറിയുന്നു. ജലം, അതിന്റെ രുചി, രാവിൽ പെയ്തു നില്ക്കുന്ന ചില സന്ധ്യകളുടെ ചാരുത—ഈ ലോകത്തെ എനിക്ക് എങ്ങനെ ന്യായീകരിക്കാൻ കഴിയും. അതിന്റെ ശക്തിയും സൗന്ദര്യവും ഞാൻ അനുഭവിക്കുമ്പോൾ? എങ്കിലും ഈ മണ്ണിലെ എല്ലാ അറിവുകൾക്കും ഈ ലോകം എന്റേതാണെന്ന് ഉറപ്പിക്കാനുതകുന്ന ഒന്നും നീയെനിക്ക് നല്കുന്നില്ല. നിങ്ങൾ അതിനെ എനിക്ക് വിവരിച്ചു തരികയും അതിനെ തരംതിരിക്കാൻ എന്നെ പഠിപ്പിക്കുകയും ചെയ്യുന്നു. നിങ്ങൾ അതിന്റെ നിയമങ്ങൾ എന്നെ പഠിപ്പിക്കുകയും എന്റെ വിജ്ഞാനദാഹം അതെല്ലാം പരമാർത്ഥമാണെന്ന് എന്നെക്കൊണ്ട് അംഗീകരിപ്പിക്കുകയും ചെയ്യുന്നു. നിങ്ങൾ അതിന്റെ യന്ത്രപ്രകൃതം (എല്ലാ പ്രാകൃതികപ്രതിഭാസങ്ങൾക്കും യാന്ത്രിക പ്രതിഭാസങ്ങൾക്കും യാന്ത്രികവിശദീകരണമുണ്ടെന്ന സിദ്ധാന്തം.)എടുത്തുമാറ്റുന്നു. അങ്ങനെ എന്റെ ആഗ്രഹം വർദ്ധിപ്പിക്കുകയും ചെയ്യുന്നു. അവസാനഘട്ടത്തിൽ നിങ്ങൾ അത്ഭുതകരവും വർണ്ണവൈവിദ്ധ്യവുമാർന്ന ഈ പ്രപഞ്ചത്തെ അണുആയി ചുരുക്കാമെന്നും ആ ആറ്റത്തെ വീണ്ടും ഇലക്ട്രോണായി ചുരുക്കാമെന്നും പഠിപ്പിക്കുന്നു. ഇതെല്ലാം നല്ലതാണെന്നും ഇതു തുടരുവാൻ ഞാൻ നിങ്ങളെ ക്ഷണിക്കുകയും ചെയ്യുന്നു. അപ്പോൾ നിങ്ങൾ ഗുരുത്വാകർഷണത്താൽ ന്യൂക്ലിയസ്സിനെ വലം ചെയ്യുന്ന ന്യൂട്രോണുകൾ അട

ങ്ങിയ അദൃശ്യമായ ഗ്രഹവ്യവസ്ഥയെക്കുറിച്ച് എന്നോടു പറയും. നിങ്ങൾ ഒരു നിഴൽ വച്ചുകൊണ്ട് ലോകത്തെ വിശദീകരിക്കാൻ തയ്യാറാകുന്നു. അപ്പോൾ നിങ്ങൾ ഒരു കവിതയായി ചുരുങ്ങിപ്പോകുന്നത് ഞാൻ തിരിച്ചറിയുന്നു. എനിക്ക് അതൊരിക്കലും അറിയാൻ കഴിയില്ല. കോപവും അവജ്ഞയും കലർന്ന ധാർമ്മികരോഷം പൂണ്ടവനായി മാറുവാൻ എനിക്ക് സമയമുണ്ട്. നിങ്ങൾ സിദ്ധാന്തങ്ങൾ മാറ്റിയിരിക്കുന്നു. ആകയാൽ നിങ്ങൾ എന്നെ പഠിപ്പിക്കുന്ന ശാസ്ത്രം സാങ്കല്പിക സിദ്ധാന്തമായി മാറുന്നു. ആ ലാളിത്യം രൂപാലങ്കാരത്തിൽ മുങ്ങിപ്പോകുന്നു. ആ അനിശ്ചിതത്വം കലാപരമായ സൃഷ്ടിയിൽ വിഗ്രഹിക്കപ്പെടുന്നു. അത്രയും പ്രയത്നത്തിന്റെ ആവശ്യം എന്തായിരുന്നു എനിക്ക്? ഈ കുന്നുകളുടെ മൃദുരേഖകളും ഈ സന്ധ്യാചാരുതകളും എന്നെ ഏറെ പഠിപ്പിച്ചു. എന്റെ തുടക്കത്തിലേക്ക് ഞാൻ തിരികെ വന്നു. ശാസ്ത്രത്തിലൂടെ എനിക്ക് പ്രകൃതിവിശേഷങ്ങളെ കൈക്കലാക്കാനും എണ്ണുവാനും കഴിയുമെങ്കിലും എല്ലാ വിധത്തിലും ലോകത്തെ മനസ്സിലാക്കാൻ കഴിയില്ല എന്ന് ഞാൻ തിരിച്ചറിഞ്ഞിരുന്നു. അതിന്റെ മുഴുവൻ സാന്ത്വനവും വിരലുകൾകൊണ്ട് എത്ര വരച്ചാലും കൂടുതലൊന്നും എനിക്ക് മനസ്സിലാക്കാൻ കഴിയില്ല. നിങ്ങൾ എനിക്ക് നല്കുന്നത് ഉറപ്പുള്ളതും വിശാലവുമായൊരു വിവരണമാണ്. അത് മരണസ്വാതന്ത്ര്യമാണ്. പക്ഷേ, അതെന്നെ ഒന്നുംതന്നെ പഠിപ്പിക്കുന്നില്ല. എന്നെ പഠിപ്പിക്കുന്നുവെന്ന് അവകാശപ്പെടുന്ന പരികല്പനകളെല്ലാം അത് തരുന്നുണ്ട്. പക്ഷേ, അവ വിശ്വാസയോഗ്യമല്ല. സ്പഷ്ടമാക്കപ്പെടുമ്പോൾത്തന്നെ റദ്ദായിപ്പോകുന്ന ചിന്തകളാണ് അതെല്ലാം. ലോകത്തിന് അജ്ഞാതനായ ഒരാൾ അറിയുന്നതും ജീവിക്കുന്നതും വേണ്ടെന്നു വയ്ക്കുന്നതുകൊണ്ടുമാത്രം എനിക്കുണ്ടാകുന്ന ശാന്തത ഏതവസ്ഥയിലാണ്? വിജയാഭിലാഷം അതിന്റെ ബലപ്രയോഗത്തെ വെല്ലുവിളിക്കുന്ന ഭിത്തിയിന്മേൽ മുട്ടുന്നത് ഏതവസ്ഥയിലാണ്? വിരോധാഭാസങ്ങളെ കൂട്ടിയിണക്കുക എന്നതാണ് ഇച്ഛ. ചിന്താശൂന്യത, ഹൃദയശൂന്യത, വിധികല്പിതമായ പരിത്യാഗം എന്നിവ ഉല്പാദിപ്പിക്കുന്ന വിഷലിപ്തമായ ശാന്തി ഇവിടെ ക്രമീകരിച്ചിരിക്കുകയാണ്.

അതുകൊണ്ട് ബുദ്ധി വഴിയിൽ നിന്നുകൊണ്ട് എന്നോട് പറയുന്നു "ലോകം അസംബന്ധമാണെന്ന്.'' ഇതിന്റെ വിപരീതം, അന്ധമായ കാരണങ്ങൾ എല്ലാം വ്യക്തമാണെന്ന് അവകാശപ്പെട്ടേക്കും. ഞാൻ തെളിവ് പ്രതീക്ഷിക്കുകയായിരുന്നു. ഒപ്പം ശരിയാകണമെന്ന അഭിലാഷവും എനിക്കുണ്ടായിരുന്നു. എന്നാൽ വ്യാജവേഷം ധരിച്ച പല നൂറ്റാണ്ടുകളും അനുനയക്ഷമതയുള്ളവരും ഉണ്ടായിട്ടുകൂടി അവരുടെ തലയ്ക്കു മുകളിലൂടെ അതെല്ലാം തെറ്റാണെന്ന് ഞാൻ അറിയുന്നു. ഇതൊന്നും എനിക്കറിയാൻ കഴിയുന്നില്ലെങ്കിൽ ഏറ്റവും കുറഞ്ഞത്, ഇങ്ങേ അറ്റത്തെ സന്തോഷം പോലും ഉണ്ടാകില്ല. ആ പ്രാപഞ്ചിക കാരണങ്ങൾ അവ പ്രായോഗികമായാലും ധാർമ്മികമായാലും ആ നിർണ്ണയ

ങ്ങൾ ഒരു മാന്യനായ മനുഷ്യനെ ചിരിപ്പിക്കാൻ വേണ്ടുവോളമാണ്. അവയ്ക്ക് മനസ്സുമായി ചേർന്ന് ഒന്നും ചെയ്യുവാനില്ല. ചങ്ങലയ്ക്കിടേണ്ട അതിന്റെ പരമമായ സത്യത്തെ അവ റദ്ദാക്കും. സുഗ്രാഹ്യമല്ലാത്ത പരിമിതമായ ഈ ലോകത്തിലാണ് മനുഷ്യന്റെ വിധി നില്ക്കുന്നത്. അതിന്റെ അർത്ഥം പരിപൂർണ്ണമായും തെളിയുന്നില്ലെങ്കിൽപോലും വാസ്തവമായി അംഗീകരിച്ചിട്ടുള്ളത് അതാണ്. യുക്തിഹീനതയുടെ ഒരു കൂട്ടം മുളച്ചു പൊന്തുകയും പരമമായ അന്ത്യം വരെ അവനെ അത് വളഞ്ഞു ചുറ്റുകയും ചെയ്യും. വീണ്ടെടുത്തതും ഇപ്പോൾ പഠിച്ചതുമായ അവന്റെ അസംബന്ധ അനുഭവം വ്യക്തവും കൃത്യവുമായി മാറുന്നു. ഞാൻ പറഞ്ഞു ലോകം അസംബന്ധമാണെന്ന്. പക്ഷേ, എന്റെ ചിന്ത കൂടുതൽ ദ്രുതഗതിയിലായിപ്പോയി. ഈ ലോകം യുക്തമല്ല. അതേ പറയാൻ കഴിയൂ. പക്ഷേ, എന്താണ് അസംബന്ധം? അത് മനുഷ്യഹൃദയത്തിൽ പ്രതിദ്ധ്വനിക്കുന്ന യുക്തിരാഹിത്യവും വ്യക്തതയ്ക്കു വേണ്ടിയുള്ള വന്യമായ ആഗ്രഹവും തമ്മിലുള്ള സംഘർഷത്തിന്റെ നിലവിളിയാണ്. മനുഷ്യൻ ലോകത്തെ എന്നപോലെ അസംബന്ധം മനുഷ്യനെ കഴിയുന്നിടത്തോളം ആശ്രയിക്കുന്നു. നിമിഷനേരത്തേക്ക് എല്ലാം പരസ്പരബന്ധിതമാകുന്നു. വെറുക്കപ്പെട്ട രണ്ടുജീവികളെ കൂട്ടിച്ചേർക്കുന്നതുപോലെ ഒന്ന് മറ്റൊന്നിനെ ബന്ധിപ്പിക്കുന്നു. അളവറ്റ ഈ പ്രപഞ്ചത്തിൽ എവിടെയാണ് എന്റെ സാഹസികത നടക്കുന്നതെന്ന് എനിക്ക് വ്യക്തമായി തിരിച്ചറിയാം. ഇവിടെ നമുക്ക് തല്കാലവിരാമമിടാം. അസംബന്ധം ജീവിതവുമായുള്ള എന്റെ ബന്ധം നിശ്ചയിക്കുന്നത് സത്യമാണെന്ന് ഞാൻ ഉറപ്പിച്ചാൽ ശാസ്ത്രത്തിന്റെ അന്വേഷണം എന്നിൽ ചെലുത്തുന്ന സ്വാധീനം വളരെ വലുതായിരിക്കും. ലോകവ്യവഹാരങ്ങളിൽ എന്നെ പിടികൂടുന്ന മനോവികാരങ്ങളോടുകൂടി ഞാൻ ഉത്തേജിതനായിപോയാൽ ഈ വസ്തുതകൾക്ക്വേണ്ടി ഞാൻ എല്ലാം ത്യജിക്കുകയും അവയെ യഥാവിധി സ്വീകരിക്കാൻ തയ്യാറാകുകയും വേണം. എല്ലാറ്റിനുമുപരി അതിനോടു ഞാൻ പൊരുത്തപ്പെടുകയും എല്ലാ അനന്തരഫലങ്ങളേയും പിന്തുടരുകയും വേണം. മാന്യതയെക്കുറിച്ചാണ് ഞാൻ സംസാരിക്കുന്നത്. ആ മരുപ്രദേശങ്ങളിൽ ചിന്തകൾ ഉണ്ടായിരുന്നെങ്കിൽ എത്ര നന്നായിരുന്നു എന്നാണ് ഞാനാലോചിക്കുന്നത്.

ആ മരുഭൂമിയിലേക്ക് കുറച്ചെങ്കിലും ചിന്തകൾ പ്രവേശിച്ചുകാണുമെന്ന് ഞാൻ മനസ്സിലാക്കിക്കഴിഞ്ഞു. അവിടെ അത് അതിന്റെ ആഹാരം കണ്ടെത്തി. മുമ്പ് അത് മായാരൂപത്തിന് തീറ്റയാകുകയായിരുന്നു. മനുഷ്യചിന്തയുടെ അടിയന്തരമായ കുറച്ച് പ്രതിപാദ്യവിഷയങ്ങളെ അത് ആധികാരികമായി ന്യായീകരിക്കുകയായിരുന്നു.

അസംബന്ധത്തെ അറിഞ്ഞ് അംഗീകരിക്കുന്ന നിമിഷം മുതൽ അത് മറ്റെല്ലാറ്റിനെക്കാളും മനോവേദന സൃഷ്ടിക്കുന്ന വികാരമായി മാറും. ഹൃദയത്തെ കത്തിക്കുകയും അതേസമയം ജീവിപ്പിക്കുകയും ചെയ്യുന്ന മനക്ഷോഭത്തോടുകൂടി ഒരാൾക്ക് ജീവിക്കാൻ കഴിയുമോ?

അതിന്റെ നിയമങ്ങൾ ഒരാൾക്ക് അംഗീകരിക്കാൻ കഴിയുമോ? അതാണ് പ്രധാന ചോദ്യം. അങ്ങനെയല്ലാ എന്നിരുന്നാലും നാം സ്വയം ചോദിച്ചു നോക്കണം. അത് ഈ അനുഭവത്തിന്റെ കേന്ദ്രത്തിൽ നിലകൊള്ളുന്ന ഒന്നാണ്. തിരിച്ച് അതിലേക്ക് തന്നെ കടന്നുവരുന്ന സമയം വരും. മരുഭൂമിയിൽ ജന്മംകൊണ്ട പ്രതിപാദ്യവിഷയങ്ങളും ആവേഗങ്ങളും ആദ്യം അംഗീകരിക്കുക. അത് അവയെ തരംതിരിച്ച് എണ്ണി തിട്ടപ്പെടുത്താൻ പര്യാപ്തമാകും. അയുക്തികമായവയുടെ അവകാശങ്ങളെ പ്രതിരോധിക്കുവാൻ എപ്പോഴും ആളുകളുണ്ടാവും. ലജ്ജാകരമായ ചിന്തകൾ എന്നു വിളിക്കാവുന്ന പാരമ്പര്യം ഒരിക്കലും ഇല്ലാതാകില്ല. യുക്തിയുടെ വിമർശനം വീണ്ടും ആരംഭിക്കുന്നത് അത്യാവശ്യമല്ലാ എന്ന് ചിലപ്പോൾ അത് തോന്നിപ്പിക്കും. വ്യാജമായ യുക്തിയെ ഉത്തേജിപ്പിക്കുവാൻ അദ്ധ്വാനിക്കുന്ന കാലഘട്ടമാണ് നമ്മുടേത്. എന്നാൽ പ്രത്യാശകളുടെ തീവ്രത പോലെ അത് യുക്തിയുടെ ഫലവത്തായ തെളിവല്ല. ചരിത്രത്തിന്റെ നീതിബോധത്തിൽ അങ്ങനെയുള്ള വ്യത്യസ്തനിലപാടുകളുടെ സ്ഥിരമായ ഒരവസ്ഥ ചിത്രീകരിക്കുന്നത് ഐക്യത്തിലേക്കുള്ള ഒരു വഴിയൊരുക്കലാണ്. വ്യഗ്രതയ്ക്കും അതിനെ മറയ്ക്കുന്ന ഭിത്തിയുടെ വ്യക്തമായ കാഴ്ചയുടേയും ഇടയിലുള്ള മനുഷ്യവികാരത്തിന്റെ ശൈഥില്യത്തെയാണ് ഇത് കാട്ടിത്തരുന്നത്.

ഒരുപക്ഷേ, ഏതുസമയവും യുക്തിക്കുനേരെയുള്ള ആക്രമണം നമ്മളിൽ ഉള്ളതിനേക്കാൾ (നമ്മൾ അനുഭവിക്കുന്നതിനേക്കാൾ)കൂടുതൽ രൂക്ഷമായിരിക്കും. അതുകൊണ്ടാണ് സരതുഷ്ട്രയുടെ വലിയ പൊട്ടിത്തെറിയുണ്ടായത്. എങ്ങനെയോ അത് ലോകത്തിൽ പഴയ കുലീനത്വമായി മാറി. അതിനുമുപരി നിത്യമായ ഒരു ഇച്ഛയും പ്രവർത്തിക്കുന്നില്ല എന്ന് ഞാൻ പ്രഖ്യാപിച്ചപ്പോൾ ഞാൻ അതിനെ എല്ലാത്തിനുമുപരിയായി പ്രതീക്ഷിക്കുകയായിരുന്നു. പിന്നീട് കീർക്ക്ഗോറിന്റെ മാരകമായ സുഖക്കേട്, മരണത്തിലേക്ക് നയിക്കുന്ന ആ രോഗത്തെ പിന്തുടരാൻ എന്നെ ധൈര്യപ്പെടുത്തി. അസംബന്ധ ചിന്തകളിലൂടെ പ്രധാനമായതും പീഡിപ്പിക്കുന്നതുമായ പ്രതിപാദ്യവിഷയങ്ങൾ ഒന്നിനു പിറകെ ഒന്നായി എന്നെ പിന്തുടർന്നു കൊണ്ടേയിരുന്നു. അയുക്തികവും മതപരവുമായ ചിന്തകളുടെ പ്രതിപാദ്യവിഷയങ്ങൾക്ക് അവ ഉൾക്കൊള്ളുന്ന ഈ നിബന്ധനകൾക്ക് മൗലികമായൊരു പ്രാധാന്യമുണ്ട്. ജാസ്പർ മുതൽ ഹീഡിഗ്ഗർവരെ കീർക്ക്ഗോർ മുതൽ ചേസ്റ്റോവ്വരെ ഇന്ദ്രിയാനുഭവ വാദികൾ മുതൽ ഷീലർ വരെ തർക്കശാസ്ത്രതലത്തിലും ഗൃഹാതുരത്വതയിലും ബന്ധപ്പെട്ടിട്ടുള്ളവരാണ്. എന്നാൽ അവരുടെ സമ്പ്രദായങ്ങളാലും ലക്ഷ്യത്താലും വിരുദ്ധമായിട്ടുള്ള മനസ്സുകളുടെ ഒരു പൂർണ്ണകുടുംബം യുക്തിയുടെ രാജപാതയെ തടസ്സപ്പെടുത്തിക്കൊണ്ടിരിക്കുന്നു. ഇത് സത്യത്തിന്റെ നേരിട്ടുള്ള പാതയെ വീണ്ടെടുത്തുകൊണ്ടാണ് നിലക്കൊള്ളുന്നത്. ഈ ചിന്തകൾ അറിയേണ്ടതും ജീവിക്കേണ്ടതുമാണെന്ന് ഇവിടെ ഞാൻ ഊഹിക്കുന്നു. അവയുടെ അഭിലാഷം എന്താ

കുമെങ്കിലും എന്തായിരുന്നെങ്കിലും വൈജാത്യങ്ങൾ, പ്രമാണ വൈരുദ്ധ്യങ്ങൾ തീവ്രമായ ശാരീരിക മാനസിക വേദനയോ ശക്തി ഹീനതയോ ആധിപത്യം പുലർത്തുന്ന അവർണ്ണനീയമായ പ്രപഞ്ചത്തിൽ നിന്ന് എല്ലാം ആരംഭിക്കുന്നു. ഇതു വരെ വെളിവാക്കിയിട്ടുള്ള പ്രതിപാദ്യ വിഷയങ്ങളുടെ പൊതുസ്വഭാവം അവയ്ക്കുണ്ട്. കൂടാതെ, അവയ്ക്ക്, എന്താണ് എല്ലാറ്റിനും ഉപരിയായിട്ടുള്ളത് എന്നത് ആ കണ്ടുപിടുത്തങ്ങളിൽനിന്ന് അവ കൊണ്ടു വരുന്ന നിർണ്ണയങ്ങൾ എത്രത്തോളമുണ്ടോ അവയെ ആശ്രയിച്ചാണിരിക്കുന്നത്. ഈ നിമിഷം നാം പരിഗണിക്കുന്നത് അവയുടെ കണ്ടുപിടിത്തങ്ങളും പ്രാഥമിക പരീക്ഷണങ്ങളും മാത്രമാണ്. അവയുടെ ചേർച്ചയല്ലാതെ മറ്റൊന്നും നമ്മൾ ഗണിക്കുന്നില്ല. അവയുടെ തത്ത്വശാസ്ത്രങ്ങളുമായി ഇടപെടാൻ ശ്രമിക്കുകയാണെങ്കിൽ അത് സാഹസികമായിരിക്കുമെങ്കിലും അവയ്ക്കു പൊതുവായ കാലാവസ്ഥ സൃഷ്ടിക്കുവാൻ സാധിക്കും.

ഹീഡിഗ്ഗർ മനഷ്യാവസ്ഥയെ നിർവ്വികാരമായ തണുപ്പായി പരിഗണിക്കുകയും അതിന്റെ നിലനില്പ് അവമാനിതമെന്ന് പ്രഖ്യാപിക്കുകയും ചെയ്യുന്നുണ്ട്. മുഴുവൻ ജീവശൃംഖലയിലും യാഥാർത്ഥ്യമായിട്ടുള്ളത് ഉൽക്കണ്ഠമാത്രമാണ്. ലോകമാർഗ്ഗം നഷ്ടപ്പെട്ട മനുഷ്യനും അവന്റെ തടസ്സങ്ങൾക്കും ഈ ഉൽക്കണ്ഠ ക്ഷണികമായ ഭയം കൂടിനല്കുന്നുണ്ട്. എന്നാൽ ആ ഭയം സ്വയം ബോദ്ധ്യമായി മാറുകയാണെങ്കിൽ അത് തീവ്രമായ ശാരീരികവും മാനസികവുമായ വേദനയായിത്തീരും. അസ്തിത്വം ഏകാഗ്രമായിരിക്കുന്നത് ആരിലാണോ അത് മനുഷ്യന്റെ ചിരന്തനമായ കാലാവസ്ഥയായി മാറുകയും ചെയ്യും. തത്ത്വശാസ്ത്രത്തിന്റെ ഈ പ്രൊഫസർ വിറയ്ക്കാതെ അമൂർത്തഭാഷയിലാണ് എഴുതുന്നത്. “ലോകത്തിൽ മനുഷ്യാസ്തിത്വത്തിന്റെ അവസാനത്തേതും പരിമിതവുമായ സ്വഭാവഗുണവിശേഷങ്ങളും മനുഷ്യന് അവനേക്കാൾ കൂടുതൽ മൗലികമാണ്” എന്നുമാണ് എഴുതുന്നത്. കാന്റിലുള്ള അദ്ദേഹത്തിന്റെ താല്പര്യത്തെ ശുദ്ധയുക്തിയുടെ നിയന്ത്രിത സ്വഭാവവിശേഷങ്ങളെ അംഗീകരിക്കുന്നതിൽ മാത്രമാണ് ഒതുങ്ങി നില്ക്കുന്നത്. തീവ്രമായ മനോവേദനയിൽ കുടുങ്ങിപ്പോയ മനുഷ്യന് ദീർഘകാലം എന്തെങ്കിലും വാഗ്ദാനം ചെയ്യാൻ കഴിയുകയില്ല എന്നാണ് അദ്ദേഹത്തിന്റെ വാദം. അപഗ്രഥനത്തിന്റെ അവസാനമാണ് ഇത് നിർണ്ണയിക്കുന്നത്. ഈ ഉൽക്കണ്ഠ ഈ ലോകത്തിൽ അവൻ ചിന്തിക്കുകയും പറയുകയും ചെയ്യുന്ന എല്ലാറ്റിലും വളരെ കൂടുതൽ പ്രാധാന്യം ഉള്ളതാണെന്ന് തോന്നിപ്പിക്കും. സാധാരണ മനുഷ്യൻ അതിനെ അസാധുവാക്കാനും മരവിപ്പിക്കാനും വേണ്ടി അദ്ധ്വാനിക്കുമ്പോൾ വിരസത, മരണത്തെക്കുറിച്ച് ആലോചിക്കുമ്പോൾ ഭീകരത, അവന്റെ ബോദ്ധ്യത്തെ അസംബന്ധത്തിൽനിന്ന് വേർപെടുത്തുന്നില്ല. മരണത്തെക്കുറിച്ചുള്ള ഈ ബോദ്ധ്യം ഉൽക്കണ്ഠയുടെ വിളിയാണ്. ഇത് തീവ്രദുഃഖത്തിന്റെ ശബ്ദവും അജ്ഞാത നാമത്തിൽ പെട്ട് നഷ്ടമായതിന്റെ തിരിച്ചു വരവിനോട് യോജിക്കുന്ന അനുഭവവുമാണ്.

ഉറങ്ങാതെ അതിന്റെ പൂർത്തീകരണം വരെ ജാഗ്രവത്തായിരിക്കണം. അയാൾ അസംബന്ധലോകത്തുനിന്നുകൊണ്ട് അതിന്റെ ക്ഷണിക സ്വഭാവവിശേഷത്തെ ചൂണ്ടിക്കാട്ടുന്നു. ഈ ജീർണ്ണതയ്ക്കിടയിൽ അയാൾ അയാളുടെ വഴി തേടുകയാണ് ചെയ്യുന്നത്.

സത്താമീമാംസയിലുള്ള ആശയത്തെ ജാസ്പേർസ് കൈവെടിയുന്നുണ്ട്. അദ്ദേഹം പറയുന്നു: "നമുക്ക് പച്ചപ്പരമാർത്ഥം നഷ്ടപ്പെട്ടിരിക്കുന്നു. ദൃശ്യതകളുടെ വിനാശകരമായ വിനോദത്തെ വിശിഷ്ടമാക്കി ഉയർത്തുമെന്നല്ലാതെ നമുക്കൊന്നും നേടാൻ കഴിയില്ല." ഇത് അദ്ദേഹം തിരിച്ചറിയുന്നുണ്ട്. മനസ്സിന്റെ അന്ത്യം പരാജയമാണെന്ന് അദ്ദേഹം പറയുന്നുണ്ട്. ചരിത്രത്താൽ അനാവരണം ചെയ്യപ്പെട്ട ആത്മീയ സാഹസികതകൾക്ക് അദ്ദേഹം കാലവിളംബം വരുത്തുകയും ഒളിക്കാനൊന്നുമില്ലെന്ന് പ്രചരിപ്പിച്ച് എല്ലാറ്റിനേയും രക്ഷപ്പെടുത്തുന്ന മായാദർശനത്തിന്റെ വൈകല്യത്തെ ദയാരഹിതമായി പൊളിച്ചു കാട്ടുകയും ചെയ്യുന്നു. അപരിഹാര്യമായ നിരാശമാത്രമാണ് നിലപാട് എന്ന് അദ്ദേഹം പറയുന്നുണ്ട്. അനന്തമായ ശൂന്യത ആണ് യാഥാർത്ഥ്യമെന്ന് തോന്നിപ്പിക്കുന്ന അറിവിന്റെ സാദ്ധ്യതയില്ലായ്മയെ സ്ഥാപിച്ചെടുക്കാൻ തയ്യാറാകുന്ന അദ്ദേഹം, നശിച്ച ലോകത്തിൽ ദൈവികരഹസ്യങ്ങളിലേക്ക് നീളുന്ന 'പരിഹാരച്ചരട്' കണ്ടുപിടിക്കാൻ ശ്രമിക്കുന്നു.

അത്ഭുതകരവും ഏകതാനവുമായ ഒരു കൃതിയിൽ ചെസ്റ്റോവ് സത്യങ്ങളിലേക്ക് ചേർന്നുനിന്നുകൊണ്ട് അചഞ്ചലമായി സാർവ്വലൗകിക യുക്തിചിന്ത അവതരിപ്പിക്കുന്നുണ്ട്. അതെപ്പോഴും അയുക്തികമായ മനുഷ്യചിന്തയ്ക്കുമേൽ കാര്യസിദ്ധിയുണ്ടാക്കുന്ന ഒരനുഭവമായി മാറുന്നുണ്ട്. യുക്തിവിചാരത്തെ തേയ്മാനപ്പെടുത്തുന്ന വിപരീത യാഥാർത്ഥ്യങ്ങളോ ഒന്നുംതന്നെ അദ്ദേഹത്തെ രക്ഷപ്പെടുത്തുന്നില്ല. ഹൃദയത്തിലാണോ മനസ്സിലാണോ ആധിപത്യമെന്ന അപവാദം മാത്രമേയുള്ളൂ അദ്ദേഹത്തിന്. ഇതാണ് അദ്ദേഹത്തിന് താല്പര്യമുള്ള ഏക വിഷയം. കുറ്റവാളിയുടെ ദസ്തോവിസ്കിയൻ അനുഭവങ്ങളിലൂടെ, നീത്ഷേവിയൻ മനസ്സിന്റെ പ്രകോപിപ്പിക്കപ്പെട്ട സാഹസികതയിലൂടെ, ഹാംലെറ്റിന്റെ ശാപവാക്കിലൂടെ അല്ലെങ്കിൽ ഇബ്സണിന്റെ കയ്പേറിയ കുലീനാധിപത്യത്തിലൂടെ അപരിഹാര്യമായതിനെതിരെയുള്ള മനുഷ്യകലഹത്തെ പിന്തുടർന്ന് പിടിച്ച് പ്രകാശിപ്പിച്ച് വലുതാക്കുന്നു. യുക്തിയും അതിന്റെ പാകമാകലും അദ്ദേഹം നിഷേധിക്കുകയും എല്ലാ നിശ്ചയങ്ങളും ശിലയായി മാറിപ്പോയ വർണ്ണരഹിതമായ മരുഭൂമിയുടെ മദ്ധ്യേ ചില തീരുമാനങ്ങളുമായി മാത്രം മുന്നേറാൻ സന്നദ്ധനാകുകയും ചെയ്യുന്നു.

എല്ലാറ്റിനേക്കാളും വളരെ മനോഹരമായി അസംബന്ധത്തെ അനാവരണം ചെയ്യുകയും അതിൽ ജീവിക്കാൻ ധൈര്യപ്പെട്ടയാളുമാണ് കിർക്കഗോർ. അദ്ദേഹം എഴുതുന്നു: "വഴങ്ങാത്ത നിശ്ശബ്ദതയുടെ ദൃഢത ഒരാളുടെ നാക്ക് കെട്ടിയിടുമ്പോളാണ് ഒരു സത്യവും സമ്പൂർണ്ണമല്ലെന്ന്

നിർണ്ണയിക്കേണ്ടിവരിക." ധാരണയെക്കുറിച്ച് ദോൻ ജുവാൻ തുടർന്ന് പറയുന്നുണ്ട്. അദ്ദേഹം മിഥ്യാ നാമസങ്കല്പത്തെയും വൈജാത്യങ്ങളെയും ബഹുസ്വരതയോടെ കണ്ട് നിർവ്വചിക്കാൻ ധൈര്യപ്പെട്ടയാളാണ്. പ്രക്ഷുബ്ധതയുടെ പ്രഭാഷണങ്ങളിലും ദോഷദർശന ആത്മീയതയെക്കുറിച്ചുള്ള ലഘുഗ്രന്ഥമായ *ഡയറി ഓഫ് ദി സെഡ്യൂസർ*ലും അദ്ദേഹം ഇക്കാര്യം എഴുതിയിരിക്കുന്നു. സാന്ത്വനപ്പെടുത്തലുകൾ, നീതിശാസ്ത്രം, വിശ്വസനീയമായ തത്ത്വങ്ങൾ എന്നിവയെ അദ്ദേഹം നിരാകരിക്കുന്നു. ഹൃദയത്തിൽ തറച്ചിരിക്കുന്നുവെന്ന് തോന്നുന്ന ആ മുള്ളിനെക്കുറിച്ചാണെങ്കിൽ അതിന്റെ വേദന ശാന്തമാകാതിരിക്കാൻ അദ്ദേഹം അതീവ ശ്രദ്ധാലുവാണ്. മറിച്ച് അദ്ദേഹം ആ വേദനയെ ഉണർത്തുകയും ഒരു ക്രൂശിത മനസ്സിന്റെ നിരാശാജനകമായ ആനന്ദത്തിലും അങ്ങനെ ആയതിന്റെ സന്തോഷത്തിലും അദ്ദേഹം ആഴത്തിൽ ഒഴുകിപ്പരക്കുകയും ചെയ്യുന്നു. ലോലവും നിന്ദ്യഭാവത്തോടുകൂടിയതുമായ ഒരു മുഖം. ഹൃദയത്തിൽനിന്നുള്ള ഒരു രോദനത്താൽ പിന്തുടരപ്പെടുന്ന ഒറ്റക്കാൽത്തിരിയലുകൾ. ധാരണാശക്തിക്കപ്പുറത്തുള്ള യാഥാർത്ഥ്യവുമായി മൽപ്പിടുത്തം നടത്തുന്ന അസംബന്ധ വാസനയാണ് കിർക്കഗോറിനെ അദ്ദേഹത്തിന്റെ പ്രിയപ്പെട്ട അപവാദങ്ങളിലേക്ക് നയിച്ചത്.

തികച്ചും വ്യത്യസ്തമായ തലത്തിൽ അതിന്റെ മാർഗ്ഗത്തിൽ ഹുസ്സോളും ഇന്ദ്രിയാനുഭവവാദികളും അവരുടെ ധാരാളിത്തത്തിലൂടെ ലോകത്തെ അതിന്റെ വൈവിദ്ധ്യത്തിൽ പുനഃസ്ഥാപിക്കുകയും യുക്തിയുടെ അതീന്ദ്രിയശക്തിയെ നിഷേധിക്കുകയും ചെയ്യുന്നു. അതിലൂടെ ആത്മീയപ്രപഞ്ചം കണക്കാക്കാൻ പറ്റാത്തവിധത്തിൽ പരിണാമവിധേയമായി മാറുകയും ചെയ്യുന്നു. റോസാദലം, നാഴികക്കല്ല്, മനുഷ്യഹസ്തം എന്നിവ സ്നേഹം, ഇച്ഛ, ആപേക്ഷിക ഗുരുത്വനിയമം എന്നിവ പോലെ പ്രധാനമാണ്. ചിന്തിക്കുക എന്നത് മുഖ്യതത്ത്വങ്ങളുടെ വേഷത്തിൽ സുപരിചിതയായ ഒരു മായാരൂപത്തെ സൃഷ്ടിക്കുന്നതോ ഏകീകരിക്കുന്നതോ ഒടുക്കിക്കളഞ്ഞേക്കും. അന്തഃകരണവിശുദ്ധിയിൽ കേന്ദ്രീകരിച്ചുകൊണ്ട് ബദ്ധശ്രദ്ധനായി ആദ്യം തൊട്ട് വീണ്ടും വീണ്ടും കണ്ടുപിടിക്കലാണ് ചിന്ത. അത് പ്രൗസ്റ്റിന്റെ രീതിയിൽ വിശേഷാവകാശമുള്ള ഒരു നിമിഷത്തിലേക്ക് ഓരോ ആശയങ്ങളേയും ഓരോ പ്രതിബിംബങ്ങളേയും മാറ്റിമറിക്കുന്നു. ചിന്തയെ ന്യായീകരിക്കുന്നത് അതിന്റെ അങ്ങേയറ്റത്തെ അന്തഃകരണം അഥവാ ബോധമാണ്. കീർക്കഗോറിന്റേയോ ചെസ്റ്റോവിന്റേയോക്കാൾ ഹുസ്സോളിന്റെ വിസ്താരരീതി ആരംഭത്തിൽ എങ്ങനെയായാലും യുക്തിയുടെ ക്ലാസിക്കൽ മാർഗ്ഗത്തെ അത് റദ്ദു ചെയ്യുന്നു. പ്രതീക്ഷയെ നിരാശപ്പെടുത്തുന്നു. മനുഷ്യത്വമല്ലാത്ത ബന്ധത്തോടുകൂടിയ പ്രകൃതി വിശേഷത്തിന്റെ പൊട്ടിമുളയ്ക്കൽ അന്തഃകരണത്തിലേക്കും ഹൃദയത്തിലേക്കും തുറക്കുന്നു. ഈ വഴികളെല്ലാം ശാസ്ത്രത്തിലേക്ക് നയിക്കുന്നു. അല്ലെങ്കിൽ ഒന്നിലേക്കുമില്ല. ഇത് ലക്ഷ്യമല്ല, മാർഗ്ഗമാണ് കൂടുതൽ പ്രാധാന്യമുള്ളത് എന്നതിലേക്ക് എത്തിക്കുന്നുണ്ട്. മൊത്തത്തിൽ ഇതിൽ അന്തർഭവിച്ചിരിക്കുന്നത് മന

സ്സിലാക്കുന്നതിന് വേണ്ടുന്ന നിലപാടുകളാണ്. അല്ലാതെ സാന്ത്വനമല്ല. ഇത് ആവർത്തിക്കുവാൻ എന്നെ അനുവദിക്കുക.

ഈ മനസ്സുകളുടെ അടിസ്ഥാനബന്ധം അനുഭവിക്കാൻ ഒരാൾക്ക് കഴിയാതെ പോകുന്നത് അങ്ങനെയാണ്. പ്രത്യാശ നഷ്ടപ്പെട്ട പ്രത്യേക അവകാശവാദമുള്ളതും കയ്പുള്ളതുമായ നിമിഷത്തിൽ ഒരു നിലപാടെടുക്കാൻ കഴിയാതെ പോകുന്നത് എങ്ങനെയാണ്? എല്ലാം എന്നോട് വിശദമാക്കണമെന്നോ ഒന്നും വേണ്ടാ എന്നോ ഞാൻ ആവശ്യപ്പെട്ടേക്കാം. ഹൃദയത്തിൽനിന്നുള്ള ഈ രോദനം കേൾക്കുമ്പോൾ അതിന്റെ യുക്തി നിഷ്ഫലമാകും. ഈ പിടിവാശിയാൽ ഉയർത്തപ്പെടുന്ന മനസ്സ് തിരയുന്നതും കണ്ടെത്തുന്നതും മറ്റൊന്നുമല്ല. വൈരുദ്ധ്യങ്ങളും മറയത്തരങ്ങളുമായിരിക്കും. മനസ്സിലാക്കാൻ ഞാൻ പരാജയപ്പെടുന്നത് എന്തെന്നാൽ അത് മറയത്തരങ്ങളായതുകൊണ്ടാണ്. ലോകം ഇത്തരത്തിലുള്ള അയുക്തിക്കാരാൽ നിറഞ്ഞിരിക്കുന്നു. ലോകത്തിന്റെ ഏകമായ അർത്ഥം എനിക്ക് മനസ്സിലാകുന്നില്ല. എന്നാൽ അത് വിശാലമായ അയുക്തിയാണ്. 'ഇത് വ്യക്തമാണ്' എന്ന് ഒരാൾക്ക് പറയാൻ കഴിഞ്ഞുവെങ്കിൽ എല്ലാപേരും രക്ഷപ്പെട്ടു. എന്നാൽ ഒന്നും വ്യക്തമല്ല എന്നു പ്രഖ്യാപിക്കുന്നതിൽ ഒരു മനുഷ്യൻ മറ്റേ ആളിനോട് മത്സരിക്കുന്നു. എല്ലാം അലങ്കോലമാണ്. എല്ലാ മനുഷ്യർക്കും അവന്റേതായ സ്പഷ്ടതയും അവനെ വലയം ചെയ്തിരിക്കുന്ന മതിലിന്റെ വ്യക്തമായ അറിവും ഉണ്ട്.

ഈ അനുഭവങ്ങളെല്ലാം ചേരുന്നതും ഒന്ന് മറ്റൊന്നിനെ സ്ഥിരീകരിക്കുന്നതുമാണ്. മനസ്സ് അതിന്റെ പരിധിയിൽ എത്തിച്ചേരുമ്പോൾ, അതിന്റെ നിർണ്ണയങ്ങൾ തെരഞ്ഞെടുത്ത് വിധിയിൽ എത്തിച്ചേരും. ഇവിടാണ് ആത്മഹത്യയും അനുബന്ധമായ മറുപടിയും നിലകൊള്ളുന്നത്. എന്നാൽ അന്വേഷണത്തിന്റെ നിര, നേരെ എതിർദിശയിലാക്കാനും ബൗദ്ധികമായ സാഹസികതയിൽനിന്ന് തുടങ്ങാനും ദൈനംദിന പ്രവൃത്തികളിൽ തിരിച്ചുവരാനും ഞാൻ ആഗ്രഹിക്കുന്നു. മനസ്സിലേക്ക് കൊണ്ടുവരുന്ന ഈ അനുഭവങ്ങൾ പിന്നിലേക്ക് ഒഴിയാൻ പറ്റാത്ത മരുഭൂമിയിൽ ജനിച്ചവയാണ്. എത്രത്തോളം അവ പോയി എന്ന് അറിയേണ്ടത് അത്യാവശ്യമാണ്. അവന്റെ പ്രയത്നത്തിന്റെ ഈ ബിന്ദുവിൽ മനുഷ്യൻ അയുക്തിയോട് മുഖാമുഖം നില്ക്കുന്നു. സന്തോഷത്തിനും യുക്തിക്കും വേണ്ടിയുള്ള തെരച്ചിൽ അവനിൽത്തന്നെ അവൻ അനുഭവിക്കുന്നു. മനുഷ്യന്റെ ആഗ്രഹത്തിനും ലോകത്തിന്റെ അയുക്തികമായ, അകാരണമായ നിശ്ശബ്ദതയ്ക്കും ഇടയിലുള്ള ഈ സംഘർഷത്തിൽ അസംബന്ധം ജന്മം കൊള്ളുന്നു. ഇത് മറക്കാൻ പറ്റില്ല. ജീവിതത്തിന്റെ എല്ലാ അനന്തരഫലങ്ങളും ഇതിനെ ആശ്രയിക്കുന്നതുകൊണ്ട് ഇത് പറ്റിപ്പിടിച്ചുകിടക്കും. അയുക്തി, മനുഷ്യന്റെ ഗൃഹാതുരത്വം, ഇതിന്റെ സംഘർഷത്തിൽ നിന്നുണ്ടാകുന്ന അസംബന്ധം ഇങ്ങനെ നാടകത്തിലെ ഈ മൂന്നു സ്വഭാവഗുണങ്ങളും ത്രാണിയുള്ള എല്ലാ താർക്കിക യുക്തിയോടുംകൂടി അനിവാര്യമായും പര്യവസാനിക്കും.

ദാർശനികമായ ആത്മഹത്യ

അസംബന്ധത്തെ സംബന്ധിച്ചുള്ള അനുഭവങ്ങൾ അതിന്റെ ആശയത്തിലല്ല നിലനില്ക്കുന്നത്. പ്രപഞ്ചത്തെക്കുറിച്ച് വിധി പറയുന്ന ചെറിയ നിമിഷമൊഴിച്ച് അത് ആശയത്താൽ പരിമിതപ്പെടുന്നില്ല. അനുഭവങ്ങൾ സജീവമാണ്. അത് ചലനാത്മകമാണ്. ഒരു വാക്കിൽ അത് മരിച്ചു വീണേക്കാം. മറ്റൊന്നിൽ അത് പ്രതിദ്ധ്വനിക്കും. അതുകൊണ്ട് തന്നെ അതെപ്പോഴും നാം ശേഖരിക്കുന്ന പ്രതിപാദ്യവിഷയങ്ങളോടൊപ്പമായിരിക്കും സഞ്ചരിക്കുക. ഇത്തരമൊരവസ്ഥയിൽ എന്നെകൂടുതൽ ആകർഷിക്കുന്നത് വാക്കുകളോ മനസ്സുകളോ അല്ല. മറ്റൊരു രൂപവും സ്ഥാനവും ആവശ്യപ്പെടുന്ന വിമർശനത്തെയാണ്. എന്നാൽ അവയുടെ തീരുമാനങ്ങൾ എന്താണെന്ന് കണ്ടുപിടിക്കുക പ്രയാസമേറിയ ഒന്നാണ്. അത് അത്രത്തോളം വ്യത്യസ്തങ്ങളായിരിക്കും. എന്നിരുന്നാലും അവ ചെന്നെത്തുന്ന ആത്മീയ ഭൂമിക അനന്യമായിരുന്നുവെന്ന് ഒരിക്കൽ നാം തിരിച്ചറിയും. അലഞ്ഞു തിരിയുന്ന മണിനാദത്തെ അവസാനിപ്പിക്കുന്ന വിലാപം പോലെയാണത്. ഇപ്പോൾ നമ്മുടെ ചിന്തകൾക്ക് ഒരു പൊതുസ്വഭാവമുണ്ടെന്ന് തെളിഞ്ഞുവരുന്നുണ്ട്. മാരകമായ ആസ്വഭാവ സവിശേഷത അപൂർവ്വമായേ വാക്കുകളോടുള്ള ബന്ധം വെളിപ്പെടുത്തുന്നുള്ളൂ. അങ്ങനെ ശ്വാസം മുട്ടിക്കുന്ന ആശയത്തിനു കീഴിൽ ജീവിക്കുക എന്നത് നില്ക്കണോ, അതോ പുറത്തേക്ക് പോകണോ എന്ന സമ്മർദ്ദത്തിലേക്ക് നമ്മെ കൊണ്ടുചെന്നെത്തിക്കുന്നു. ഇവിടെ പ്രധാനമായും രണ്ടു കാര്യങ്ങളെയാണ് ഗൗരവമായി കാണേണ്ടത്. ആദ്യത്തേത് ആളുകൾ എങ്ങനെ പുറത്തുചാടുന്നു എന്നുള്ളതും രണ്ടാമത്തേത് എന്തുകൊണ്ട് ആളുകൾ നില്ക്കുന്നു എന്നുള്ളതും. ആത്മഹത്യാ പ്രശ്നവും അസ്തിത്വവാദതത്ത്വശാസ്ത്ര നിർണ്ണയത്തിലെ

സാദ്ധ്യമായ താല്പര്യവും എന്റെ ചിന്തയെ എങ്ങനെയൊക്കെ സ്വാധീനിക്കുന്നു എന്നതിന്റെ സൂചനയാണ് മേല്പറഞ്ഞതെല്ലാം.

നേരെയുള്ള പാതയിൽ നിന്നു വ്യതിചലിക്കാൻ ഞാൻ ആദ്യമായി ആഗ്രഹിക്കുന്നു. ഇപ്പോൾ വരെ നമ്മൾ പുറത്തു നില്ക്കുന്ന അസംബന്ധത്തെ ഒരു വൃത്തത്തിനുള്ളിലാക്കിക്കൊണ്ട് നിർമ്മിക്കാൻ ശ്രമിക്കുകയായിരുന്നു. നേരിട്ടുള്ള അപഗ്രഥനത്തിലൂടെ ഒരുവശത്ത് അതിന്റെ അർത്ഥവും മറുവശത്ത് അതിൽ നിമഗ്നമായിരിക്കുന്ന പരിണിതഫലങ്ങളെയും കണ്ടെത്താൻ ശ്രമിക്കുമ്പോൾ ആ ആശയത്തിനുള്ളിലെ സമഗ്രതയും വ്യക്തതയും ആരെയും അതിശയിപ്പിക്കുകതന്നെചെയ്യും.

നിരപരാധിയായ ഒരാളിൽ ഞാൻ ബീഭത്സമായൊരു കുറ്റം ചുമത്തുന്നു എന്നു കരുതുക. സദാചാരനിഷ്ഠനായ ഒരാളോട്, അവന് സ്വന്തം സഹോദരിയിൽ കണ്ണുണ്ടായിരുന്നുവെന്ന് ഞാൻ പറയുകയാണെങ്കിൽ അത് 'അസംബന്ധം' എന്നുതന്നെ അയാൾ മറുപടി പറയും. അയാളുടെ ധാർമ്മികരോഷത്തിന് അതിന്റേതായ ഹാസ്യാത്മകതയും മൗലികയുക്തിയുമുണ്ട്. ഞാൻ അയാളിൽ ആരോപിക്കുന്ന കൃത്യത്തിനും ജീവിതാന്ത്യംവരെ അയാളിൽ നിലനില്ക്കുന്ന തത്ത്വങ്ങൾക്കും ഇടയിൽ നിലനില്ക്കുന്ന അവിതർക്കിതമായ പ്രമാണവൈരുദ്ധ്യമാണ് സദാചാരനിഷ്ഠനായ അയാൾ തന്റെ മറുപടിയിലൂടെ വിളിച്ചുപറയുന്നത്. ഇതൊരു സാദ്ധ്യതയല്ല. ആദ്യന്തം വൈരുദ്ധ്യം നിറഞ്ഞൊരു അനുഭവമാണിത്. യന്ത്രത്തോക്കുമായി നില്ക്കുന്ന ഒരു കൂട്ടത്തെ നേരിടാൻ വാളുമായി നില്ക്കുന്ന ഒരാളെ കണ്ടാൽ അതൊരു അസംബന്ധപ്രവർത്തനമായിട്ടേ ഞാൻ വിലയിരുത്തുകയുള്ളൂ. ഞാനവിടെ ശ്രദ്ധിക്കുന്നത് അയാളുടെ ആഗ്രഹത്തിനും അയാൾ നേരിടാൻ പോകുന്ന യാഥാർത്ഥ്യത്തിനുമിടയിലുള്ള വൈരുദ്ധ്യത്തെക്കുറിച്ചാണ്. ഇതേ അനുഭവത്തിന്റെ തുടർച്ചയായി ചിന്തിക്കാവുന്ന ഒരു വിഷയം ഒരു നിശ്ചയത്തെ അല്ലെങ്കിൽ വിധിയെ അസംബന്ധമായി കരുതരുത് എന്നുള്ളതാണ്. അങ്ങനെ കരുതുന്നുവെങ്കിൽ അതിനു പിന്നിൽ പ്രവർത്തിച്ച ശക്തിയെക്കുറിച്ച് ആധികാരികമായിത്തന്നെ ചർച്ചാവിഷയമാക്കേണ്ടതാണ്. അതുപോലെ ഒരാൾ സ്ഥാപിക്കാൻ ആഗ്രഹിക്കുന്ന താർക്കിക യാഥാർത്ഥ്യവുമായി യുക്തിയുടെ പരിണതഫലങ്ങളെ തുലനം ചെയ്യുമ്പോഴാണ് അതിലെ അസംബന്ധം വെളിപ്പെടുന്നത്. അസംബന്ധത്തിലെ വ്യാപ്തിക്ക് എന്റെ താരതമ്യങ്ങൾക്കിടയിലുള്ള അകലവുമായി നേരിട്ട് ബന്ധമുണ്ട്. ഇവിടെ അസംബന്ധമായ വിവാഹങ്ങൾ, വെല്ലുവിളികൾ, വിദ്വേഷങ്ങൾ, നിശ്ശബ്ദത, യുദ്ധംകൂടാതെയുള്ള സമാധാന ഉടമ്പടികൾ എന്നിവയിൽ തുടങ്ങി ഓരോന്നിലും അസംബന്ധം മുളച്ചുപൊന്തുന്നത് അതിന്റെ താരതമ്യങ്ങളിൽ നിന്നാണ്. അസംബന്ധാനുഭവം പ്രഭവംകൊള്ളുന്നത് സത്യങ്ങളുടെയോ മതിപ്പിന്റെയോ അന്വേഷണങ്ങളിൽ നിന്നല്ല. അത് മുളച്ചുവരുന്നത് സത്യത്തിനും യാഥാർത്ഥ്യത്തിനുമിടയിൽ നിന്നാണ്. ഒരു കൃത്യത്തിനും അതിനെ അതീതമാക്കുന്ന ലോകത്തിനും ഇടയിൽ

നിന്നാണ് അത് സാദ്ധ്യമാകുന്നത്. അസംബന്ധം അനിവാര്യമായൊരു വേർപിരിയലാണ്. അത് താരതമ്യം ചെയ്യപ്പെട്ട മൂലപദാർത്ഥങ്ങളിൽ കാണുവാനാകില്ല. അത് അവയുടെ സംഘർഷങ്ങളിൽ നിന്ന് ജന്മം കൊള്ളുന്ന ഒന്നാണ്. ഇതൊരു പ്രത്യേകവിഷയമാണ്. ബൗദ്ധികതലത്തിലും വൈകാരികതലത്തിലും ഇതിനു അതിബൃഹത്തായയൊരു ചിന്താപദ്ധതിയുണ്ട്.

ഇതൊരു ശാസനയുടെ കൂടി ഭാഗമാണ്. അതുല്യമായൊരു ത്രിത്വം ഇതിനുള്ളിൽ അടങ്ങിയിട്ടുണ്ട്. പിതാവ്, പുത്രൻ, പരിശുദ്ധാത്മാവ് —ഇത്തരമൊരനുഭവത്തിന്റെ ഊർജ്ജപ്രവാഹം ഇതിലുണ്ട്. എന്നാലത് ഞെട്ടിക്കുന്നതോ, അത്ഭുതകരമായോ ആയ ഒരു കണ്ടെത്തലല്ല. എന്നാലത് ലളിതവും അതുപോലെതന്നെ സങ്കീർണ്ണവുമായൊരു അനുഭവമാണ്. ഇതിന്റെ മുഖ്യമായൊരു പ്രത്യേകത ഇതിനെ വിഭജിക്കാനോ ഇതിലെ ഏതെങ്കിലുമൊരു ഘടകത്തെ മാത്രം നശിപ്പിക്കുവാനോ കഴിയില്ല എന്നതാണ്. അങ്ങനെ ചെയ്യണമെങ്കിൽ പൂർണ്ണമായും നശിപ്പിക്കേണ്ടിവരും. മനുഷ്യമനസ്സിന് പുറത്ത് അസംബന്ധം ഉണ്ടാകില്ല. അങ്ങനെ മറ്റു പലതിനേയുംപോലെ അസംബന്ധം മരണത്തോടെ അവസാനിക്കുന്നു. ഈ ലോകത്തിനു വെളിയിൽ അസംബന്ധം എന്നൊന്നില്ല. എന്റെ സത്യങ്ങളിൽ പ്രാഥമികമായി നിലകൊള്ളുന്ന ഒന്നായി ഞാനതിനെ കാണുന്നു. പരിഗണനയും വിലയിരുത്തലും എനിക്ക് സാദ്ധ്യമാക്കിത്തരുന്നത് ഈ പ്രാഥമികമായ മാനദണ്ഡത്തിലൂടെയാണ്. ഒരുകാര്യം സത്യമായി വിധിക്കുന്നുവെങ്കിൽ ഞാനതിനെ സംരക്ഷിച്ചിരിക്കണം. ഒരു പ്രശ്നത്തെ പരിഹരിക്കുവാൻ ശ്രമിക്കുകയാണെങ്കിൽ ആ പരിഹാരം കൊണ്ടുതന്നെ പ്രശ്നത്തിന്റെ വ്യവസ്ഥയിൽ സത്യംചെയ്യിച്ച് അതിനെ അകലെയാക്കിയിരിക്കണം. എന്നെ സംബന്ധിച്ചിടത്തോളം തത്ത്വം അസംബന്ധമാണ്. എന്റെ അന്വേഷണത്തിന്റെ ഏകവ്യവസ്ഥ എന്നെ തകർക്കുന്ന എല്ലാത്തിനെയും സംരക്ഷിക്കുക എന്നതാണ്. അതുകൊണ്ട് മുഖ്യമായി ഞാൻ പരിഗണിക്കുന്നത് അതിനുള്ളിലെ എന്തിനെയാണോ അതിനെ ബഹുമാനിക്കുക എന്നുള്ളതാണ്. ഒരു സംഘട്ടനമായിട്ടും അവിരാമമായ സമരമായിട്ടുമാണ് ഞാനതിനെ നിർവ്വചിക്കുന്നത്.

അസംബന്ധത്തിന്റെ തർക്കശാസ്ത്രത്തെ അതിന്റെ നിർണ്ണയങ്ങളിലേക്ക് കൂട്ടിക്കൊണ്ടുപോകുമ്പോൾ പ്രത്യാശയുടെ മുഴുവൻ അസാന്നിദ്ധ്യവും അതിൽ തെളിഞ്ഞു വരും. ബോധപൂർവ്വകമായ അസംതൃപ്തിയും നിരാകരണവും ഇതിന്റെ ഭാഗമാണ്. ഈ അനുഭവത്തെ നശിപ്പിക്കുകയോ ഒഴിവാക്കുകയോ പ്രവർത്തിപ്പിക്കുകയോ ചെയ്യുന്ന ഓരോന്നും അസംബന്ധത്തെ നശിപ്പിക്കുകതന്നെ ചെയ്യും.

തീർത്തും സദാചാരപരമാണ് എന്ന് തോന്നുന്ന ഒരു സത്യം നിലനില്ക്കുന്നുണ്ട്. മനുഷ്യൻ എപ്പോഴും അയാളുടെ സത്യങ്ങൾക്ക് ഇരയാണ്. ഒരിക്കൽ അയാൾ അത് വകവെച്ചുകൊടുത്താൽ പിന്നീട് അയാൾക്ക് അതിൽനിന്ന് സ്വതന്ത്രനാകാൻ കഴിയില്ല. അയാൾ അതിൽ

ബന്ധിതനാകുകയും ചെയ്യും. അസംബന്ധത്തെക്കുറിച്ച് ബോദ്ധ്യവാനായ ഒരാൾ അതിൽ തന്നെ കെട്ടുപിണഞ്ഞു കിടക്കും. പ്രത്യാശയാൽ ജീവിക്കുന്ന ഒരുവൻ ഭാവിയിൽനിന്ന് ബഹിഷ്കൃതനാകുന്നു. ഇത് സ്വാഭാവികമാണ്. താൻതന്നെ സ്രഷ്ടാവായിരിക്കുന്ന ലോകത്തുനിന്ന് രക്ഷപ്പെടുവാൻ പണിപ്പെടണമെന്നതും സ്വാഭാവികം തന്നെ. ഈ വിരോധാഭാസത്തിൽ മാത്രമേ മേല്പറഞ്ഞ എല്ലാറ്റിലും പ്രസക്തിയുള്ളൂ. ചിലരാകട്ടെ യുക്തിവാദത്തിന്റെ സമഗ്രതയിൽ നിന്നുകൊണ്ട് അസംബന്ധത്തെ അംഗീകരിക്കാൻ തയ്യാറാകുന്നുണ്ടെന്നതും ശ്രദ്ധേയമായൊരു അനുഭവമാണ്.

അസ്തിത്വവാദതത്ത്വശാസ്ത്രത്തിലേക്ക് ഞാൻ എന്ന പരിമിതിപ്പെടുത്തുമ്പോൾ സംഭവിക്കുന്ന അനുഭവങ്ങളെ ധൈര്യത്തോടെയാണ് ഞാൻ നേരിടുന്നത്. ഏകയുക്തിയിലൂടെ, യുക്തിയുടെ നാശാവശിഷ്ടങ്ങൾക്ക് മുകളിലുള്ള അസംബന്ധത്തിൽ നിന്ന് ആരംഭിക്കുന്ന ശക്തമായ ഇടപെടലുകളെയാണ് ഞാൻ മറികടക്കുന്നത്. ഇത് ഒരടഞ്ഞ പ്രപഞ്ചത്തിൽ നിന്നുള്ള മനുഷ്യന്റെ വീണ്ടെടുപ്പ്കൂടിയാണ്. ഇതിനൊരു ദിവ്യത്വത്തിന്റെ യുക്തിസഹമായ നിർവ്വചനമുണ്ട്. നിർബ്ബന്ധതിമായ ഈ പ്രത്യാശ മതപരമാണ്. ഇത് സജീവ ശ്രദ്ധ അർഹിക്കുന്ന ഒന്നാണ്.

കീർക്കഗോറിനും ചെസ്റ്റേവിനും പ്രിയപ്പെട്ട ചിലതുമാത്രം ഞാനിവിടെ വിശകലനം ചെയ്യാം. എന്നാൽ ജാസ്പേഴ്സ് ഈ നിലപാടുകളെ ഒരു കാരിക്കേച്ചർ രൂപത്തിൽ ഉദാഹരണമായി നമ്മുടെ മുൻപിൽ അവതരിപ്പിക്കുന്നുണ്ട്. പരാജയത്താൽ തകിടം മറിയുന്ന, പ്രപഞ്ചത്തിന്റെ അതീന്ദ്രമായ ബോധത്തിന്റെയും അനുഭവത്തിന്റെയും ആഴമളക്കാൻ കഴിയാതെ അദ്ദേഹം സദസ്സിൽ നിന്ന് ഒഴിഞ്ഞുമാറുന്നു. അദ്ദേഹം വീണ്ടും മുന്നേറുകയോ, അതോ ഈ പരാജയത്തിൽനിന്ന് ചില തിരിച്ചറിവുകൾ കണ്ടെത്തുകയോ ചെയ്യുമോ? പുതിയതായി അദ്ദേഹം ഒന്നും തന്നെ സംഭാവനചെയ്യുന്നില്ല എന്നതാണ് സത്യം. തൃപ്തികരമായ തത്ത്വങ്ങൾ അനുമാനിക്കാനുള്ള അവസരങ്ങൾ അദ്ദേഹം ഇതിലൊന്നും കാണുന്നില്ല. സ്വന്തം ശേഷിയില്ലായ്മയുടെ പശ്ചാത്താപമല്ലാതെ അനുഭവങ്ങളിൽനിന്ന് അദ്ദേഹം ഒന്നുംതന്നെ കണ്ടെത്തുന്നില്ല. എങ്കിലും വിശദീകരണത്തിന്റെയും വ്യാഖ്യാനത്തിന്റെയും എല്ലാ സാദ്ധ്യതകളെയും ഉപയോഗപ്പെടുത്തിക്കൊണ്ട് ചിലത് പറയാൻ അദ്ദേഹം ശ്രമിക്കുന്നുണ്ട്. അതീന്ദ്രം, അനുഭവസത്ത, ജീവിതത്തിന്റെ അമാനുഷിക പ്രാധാന്യം എന്നീ വിഷയങ്ങളിൽ ഊന്നിനിന്നുകൊണ്ട് അദ്ദേഹം പ്രവചനതുല്യമായ ചില അനുഭവങ്ങൾ പങ്കുവയ്ക്കുന്നത് ശ്രദ്ധേയമാണ്. മനുഷ്യവിശ്വാസത്തിന്റെ അന്ധമായ പ്രവൃത്തിയിലൂടെ അസ്തിത്വത്തെ സംബന്ധിച്ച എല്ലാം വിസ്മരിക്കുന്നതിലൂടെ അദ്ദേഹം പുതിയൊരു ലോകത്തെ കാട്ടിത്തരുവാനും അനുഭവവേദ്യമാക്കാനും ധൈര്യപ്പെടുന്നത് കാണാതിരിക്കുവാനാകില്ല. "പൊതുവായതിന്റെയും പ്രത്യേകമായതിന്റെയും വിചാരിക്കാൻ പറ്റാത്ത ഐക്യം" എന്നാണ് അദ്ദേഹം അതിനെ നിർവ്വചിക്കുന്നത്.

അങ്ങനെ അസംബന്ധം ദൈവമാവുകയും (വാക്കിന്റെ വിശാലമായ അർത്ഥത്തിൽ) മനസ്സിലാക്കാനുള്ള കഴിവില്ലായ്മ എല്ലാത്തിനെയും ശോഭിപ്പിക്കുന്ന അസ്തിത്വമായി മാറുകയും ചെയ്യുന്നു. എന്നാൽ ഈ യുക്തി താർക്കികമായി ഒന്നുംതന്നെ ചെയ്യുന്നില്ല. ഇതിനെ ഞാൻ 'കുതിപ്പ്' എന്നുവിളിക്കുന്നു. ജാസ്പരിന്റെ പിടിവാശിയും മനസ്സിലാക്കാൻ പ്രയാസമായ അതീന്ദ്രാനുഭവത്തിനുവേണ്ടി അദ്ദേഹം സമർപ്പിച്ച അതിരറ്റ ക്ഷമയും മനസ്സിലാക്കാൻ എളുപ്പംകഴിയും. ഏകദേശം സാദൃശ്യങ്ങൾ കൂടുതൽ നശ്വരമാകുമെങ്കിൽ നിർവ്വചനങ്ങൾ കൂടുതൽ ശൂന്യത തെളിയിച്ചേക്കും. അതീന്ദ്രിയാനുഭവജ്ഞാനം അദ്ദേഹത്തിന് കൂടുതൽ യാഥാർത്ഥ്യമാകുമ്പോൾ അത് സമർത്ഥിക്കുവാൻ വേണ്ടി ലോകത്തിന്റെയും അതിന്റെ അനുഭവത്തിന്റെയും അയുക്തിയുടേയും നിലപാടുകളോട് ചേർന്നുനിന്നുകൊണ്ട് പ്രവർത്തിക്കുവാനും നിർവ്വചിക്കുവാനും അദ്ദേഹം ഉത്സാഹം കാട്ടുന്നു. ജാസ്പേഴ്സ് എത്ര ശക്തിയോടാണോ പൂർവ്വകല്പനകളെ നശിപ്പിക്കുന്നത് അത്രയും കൂടുതൽ അദ്ദേഹം സമൂലപരിഷ്കരണവാദത്തിലൂടെ ലോകത്തെ വിശദമാക്കുകയും ചെയ്യുന്നു.

ഗൂഢാർത്ഥമായ ചിന്തകൾ, സൂത്രങ്ങൾ എന്നിവ നമുക്ക് പരിചിതമായ അനുഭവങ്ങളാണ്. അവ മനോനിലപാട്പോലെ നിയമാനുസൃതങ്ങളുമാണ്. ഒരു നിശ്ചിത പ്രശ്നത്തെ ഞാൻ ഗൗരവമായി എടുക്കുകയാണെങ്കിൽ ആ നിമിഷം മുതൽ ഞാൻ പ്രവർത്തന സന്നദ്ധനാകുന്നു. ഈ നിലപാടിന്റെ പൊതുമൂല്യമോ വിദ്യാദായകമായ ശക്തിയോ ഞാനിവിടെ കണക്കാക്കുന്നില്ല. ഇത് ഞാൻ തൃപ്തിപ്പെടുത്തിയ അവസ്ഥയ്ക്ക് മറുപടിയായിപ്പോലും കാണേണ്ടതില്ല. ഇത്തരമൊരു സാഹചര്യത്തിലാണ് ഞാൻ ചെസ്റ്റോവിലേക്ക് തിരിച്ചുവരുന്നത്. ഒരു വ്യാഖ്യാതാവ്, താല്പര്യം അർഹിക്കുന്ന അയാളുടെ ഒരഭിപ്രായം പറയുന്നു. ശരിയായ ഒരു പരിഹാരത്തിലേക്കാണ് അയാൾ നമ്മുടെ ശ്രദ്ധക്ഷണിക്കുന്നത്. സൂക്ഷ്മമായി നോക്കിയാൽ മനുഷ്യവിധി ഒരു പരിഹാരവും കാണുന്നില്ല. അല്ലെങ്കിൽ ഒന്നാലോചിച്ചുനോക്കുക. ദൈവത്തെക്കൊണ്ട് നമുക്കെന്താണാവശ്യം? അസാദ്ധ്യമായതു നേടാൻവേണ്ടി മാത്രം നാം ദൈവത്തെ ശ്രദ്ധിക്കുന്നു. സാദ്ധ്യമായതു മനുഷ്യൻ തനിയെതന്നെ നേടുന്നു.

ഒരു ചെസ്റ്റോവിയൻ തത്ത്വചിന്ത ഉണ്ടെങ്കിൽ എല്ലാംകൂടി ചേർത്തു എനിക്ക് ഇങ്ങനെ പറയാൻകഴിയും. ഉത്സുകമായ നിർണ്ണയത്തിന്റെ അന്ത്യത്തിൽ ചെസ്റ്റോവ് എല്ലാ അസ്തിത്വത്തിന്റെയും മൗലിക അസംബന്ധം കണ്ടുപിടിക്കുന്നുവെങ്കിലും 'ഇത് അസംബന്ധമാണെന്ന്' അദ്ദേഹം പറയുന്നില്ല. പകരം "ഇത് ദൈവമാണന്ന്' പറയുന്നു. നമ്മുടെ യുക്തി വിവേചനങ്ങളോട് യോജിക്കുന്നില്ലെങ്കിൽപ്പോലും നാം അദ്ദേഹത്തെ വിശ്വസിക്കണം." അതുകൊണ്ട് ചിന്താക്കുഴപ്പം സാദ്ധ്യമായേക്കാം. ദൈവം ഒരുപക്ഷേ, വെറുക്കപ്പെട്ടതും വെറുപ്പുളവാക്കുന്നതും ദുർഗ്രാഹ്യമായതും വൈരുദ്ധ്യങ്ങൾ നിറഞ്ഞതുമാണെന്ന് റഷ്യൻതത്ത്വ

ചിന്തകൻ ചൂണ്ടിക്കാട്ടുന്നുവെങ്കിൽ പോലും നാം അദ്ദേഹത്തെ വിശ്വസിക്കണം. അയാളുടെ ശക്തിയെ അയാൾ കൂടുതൽ തിരിച്ചറിയുമ്പോൾ അയാളുടെ മുഖം കൂടുതൽ ബീഭത്സമാകുന്നു. അയാളുടെ മഹത്വം അയാളുടെ ചേർച്ചക്കേടാണ്. മനുഷ്യത്വമില്ലായ്മയാണ് അതിന്റെ തെളിവ്. അയാളിലേക്ക് തള്ളിക്കയറുന്ന ഒരാൾ ആ കുതിപ്പിലൂടെ യുക്തിപൂർവ്വകമായ വികല്പങ്ങളിൽനിന്ന് മുക്തനാകും. അങ്ങനെ ചെസ്റ്റോവിന് അസംബന്ധത്തിൽ നിന്നുള്ള സ്വീകാര്യത അസംബന്ധവുമായുള്ള സമകാലികതയാണ് സമ്മാനിക്കുന്നത്. അതിനെക്കുറിച്ചുള്ള ബോധം അതിന്റെ അംഗീകരിക്കലാണ്. കൂടാതെ അദ്ദേഹത്തിന്റെ ചിന്തകളുടെ മൊത്തത്തിലുള്ള താർക്കികപ്രശ്നം അതിനെ പുറത്തുകൊണ്ടുവരുകയും അതേസമയം അതിൽ നിമഗ്നമായിരിക്കുന്ന ബൃഹത്തായ പ്രത്യാശകൾ പൊട്ടിപിളർന്ന് മുകളിലേക്ക് വരികയും ചെയ്യും. ഈ നിലപാട് നിയമാനുസൃതമാണെന്ന് ആവർത്തിക്കാൻ എന്നെ അനുവദിക്കുക. എന്നാൽ ഞാൻ ഇവിടെ നിർബ്ബന്ധിക്കുന്നത് ഒരു പ്രശ്നത്തേയും അതിന്റെ അനന്തരഫലങ്ങളേയും പരിഗണിക്കുന്നതിനെപ്പറ്റിയാണ്. എനിക്ക് ഒരു ചിന്തയുടെ വൈകാരികതയേയോ ഒരു വിശ്വാസത്തിന്റെ പ്രവർത്തിയേയോ പരിശോധിക്കേണ്ടതില്ല. അത് ചെയ്യാൻ എനിക്ക് ഒരു മുഴുവൻ ജീവിതകാലമുണ്ട്. സമൂല പരിവർത്തനവാദികൾ ചെസ്റ്റോവിന്റെ നിലപാടിനെ അലട്ടുന്ന നിലപാടുകളായി കാണുന്നുവെന്ന് ഞാൻ അറിയുന്നു. ചെസ്റ്റോവ് സമൂല പരിവർത്തനവാദികളെക്കാൾ ശരിയാണെന്ന് എനിക്ക് തോന്നുന്നു. കൂടാതെ അസംബന്ധത്തിന്റെ കല്പനകളോട് അദ്ദേഹം വിശ്വാസമുള്ളവനായി തുടരുമെങ്കിൽ എന്തും അറിയാൻ ഞാൻ ആഗ്രഹിക്കുകയും ചെയ്യുന്നു.

അസംബന്ധചിന്ത പ്രത്യാശയ്ക്കു വിപരീതമാണെന്ന് അംഗീകരിക്കുകയാണെങ്കിൽ ചെസ്റ്റോവിന്റെ അസ്തിത്വചിന്ത അസംബന്ധത്തെ മുൻകൂട്ടി ഉദ്ദേശിക്കുന്നതായും അതിനെ അകറ്റികളയുന്നതിന് മാത്രമാണെന്ന് തെളിയുന്നതിനായും കാണാം. ചിന്തയുടെ അങ്ങനെയുള്ള സൂക്ഷ്മത ഇന്ദ്രജാലക്കാരന്റെ വികാരോദ്ദീപകമായ തന്ത്രമാണ്. ചെസ്റ്റോവ് അദ്ദേഹത്തിന്റെ അസംബന്ധം നീതിശാസ്ത്രത്തിനും യുക്തിക്കും വിപരീതമായി മറ്റെവിടെയെങ്കിലും സ്ഥാപിക്കുമ്പോൾ അതിനെ അദ്ദേഹം സത്യമെന്നും മോചിപ്പിക്കൽ എന്നും വിളിക്കും. അതുകൊണ്ട് അസംബന്ധത്തിന്റെ നിർവ്വചനത്തിൽ ചെസ്റ്റോവ് അടിസ്ഥാനപരമായി പൂർണ്ണമായ അംഗീകാരം നല്കുന്നുണ്ട്. നമ്മുടെ പ്രാഥമിക പ്രത്യാശയ്ക്ക് എതിരായവഴിയിൽ, ആ സങ്കല്പം (ആശയം) കിടക്കുന്നുവെന്ന് അംഗീകരിക്കുകയാണെങ്കിൽ അസംബന്ധത്തിന് അനുമതിയുടെ ആവശ്യമില്ല. അപ്പോൾ അതിന്റെ ശരിയായ ദർശനം മനസ്സിലാക്കാൻ പറ്റാത്തതും തൃപ്തിപ്പെടുത്തുന്നതുമായ നിത്യതയിലേക്ക് പ്രവേശിക്കുന്ന മാനുഷികവും ആപേക്ഷികവുമായ സ്വഭാവഗുണം നഷ്ടപ്പെട്ടുവെന്ന് കാണാൻ കഴിയും. ഒരു അസംബന്ധമുണ്ടെങ്കിൽ അത് മനുഷ്യ

പ്രപഞ്ചത്തിലാണ് നിലനില്ക്കുന്നത്. ആശയം സ്വയം നിത്യതയുടെ പ്രേരകമായി രൂപാന്തരം പ്രാപിക്കുന്ന നിമിഷത്തിൽ മനുഷ്യൻ പ്രസന്നതയുമായുള്ള ബന്ധം വിച്ഛേദിക്കും. യോജിപ്പ്കൂടാതെ കണ്ടെത്തുന്നതാണ് എന്നതിന് നിലനിന്നു പോകുന്നതെളിവല്ല അസംബന്ധം. മനുഷ്യൻ അസംബന്ധത്തെ സമന്വയിപ്പിക്കുകയും ആ അവസ്ഥയിൽ വൈപരീത്യം, തീവ്ര മന:പീഡ, വേർപിരിയൽ എന്നീ അനിവാര്യ സ്വഭാവഗുണങ്ങളെ അപ്രത്യക്ഷമാക്കുന്നതിന് കാരണമാകുകയും ചെയ്യുന്നു. ഈ കുതിപ്പ് ഒരു രക്ഷപ്പെടലാണ്. ഹാംലറ്റിന്റെ അഭിപ്രായങ്ങളെ ഉദ്ധരിക്കാൻ താല്പര്യം കാട്ടുന്ന ചെസ്റ്റോവ് അദ്ദേഹത്തിന് വിശേഷിച്ച് ഉണ്ടെന്നു തോന്നിപ്പിക്കുന്ന ഒരുതരം നിഷ്ഠൂരമായ പ്രത്യാശയോടെ പറയുന്നു എന്ന്. "സന്ധിബന്ധം അറ്റതാണ് സമയം." ഹാംലറ്റ് പറയുന്നുവെന്നോ ഷേക്സ്പിയർ എഴുതുന്നു എന്ന അർത്ഥത്തിലോ അല്ല ഇത്. യുക്തിഹീനതയുടേയും ആനന്ദാതിരേകം നല്കുന്ന ദൈവനിയോഗത്തിന്റേയും ഉദ്ദീപനം പ്രശാന്തമായ മനസ്സിനെ അസംബന്ധത്തിൽനിന്ന് അകറ്റുന്നു. ചെസ്റ്റോവിന് യുക്തി ഉപയോഗശൂന്യമാണ്. എന്നാൽ യുക്തിക്കപ്പുറത്ത് എന്തോ ഉണ്ട്. ഒരു അസംബന്ധ മനസ്സിന് യുക്തി ഉപയോഗ ശൂന്യമാണ്. യുക്തിക്കപ്പുറത്ത് ഒന്നുമില്ല.

ഈ കുതിപ്പ് അസംബന്ധത്തിന്റെ ശരിയായ സ്വഭാവത്തെക്കുറിച്ച് കൂടുതൽ പരിജ്ഞാനം നമുക്ക് നല്കും. സമചിത്തതയിൽ ബന്ധപ്പെടുത്തി നോക്കുമ്പോൾ ഇതിന് വില ഇല്ലാ എന്ന് നമുക്കറിയാം. അതായത് ആ താരതമ്യത്തിന് നിർദ്ദേശിക്കപ്പെട്ടിട്ടുള്ള വ്യവസ്ഥകൾക്ക് ഉപരിയല്ല അതെന്നും എന്നാൽ അങ്ങനെ സംഭവിക്കുന്നത് ചെസ്റ്റോവ് താരതമ്യത്തിന് നിർദ്ദേശിക്കപ്പെട്ടിട്ടുള്ള വ്യവസ്ഥകളിൽ ഒന്നിനുമാത്രം ഊന്നൽ നല്കിക്കൊണ്ടുള്ളതാണെന്നും നമുക്ക് തിരിച്ചറിയാനാകും. നമ്മുടെ ആസക്തി, ഗൃഹാതുരത്വം എന്നിവ സൂക്ഷ്മമായി വിശദീകരിക്കാവുന്നതുവരെ മാത്രം കൂടുതൽ കാര്യങ്ങൾ മനസ്സിലാക്കാനും വിശദീകരിക്കാനും നമുക്ക് കഴിയും. യുക്തിയെ നിരുപാധികം ഫലശൂന്യമാക്കുന്നത് പ്രയോജനരഹിതമാണ്. അത് ഫലപ്രദമാകുന്നതിന് അതിന്റേതായ ഒരു ക്രമമുണ്ട്. മനുഷ്യസ്വഭാവത്തിൽ അത് ഉചിതമാംവണ്ണം നടന്നുകൊള്ളും. നമുക്ക് അങ്ങനെ ചെയ്യുവാൻ കഴിയുന്നില്ലായെങ്കിൽ അസംബന്ധം ആ അവസ്ഥയിൽ ജനിക്കുകയാണെങ്കിൽ,അത് ഫലവത്തായതും പുന:രുത്ഥാനം ചെയ്യപ്പെട്ടതുമായ അയുക്തിയോടുകൂടിയ പരിമിത യുക്തിയുടെ സംഗമബിന്ദുവിൽനിന്നായിരിക്കും. സൗരയൂഥത്തിന്റെ ചലനം മാറ്റമില്ലാതെ നിയമത്തിന് അനുസൃതമാണെന്നും ആ നിയമത്തിന് അതിന്റേതായ യുക്തിയുണ്ടെന്നുമുള്ള ഹെഗേലിയൻ വിശ്വാസപ്രമാണത്തിനെതിരെ ചെസ്റ്റോവ് ആഞ്ഞടിച്ചു. സ്പിനോഡായുടെ യുക്തിവാദത്തെ തകിടം മറിക്കുവാൻ തന്റെ ഉത്സാഹമെല്ലാം സമർപ്പിക്കുമ്പോൾ ഫലത്തിൽ അദ്ദേഹത്തിന്റെ നിർണ്ണയം എത്തിച്ചേരുന്നത് യുക്തിയുടെ പൊങ്ങച്ചത്തിന് അനുകൂലമായിട്ടാണ്. ആ യുക്തിയുടെ ഉന്നതപദത്തിന് മുന്നേയുള്ള സ്വാഭാവികവും ക്രമവിരുദ്ധവുമായ നിലപാടാണത്.

ഈ അവസ്ഥാന്തരം വ്യക്തമല്ല. ഇവിടെ പരിധി എന്ന ആശയവും നില എന്ന ആശയവും ശക്തമായി ഇടപെട്ടേക്കാം. പ്രകൃതിയുടെ നിയമം ഒരു നിശ്ചിതപരിധിവരെ പ്രവർത്തിച്ച് അതിനപ്പുറം എതിരായിതിരിഞ്ഞ് അസംബന്ധത്തിന് ജന്മം നല്കിയേക്കും. അല്ലെങ്കിൽ വിശദീകരണത്തിന്റെ നിലയിൽ സത്യമാണെന്ന യുക്തി ഇല്ലാതെ വിവരണത്തിന്റെ നിലയിൽ അവ ന്യായീകരിക്കും. ഇവിടെ എല്ലാം ആ യുക്തിക്ക് വേണ്ടി ത്യജിച്ച് വ്യക്തതയ്ക്കുള്ള ആവശ്യത്തെ ആവാഹിച്ച് ദൂരെ കളയുകയും താരതമ്യത്തിന്റെ വ്യവസ്ഥകളിലൊന്നുമായി അസംബന്ധം അപ്രത്യക്ഷമാകുകയും ചെയ്യുന്നു. മറുവശത്ത് അസംബന്ധ മനുഷ്യൻ അങ്ങനെയൊരു നിലയൊരുക്കൽ പ്രക്രിയ ഏറ്റെടുക്കുന്നില്ല. അയാൾ സംഘർഷത്തെ അംഗീകരിക്കുകയും യുക്തിയെ ആത്യന്ത്യം അവജ്ഞയോടെ തിരസ്കരിക്കാതെ അയുക്തിയെ കൈകൊള്ളുക്യും ചെയ്യും. അങ്ങനെ അയാൾ വീണ്ടും അനുഭവങ്ങളുടെ സ്ഥിതിവിവരങ്ങളെ ഒറ്റനോട്ടത്തിൽത്തന്നെ ആശ്ലേഷിക്കുകയും അറിയുന്നതിന് മുൻപ് കുതിപ്പിനോട് ചെറിയ ചായ്‌വ് കാട്ടുകയും ചെയ്യും. അവബോധത്തിന്റെ ഈ ജാഗ്രതയിൽ പ്രത്യാശയ്ക്ക് വീണ്ടും സ്ഥാനമില്ലെന്ന് അയാൾ മനസ്സിലാക്കുന്നു.

ഷിയോചെസ്റ്റോവിൽ കാണുന്നതെന്തോ അത് കീർക്കഗോറിൽ ചിലപ്പോൾ കൂടുതൽ കണ്ടേക്കാം. പിടികൊടുക്കാത്ത ഒരു എഴുത്തുകാരനെക്കുറിച്ച് വ്യക്തമായ പ്രസ്താവന നടത്തുന്നത് തീർച്ചയായും കഠിനമാണ്. എന്നാൽ പ്രത്യക്ഷത്തിൽ അത് എതിർ രചനകളാണെങ്കിലും തൂലികാനാമങ്ങൾക്കപ്പുറത്ത് അവസാനകൃതിയിൽ ഒരുസത്യം പൂർവ്വബോധംപോലെ വിടരുന്നതുകാണാം. സൂത്രപ്പണികളും പുഞ്ചിരികളുമെല്ലാം ആ കൃതികളിലുടനീളം നമുക്ക് അനുഭവിക്കാനാകും. കീർക്കഗോറും അതുപോലൊരു കുതിപ്പെടുക്കുന്നുണ്ട്. അദ്ദേഹത്തിന്റെ ശൈശവകാലം ക്രിസ്തീയ വിശ്വാസത്താൽ വളരെയേറെ ഭയാനകമായിരുന്നു. അതുകൊണ്ട് അതിന്റെ ഏറ്റവും പരുക്കനായ വശത്താണ് അദ്ദേഹം തിരിച്ചുവരുന്നത്. പ്രമാണവൈരുദ്ധ്യവും വിരോധാഭാസവും അദ്ദേഹത്തിന് മതത്തിന്റെ മാന:ദണ്ഡങ്ങളായി മാറി. ഈ ജീവിതത്തിന്റെ അർത്ഥത്തേയും ആഴത്തെയും നിരാശയിലേക്കു നയിച്ച ശരിയായ വസ്തു ഇപ്പോൾ അതിന്റെ സത്യവും വ്യക്തതയും അദ്ദേഹത്തിനു നല്കുന്നു. ക്രിസ്തീയത എന്നത് അപവാദമാണ്. അതുകൊണ്ട് കീർക്കഗോർ യാതൊരു മറയുമില്ലാതെ ആഹ്വാനം ചെയ്യുന്നതെന്തെന്നാൽ ദൈവത്തെ ഏറ്റവും സന്തോഷിപ്പിക്കുന്ന ഇഗ്നേഷ്യസ് ലയോള ആവശ്യപ്പെട്ട മൂന്നാം ത്യാഗത്തിന്റെ പ്രാധാന്യത്തെക്കുറിച്ചാണ്. സത്യത്തെക്കാൾ ബുദ്ധിമാന്റെ ത്യാഗം വിചിത്രവും അസാധാരണവുമാണെങ്കിലും നമ്മെ അത്ഭുതപ്പെടുത്തുന്നില്ല. അദ്ദേഹം അസംബന്ധത്തെ മറ്റൊരു ലോകത്തിന്റെ മാനദണ്ഡമായി മാറ്റുന്നു; എന്നിരിക്കിലും ഈ ലോകാനുഭവത്തിന്റെ അവശിഷ്ടമാണത്. കീർക്കഗോർ പറയുന്നു “വിശ്വാസി അവന്റെ തോല്‌വിയിൽ വിജയം കണ്ടെത്തുന്നു.”

ഏതുതരം സ്തോഭകരമായ മതപ്രസംഗവുമായാണ് ഈ സമീപനം ബന്ധപ്പെട്ടിരിക്കുന്നത് എന്നത് എന്നെ സംബന്ധിച്ച് അത്ഭുതമല്ല. അസംബന്ധത്തിന്റെ ദൃഷ്ടിവിഷയം അതിന്റെ സ്വയം സ്വഭാവവിശേഷത്താൽ നീതീകരിക്കപ്പെടുമ്പോഴാണ് ഞാൻ അത്ഭുതപ്പെട്ടുപോകുന്നത്. ഈ ഘട്ടത്തിൽ അത് അങ്ങനെ അല്ലാ എന്ന് ഞാൻ അറിയുന്നു. അസംബന്ധത്തിന്റെ ഉള്ളടക്കത്തെ വീണ്ടും പരിഗണിക്കുമ്പോൾ കീർക്കഗോറിനെ പ്രേരിപ്പിച്ച രീതി ഒരാൾ നല്ലവണ്ണം മനസ്സിലാക്കും. ലോകത്തിന്റെ അയുക്തികതയ്ക്കും അസംബന്ധത്തിൽ കലാപകാരിയായ ഗൃഹാതുരതയ്ക്കും ഇടയ്ക്കുള്ള സന്തുലിതാവസ്ഥ അദ്ദേഹം നിലനിർത്തുന്നില്ല. അദ്ദേഹം അസംബന്ധത്തിന്റെ വൈകാരികാനുഭൂതിയെ ആദരിക്കുന്നില്ല. അയുക്തികതയിൽ നിന്ന് രക്ഷപ്പെടാൻ കഴിയില്ല എന്ന് ഉറപ്പായ അദ്ദേഹം ഏറ്റവും കുറഞ്ഞത് വന്ധ്യമായതും വിവക്ഷിതാർത്ഥത്തിൽ നിന്ന് ശൂന്യമാക്കപ്പെട്ടതുമായ നിരാശജനകമായ ഗൃഹാതുരത്വത്തിൽ നിന്ന് സ്വയം സംരക്ഷിക്കാൻ ആഗ്രഹിക്കുന്നു. പക്ഷേ, ഈ ഘട്ടത്തിൽ വിധിന്യായത്തിൽനിന്ന് അദ്ദേഹത്തിന് നിഷേധ പ്രസ്താവത്തിലേക്ക് എത്താൻ കഴിയുകയില്ല. ഇവിടെ സുപ്രധാനമായൊരു കാര്യമുണ്ട്. അത് അബ്ബേഗിലിയാനി മെമദ് എപ്പനിയോട് പറഞ്ഞതുപോലെ "സുഖപ്പെടുത്തരുത്. രോഗവുമായി ജീവിക്കട്ടെ" എന്നാണ്. കീർക്കഗോർ സുഖപ്പെടാൻ ആഗ്രഹിക്കുന്നു. സുഖപ്പെടുക എന്നത് അദ്ദേഹത്തിന്റെ കൃതികളിലുടനീളം കാണാം. അദ്ദേഹത്തിന്റെ ബുദ്ധിയും പ്രയത്നവും മനുഷ്യാവസ്ഥയുടെ പ്രമാണ വൈരുദ്ധ്യത്തിൽ നിന്ന് രക്ഷപ്പെടുക എന്നാണ് ഇതിൽനിന്ന് അർത്ഥമാക്കുന്നത്. ശാന്തിയിലേക്കും സമാധാനത്തിലേക്കും കൊണ്ടുചെന്നെത്തിക്കാവുന്ന ഈശ്വരഭയമോ ഈശ്വരഭക്തിയോ ഇല്ലാത്തതുപോലെ അദ്ദേഹം അദ്ദേഹത്തെക്കുറിച്ചുതന്നെ സംസാരിക്കുന്നു. പൊങ്ങച്ചത്താൽ പ്രയത്നമെല്ലാം കൂടുതൽ നിരാശയാകുന്നു. അങ്ങനെ ഒഴിഞ്ഞുമാറുന്ന സഹജഗുണത്തിലൂടെ നീതിയുക്തമല്ലാത്ത, ആവിർഭാവത്തെ ദുർഗ്രാഹ്യമായ നിലയിൽ അദ്ദേഹം ദൈവമാക്കി തീർക്കുന്നു. അദ്ദേഹത്തിലെ ബുദ്ധിമാത്രം മനുഷ്യ ഹൃദയത്തിൽ അന്തർലീനമായിരിക്കുന്ന ചോദനകളെ ഞെക്കിക്കൊല്ലുവാൻ അദ്ധ്വാനിക്കുന്നു. ഒന്നും തെളിയിക്കപ്പെടാത്തതുകൊണ്ട് ഓരോന്നും തെളിയിക്കപ്പെടാവുന്നതാണ് എന്നതാണ് ഇവിടെ സത്യം.

യഥാർത്ഥത്തിൽ കീർക്കഗോർ സ്വന്തം പാത നമുക്ക് കാട്ടിത്തരുന്നു. ഇവിടെ എന്തെങ്കിലും നിർദ്ദേശിക്കാൻ ഞാൻ ആഗ്രഹിക്കുന്നില്ല. പക്ഷേ, അസംബന്ധത്തെ സംബന്ധിച്ച് സ്വീകരിച്ചിട്ടുള്ള വൈകല്യത്തെ തുലനം ചെയ്യുവാൻവേണ്ടി മന:പൂർവ്വം ആത്മാവിനെ വികലമാക്കുന്ന അടയാളങ്ങളെ അദ്ദേഹത്തിന്റെ കൃതി വായിക്കുന്ന ഒരാൾക്ക് എങ്ങനെ വിട്ടുകളയുവാൻ കഴിയും? ഇത് കൃതികളിലൂടെ അദ്ദേഹം ആവർത്തിച്ചു പറയുന്ന ആശയമാണ്. "എനിക്ക് നഷ്ടമായതെന്തെന്നാൽ മനുഷ്യഭാഗധേയത്തിനുകൂടി ആവശ്യമുള്ള മൃഗത്തേയാണ്... എന്നാൽ എപ്പോഴാണ്

എനിക്ക് ഒരു ശരീരത്തെ തരിക” എന്നിട്ട് വീണ്ടും “ഓ വിശേഷിച്ചും എന്റെ യൗവ്വനത്തിന്റെ ആദ്യനാളുകളിൽ ഒരു മനുഷ്യനാകാതെപോയി. കുറഞ്ഞത് ആറുമാസത്തേക്കെങ്കിലും അടിസ്ഥാനപരമായി എനിക്ക് നഷ്ടമായത് ഒരു ശരീരവും നിലനില്പിന്റെ ഭൗതിക സാഹചര്യവുമാണ്.” മറ്റെവിടെയെങ്കിലും ഇതേ മനുഷ്യൻ അസംബന്ധമനുഷ്യന്റേതല്ലാത്ത നിരവധി ഹൃദയങ്ങളെ ഉണർത്തിയ പ്രത്യാശയുടെ മഹത്തായ രോദനം ദത്തെടുക്കുന്നു. “എന്നാൽ ക്രിസ്ത്യാനികൾക്ക് മൃത്യു എല്ലാറ്റിന്റേയും അവസാനമല്ല. അത് ജീവിതം നല്കുന്നതിനേക്കാൾ കൂടുതൽ പ്രത്യാശ പരോക്ഷമായി നല്കുന്നുണ്ട്. അപ്പോൾപോലും ജീവിതം ആരോഗ്യ ത്തോടും ഉന്മേഷത്തോടും കൂടി ഒഴുകുന്നു. അപകീർത്തിയിലൂടെയുള്ള വിരുദ്ധമായ ഒരു പ്രത്യാശ ജനിപ്പിക്കുവാൻ അനുവദിക്കുന്നു. അത് മരണ മാണ്. എന്നാൽ സഹാനുഭൂതി ഒരാളെ ആ നിലപാടിലേക്ക് കൂട്ടിക്കൊ ണ്ടുപോകുമ്പോൾ പോലും അതിക്രമം ഒന്നിനേയും ന്യായീകരിക്കുന്നില്ല. സംഭാഷണങ്ങൾ പോകുന്നതുപോലെ അത് മനുഷ്യനിലവാരത്തെ കൂടു തൽ ഉയർത്തും. അതുകൊണ്ട് അയാൾ ഒരു അസാധാരണ മനുഷ്യനാ യിരിക്കും. എന്നാൽ ഇവിടെ ‘അതുകൊണ്ട്’ എന്നത് അധികപ്പറ്റാണ്. ഇവിടെ താർക്കികമായ ഒരു നിശ്ചിതത്വമില്ല. അതുപോലെ ഇവിടെ പരീക്ഷണാത്മക സംഭാവ്യതയുമില്ല. സത്യത്തിൽ എനിക്ക് പറയാൻ കഴി യുന്നത് അത് എന്റെ നിലവാരത്തെ കൂടുതൽ ഉയർത്തുന്നുവെന്നാണ്. ഇതിൽനിന്ന് ഞാൻ ഒരു നിഷേധസിദ്ധാന്തം സ്വീകരിക്കുന്നില്ലെങ്കിൽ ഏറ്റവും കുറഞ്ഞത് ദുർഗ്രഹമായ യാതൊന്നും അതിൽ കണ്ടെത്താൻ ഞാൻ ആഗ്രഹിക്കുന്നില്ല എന്നുതന്നെയാണ്. ഞാൻ അറിയുന്നതെ ന്താണോ അതുകൊണ്ട് മാത്രം എനിക്ക് ജീവിക്കുവാൻ കഴിയുമോ എന്നാണ് ഞാൻ അറിയാൻ ആഗ്രഹിക്കുന്നത്. വീണ്ടും പറയുന്നതെന്ത ന്നാൽ ബുദ്ധി അഹങ്കാരത്തെയും തലകുനിക്കുവാനുള്ള കാരണങ്ങ ളെയും ത്യജിക്കണമെന്നാണ്. എന്നാൽ യുക്തിയുടെ പരിമിതികളെ ഞാൻ മനസ്സിലാക്കുകയാണെങ്കിൽ, അതിന്റെ ആപേക്ഷിക ശക്തികളെ അംഗീകരിച്ചുകൊണ്ട് ഞാൻ അതിനെ നിഷേധിക്കുകയില്ല. ബുദ്ധി നില നില്ക്കുന്ന ഈ മദ്ധ്യപാതയിൽ നില്ക്കുവാൻ ഞാൻ ആഗ്രഹിക്കുന്നു. അതാണ് അതിന്റെ അഭിമാനമെങ്കിൽ അതിനെ ഉപേക്ഷിക്കാൻതക്ക കാര ണങ്ങളൊന്നും ഞാൻ കാണുന്നില്ല. ഇതിൽ നിഗൂഢതയൊന്നുമില്ല. ഉദാ ഹരണമായി, നിരാശ ഒരു വസ്തുതയല്ല. അതൊരു അവസ്ഥയാണ്. പാപ ത്തിന്റെ ഉയർന്ന അവസ്ഥയെന്ന കീർക്ക്ഗോറിന്റെ അഭിപ്രായത്തേക്കാൾ അതിന് മറ്റൊരവസ്ഥയില്ല. ദൈവത്തിൽനിന്ന് അകറ്റുന്നതെന്തോ അത് പാപമാകുന്നു. അസംബന്ധം ബോധ മനുഷ്യന്റെ അതിഭൗതികമായ അവസ്ഥയെ ദൈവത്തിലേക്ക് നയിക്കുന്നില്ല. ഞെട്ടിക്കുന്ന ഈ പ്രസ്താ വനയുടെ അപായസാദ്ധ്യത ഞാനേറ്റെടുക്കുകയാണെങ്കിൽ ഈ ആശയം കൂടുതൽ വ്യക്തമായേക്കും. “ദൈവരഹിതമായ പാപമാണ് അസം ബന്ധം” എന്ന് ഒറ്റവാക്കിൽ ഇതിനെ നിർവ്വചിക്കാനാകും.

ഇത് അംസബന്ധത്തിന്റെ അവസ്ഥയിൽ ജീവിക്കുമ്പോഴുള്ള അനുഭവമാണ്. കണ്ടെത്തിയതിൽ നിന്ന് ഞാൻ മനസ്സിലാക്കുന്നത്, ഈ മനസ്സും ഈ ലോകവും പരസ്പരം ആശ്ലേഷിക്കുവാൻ കഴിയാതെ വലയുകയാണ് എന്നാണ്. ആ അവസ്ഥയുടെ ജീവിതവാഴ്ച ഞാൻ ആവശ്യപ്പെടുകയും ഞാൻ വാഗ്ദാനം ചെയ്തത് എന്തോ അതിന്റെ അടിസ്ഥാനത്തെ അവഗണിക്കുകയും ചെയ്യുന്നു. വേദനാജനകമായ ഈ വൈപരീത്യത്തിന്റെ വ്യവസ്ഥകളിൽ ഒന്നിനെ നിരാകരിച്ചുകൊണ്ടുള്ള എന്റെ ആവശ്യം ഒരു പരിത്യാഗമാണ്. എന്റേതായി അംഗീകരിക്കാൻ കഴിയുന്ന അവസ്ഥയിൽ ഞാൻ ഉൾപ്പെട്ടിരിക്കുന്നതെന്താണ് ഞാൻ ചോദിക്കുന്നു. പരോക്ഷമായി അത് ഉൾക്കൊള്ളുന്ന വിജ്ഞാനവിരോധവും അജ്ഞതയും എനിക്കറിയാം. എന്നാൽ ഈ അജ്ഞത എല്ലാം വിശദമാക്കുമെന്നും ഈ ഇരുട്ട് എന്റെ പ്രകാശമാണെന്നും എനിക്ക് ഉറപ്പായിരിക്കുന്നു. എന്നാൽ ഇവിടെ എന്റെ ഉദ്ദേശ്യത്തിന് മറുപടി ഇല്ല. ഈ ഉദ്ദീപിപ്പിക്കുന്ന ഭാവഗാനാ ഭാഷാരീതിക്ക് എന്നിൽ നിന്ന് ഒളിക്കാനും കഴിയില്ല. അതുകൊണ്ട് ഇതിൽനിന്ന് തിരിഞ്ഞുമാറണം. ഇതിനെക്കുറിച്ച് കീർക്കഗോർ ഉച്ചത്തിൽ മുന്നറിയിപ്പു നല്കിയേക്കാം. "മനുഷ്യന് നിത്യമായ അന്ത:കരണ വിശുദ്ധി ഇല്ലെങ്കിൽ എല്ലാത്തിന്റെയും ഉള്ളിൽ വന്യതയും ഇരുണ്ട വികാരവും ഉല്പാദിപ്പിക്കുന്ന പ്രക്ഷുബ്ധ ശക്തിയുണ്ടായിരിക്കും. ഈ രോദനം അസംബന്ധമനുഷ്യനെ തടയുമെന്ന് തോന്നുന്നില്ല. എന്താണ് സത്യമെന്നും അന്വേഷിക്കുന്നത് എന്താണ് അഭിലഷണീയമെന്ന് അന്വേഷിക്കുന്നില്ല. ഉദ്വേഗജനകമായ ആ ചോദ്യത്തിൽ നിന്ന് ഒഴിഞ്ഞു മാറുകയാണെങ്കിൽ ജീവിതം എന്താകും? അപ്പോൾ കഴുതയെപ്പോലെ നമ്മൾ സ്വപ്നം കാണുകയായിരിക്കും. അസംബന്ധ മനസ്സ് കാപട്യത്തിന് വഴങ്ങാതെ നിർഭയമായി കീർക്കഗോറിന്റെ 'നിരാശ' എന്ന മറുപടി സ്വീകരിക്കുകയായിരിക്കും.

തത്ത്വശാസ്ത്രപരമായ ആത്മഹത്യയെ അസ്തിത്വവാദനിലപാട് എന്ന് വിളിക്കുന്ന ഈ ഘട്ടത്തിൽ ഞാൻ എന്റെ സ്വാതന്ത്ര്യം വെളിപ്പെടുത്തുന്നു. എന്നാൽ ഈ സ്വാതന്ത്ര്യം ഒരു വിധിയെ ആശ്രയിച്ചല്ല നില്ക്കുന്നത്. ചിന്ത തനിയെ നിരാകരണപ്പെടുന്നതും നിരാകരണത്തിന്റെ അങ്ങേയറ്റം അത് സ്വയം അതീതമാകുന്നതിന്റേയും ചലനങ്ങളെ സൂചിപ്പിക്കുവാൻ സൗകര്യപ്രദമായ വഴിയാണിത്. അസ്തിത്വ നിരാകരണം അവരുടെ ദൈവമാണ്. മനുഷ്യയുക്തിയുടെ സൂക്ഷ്മമായ നിരാകരണത്തിലൂടെ മാത്രമാണ് ദൈവം നിലനില്ക്കുന്നത്. എന്നാൽ ആത്മഹത്യ പോലെതന്നെ മനുഷ്യനോടൊപ്പം ദൈവവും മാറുന്നുണ്ട്. കുതിപ്പിന് പല വഴികളുമുണ്ട്. എന്നാൽ കുതിപ്പ് ഉണ്ടായിരിക്കുക എന്നതാണ് പ്രധാനം. നിരാകരണത്തിൽ പശ്ചാത്തപിക്കുന്നവർ നേരിടുന്ന ആത്യന്തികമായ വൈപരീത്യങ്ങൾ, യുക്തിസഹജമായ വ്യവസ്ഥിതികൾ എന്നിവ നിശ്ചിതമായ മത ചോദനത്തിൽ നിന്നും പൊട്ടിമുളച്ചേക്കാം. നിത്യതയിലേക്കുള്ള അവകാശവാദം നിരത്തുകയും അതിൽമാത്രം ശ്രദ്ധകൊടുക്കുകയും ചെയ്യുന്നു.

ആത്മീയ നിലപാടിനെ ഉപേക്ഷിക്കുന്ന യുക്തിയുടെ വികാസം ആവർത്തിക്കപ്പെടേണ്ടതുതന്നെയാണ്. ലോകത്തെ വിശദമാക്കാൻ ലക്ഷ്യമിടുന്ന യുക്തിയാണ് തത്ത്വത്തെ അടിസ്ഥാനപ്പെടുത്തുന്നത്. ഒരാശയത്തെ അംഗീകരിച്ച് സ്വീകരിച്ചശേഷം ലോകത്തെകുറിച്ചൊരു വ്യക്തമായ കാഴ്ചപ്പാട് നല്കുന്നത് സ്വാഭാവികമാണ്. അത് പൂർണ്ണമായും ന്യായയുക്തമായിരിക്കണം. പക്ഷേ, ഇവിടെ നാം സ്വീകരിച്ചിരിക്കുന്ന യുക്തിയുമായി യാതൊരു സാക്ഷ്യവും യോജിപ്പും അതിനില്ല. ലോകത്തിന്റെ അർത്ഥ ശ്യൂന്യതയുടെ തത്ത്വശാസ്ത്രത്തിന് തുടക്കമിടുന്ന മനസ്സിന്റെ ചുവടുവെപ്പിൽ വെളിച്ചം കൊടുക്കുക എന്നതാണ് സത്യത്തിൽ നമ്മുടെ ലക്ഷ്യം. അതിലെ അർത്ഥവും ആഴവും കണ്ടെത്തിക്കൊണ്ട് അത് അവസാനിക്കും. ആ ചുവടുവയ്പുകളുടെ ഏറ്റവും സ്പർശ്യമായത് സത്തയിലെ മതപരതയാണ്. ഇത് അയുക്തിയുടെ പ്രതിപാദ്യ വിഷയത്തിൽ മുക്തത തേടുന്നു. എന്നാൽ മാർഗ്ഗനിർദ്ദേശകതത്ത്വങ്ങളും 'ഇല്ല' എന്ന് ഭാവന ചെയ്യപ്പെടുന്ന ഒരു ലോകത്തേക്ക് യുക്തിസഹമായ കാരണങ്ങൾ ഒരാൾ ആരോപിക്കുമ്പോഴും നിശ്ചയമായും അതിന്റെ വിരോധാഭാസവും ഗൃഹാതുരത്വവും പ്രകടമാകും.

ഹൂസ്സോളും പ്രതിഭാസ ശാസ്ത്രകാരന്മാരും കൂടി മോടിപിടിപ്പിച്ചെടുത്ത 'നിശ്ചയം' അഥവാ ചിന്തയാണ് ഈ പ്രതിപാദ്യ വിഷയം. പരോക്ഷമായി ഇതു ഞാൻ സൂചിപ്പിച്ചിട്ടുള്ള ഒന്നാണ്. മൗലികമായി ഹൂസ്സോളിന്റെ മാർഗ്ഗം യുക്തിയുടെ ക്ലാസിക് രീതിയെ നിരാകരിക്കുന്നു. എന്നെ ഇത് വിശദീകരിക്കാൻ അനുവദിച്ചാലും. ഒരു മഹത്തായ തത്ത്വത്തിന്റെ കപട വേഷത്തിനു കീഴിൽ പ്രത്യക്ഷമാക്കലിനെ സുപരിചിതമാക്കുകയോ ഏകീകരിക്കുകയോ അല്ല ചിന്ത. എല്ലാറ്റിനും ഉപരിയായി എങ്ങനെ വീണ്ടും കാണണമെന്ന് പഠിക്കുക, ഒരാളുടെ ബോധത്തെ നിയന്ത്രിക്കുക ഓരോ പ്രതിച്ഛായയ്ക്കും ഓരോ പ്രത്യേകാധികാര കേന്ദ്രമുണ്ടാക്കുക എന്നിവയാൽ ഉൾക്കൊണ്ടിട്ടുള്ളവയാണ്. മറ്റൊരു അർത്ഥത്തിൽ പ്രതിഭാസശാസ്ത്രം ലോകത്തെ വിശദീകരിക്കാൻ വിസ്സമ്മതിക്കുന്നു. യഥാർത്ഥ അനുഭവത്തിന്റെ വിവരണം മാത്രമേ അത് ആഗ്രഹിക്കുന്നുള്ളൂ. അസംബന്ധ ചിന്തകൾ അതിന്റെ ആദ്യ അവകാശവാദത്തിൽ സത്യമല്ലെന്നും എന്നാൽ വെറും സത്യങ്ങളാണെന്നും അത് സ്ഥിതീകരിക്കുന്നു. ഓരോന്നിനും അതിന്റേതായ സത്യമുണ്ട്. അതിലേക്ക് ശ്രദ്ധ നല്കിക്കൊണ്ട് ബോധം അതിനെ പ്രകാശിപ്പിക്കുന്നു. ജ്ഞേയ വസ്തുവിനെ ബോധം രൂപപ്പെടുത്തുന്നില്ല. അത് വെറും കേന്ദ്രീകരിക്കൽ മാത്രമാണ്. അത് ശ്രദ്ധയുടെ പ്രവർത്തനമാണ്. ബർഗ്മാനിയൻ നിർവ്വചനം കടമെടുക്കുകയാണെങ്കിൽ അത് പ്രതിച്ഛായയിൽ കേന്ദ്രീകരിക്കുന്ന ഒരനുഭവമാണ്. അവിടെ രംഗചിത്രമില്ല എന്നതാണ് പ്രധാനം. എന്നാൽ പിന്തുടർച്ചയുള്ളതും പൊരുത്തമില്ലാത്തതുമായ ചിത്രീകരണമാണ് അവിടെ നടക്കുന്നത്. ആ 'മാജിക്ക് ലാന്റേണിൽ' എല്ലാ ചിത്രങ്ങൾക്കും പ്രത്യേക അവകാശങ്ങളും ബോധം, ശ്രദ്ധ എന്നിവ അതിന്റെ ഉപാധികളെ തല്ക്കാലി

കമായി മാറ്റിനിർത്തുകയും ചെയ്യുന്നു. അവയെ ഒറ്റപ്പെടുത്തുന്നു. അതുകൊണ്ട് അവ എല്ലാവിധികൾക്കുമപ്പുറത്താണ്. ബോധത്തെ വിശേഷിപ്പിക്കുന്നതാണ് ഈ ചിന്ത. ഈ വാക്ക് അവസാനനില എന്ന ആശയം ഉൾക്കൊള്ളുന്നില്ല. മാർഗ്ഗദർശനം എന്ന അർത്ഥത്തിലാണ് അതെടുത്തിട്ടുള്ളത്. ഇതിന്റെ മുഖവില വെറും സ്ഥല ചിത്രീകരണം മാത്രമാണ്.

ആദ്യകാഴ്ചയിൽ അസംബന്ധാത്മാവ് ഒന്നുമായും സംഘട്ടനത്തിൽ ഏർപ്പെടുന്നില്ലെന്ന് തോന്നിപ്പോകും. സ്വയം പരിമിതപ്പെടുത്തുന്ന ചിന്തയുടെ ഒരുക്കം അനുഭവങ്ങളുടെ നിഗൂഢമായ സമ്പുഷ്ടതയിലും പ്രകടമായിരിക്കും. ഇത് പൂർണ്ണതയിലെത്തുമ്പോൾ അസംബന്ധത്തിന്റെ നടപടിക്രമവും പൂർണ്ണമാകുന്നു. ഇവിടെ ചിന്തയുടെ രണ്ടു മാർഗ്ഗങ്ങളെക്കുറിച്ച് ആധികാരികമായി ചർച്ചചെയ്യേണ്ടതുണ്ട്. ആദ്യത്തേത് മന:ശാസ്ത്രത്തിന്റേയും രണ്ടാമത്തേത് അതിഭൗതികതയുടെയും. ഇവ രണ്ടും വെറുമൊരു മന:ശാസ്ത്രനിലപാടിന്റെ പാരമ്പര്യാധിഷ്ഠിത നിർവ്വചനങ്ങളിൽ ഒതുക്കിപ്പറയാവുന്നതല്ല. അസംബന്ധാവസ്ഥയിൽനിന്ന് വേർപിരിഞ്ഞു പോകാൻ കഴിയാത്തതായെന്തോ ഇവയ്ക്കുണ്ട്. ഈ സത്യം സ്വഭാവത്തിന്റെ മന:ശാസ്ത്രമാണ്. ഇത് യാഥാർത്ഥ്യത്തിന് വാഗ്ദാനം ചെയ്യാൻ കഴിയുന്ന താല്പര്യത്തെ സരളമായി സാക്ഷ്യപ്പെടുത്തുന്നു. ഉറങ്ങുന്ന ഒരു ലോകത്തെ ഉണർത്തി മനസ്സ് തെളിയിച്ചുകൊടുക്കുന്ന ഒരു മാർഗ്ഗമാണിത്. സത്യം എന്ന ആശയത്തെ വിസ്മൃതമാക്കാനും അതിനെ യുക്ത്യാധിഷ്ഠിത അടിസ്ഥാനത്തിൽ നിർവ്വചിക്കാനും ശ്രമിക്കുകയാണെങ്കിൽ അറിവിന്റെ സത്ത ഈ മാർഗ്ഗങ്ങളിലൂടെ അനാവരണം ചെയ്യാനാകും. എന്നാൽ ഒരു അസംബന്ധ മനസ്സിനെ സംബന്ധിച്ചിടത്തോളം ഇത് ദുർഗ്രാഹ്യമായിരിക്കും. ഒരുക്കത്തിനും മന:പൂർവ്വമായ നിലപാടുകളിലെ പ്രകടമായ ഉറപ്പിനും പ്രതിഭാസചിന്തയുടെ മങ്ങിമങ്ങിയുള്ള പ്രകാശത്തിനും ഈ പതർച്ച ഇപ്പോൾ അസംബന്ധ യുക്തിയെ മറ്റെന്തിനേക്കാളും വ്യക്തമായി ചിത്രീകരിക്കും.

എല്ലാകാര്യങ്ങളെയും ഒരു കാര്യംകൊണ്ടു വിശദീകരിക്കാനാവില്ല. എന്നാൽ എല്ലാകാര്യങ്ങളുംകൊണ്ട് ഒന്നിനെ വിശദീകരിക്കാനാകും. ഒരു വ്യത്യാസവും ഞാനതിൽ കാണുന്നില്ല. ഏതു വിവരണവും അതിന്റെ അവസാനത്തിൽ ബോധം ഫലവത്താക്കുന്ന സത്തകളും ആശയങ്ങളും ഉത്തമമാതൃകകളായി പരിഗണിച്ചിട്ടില്ല എന്നതാണ് ശരി. എന്നാൽ അവ ഗ്രഹണശക്തിയുടെ ഓരോ ആധാരത്തിലും നേരിട്ട് ഇടപെട്ടു എന്നുവരും. എല്ലാത്തിനെയും വിശദമാക്കുന്ന ഏകാശയം ഇതുവരെ ഉണ്ടായിട്ടില്ല. എന്നാൽ എണ്ണമറ്റസത്തകൾ എണ്ണമറ്റ വസ്തുക്കളുടെ അർത്ഥം നല്കുന്നുണ്ട്. ലോകം നിന്നു പോകുമെങ്കിലും പ്രകാശിക്കും. പ്ലേറ്റോണിക് യാഥാർത്ഥ്യവാദത്തിന് ഇപ്പോഴും പ്രസക്തിയുണ്ട്. കീർക്കഗോർ അദ്ദേഹത്തിന്റെ ദൈവത്താൽ അപഹരിക്കപ്പെട്ടു. പർമെനിഡസ് ചിന്തകളെ ഏകത്തിൽ മുക്കിക്കളഞ്ഞു. എന്നാലിവിടെ ചിന്ത അമൂർത്തമായ ബഹുദേവതാ വാദത്തെ ഉപേക്ഷിക്കുന്നു. മതിഭ്രമങ്ങളും കല്പിത കഥകളും

'ലോകാതീതസത്ത'യിൽ ഉൾപ്പെടുന്നു. ആശയങ്ങളുടെ പുതുലോകത്തിൽ പകുതി മനുഷ്യനും പകുതി കുതിരയുമായ സങ്കല്പജീവി കൂടുതൽ ഇണക്കമുള്ള ആധുനികവാസികളായ മനുഷ്യരുമായി സഹകരിക്കുന്നു.

ലോകത്തിന്റെ എല്ലാവശങ്ങൾക്കും പ്രത്യേക അവകാശവിശേഷം ഉണ്ടെന്നുള്ളതാണ് മന:ശാസ്ത്രപരമായ അഭിപ്രായം. അസംബന്ധമായ മനുഷ്യനെ സംബന്ധിച്ചിടത്തോളം ഇത് സത്യമാണ്. ഓരോന്നിനും അവകാശവിശേഷമുണ്ടെന്നു പറയുന്നത് എല്ലാം തുല്യമാണെന്ന് പറയുന്നതിന്റെ സമാനാർത്ഥമാണ്. എന്നാൽ, പ്ലേറ്റോയോട് അടുത്തു നില്ക്കുന്നുവെന്ന് തോന്നുന്ന ഒരു പ്രാഥമിക പ്രതിപ്രവർത്തനത്തിലൂടെ സത്യത്തിന്റെ ഭൗതികാതീത നമുക്ക് തിരിച്ചറിയാവുന്നതാണ്. ഓരോ പ്രതിഫലനങ്ങളും വിശേഷാവകാശങ്ങളോടുകൂടിയ സത്ത ഉണ്ടെന്ന് ഒരാൾ പഠിച്ചിരിക്കണം. അധികാരശ്രേണിയില്ലാത്ത ഈ മാതൃകാ ലോകത്തിൽ ഔപചാരിക സൈന്യത്തെ രൂപപ്പെടുത്തിയിരിക്കുന്നത് ജനറലന്മാരെകൊണ്ടാണ്. അതീതമാകൽ എന്നത് ഇല്ലാതായിരിക്കുന്നു എന്നതിനെ ഉറപ്പിക്കുന്നതിന്റെ ഭാഗമാണ്. എന്നാൽ ചിന്തയിൽ പെട്ടെന്ന് ഉണ്ടാകുന്ന മാറ്റം പ്രപഞ്ചത്തെ അതിന്റെ പാതയിൽ പുന:സ്ഥാപിക്കയും തുണ്ടു തുണ്ടായ അന്തർലീനത പുതു ലോകത്തിലേക്ക് തിരിച്ചുകൊണ്ടുവരികയും ചെയ്യുന്നു.

വളരെ കരുതലോടെ കൈകാര്യം ചെയ്ത പ്രതിപാദ്യവിഷയത്തെ ഞാൻ വലിച്ചിഴച്ച് ദൂരത്തേക്ക് കൊണ്ടുപോയോ എന്ന് സംശയിച്ചേക്കും. ഹുസ്സോളിന്റെ കണ്ടെത്തലുകളെ ഞാൻ വായിച്ചിട്ടുള്ളത് പ്രത്യക്ഷത്തിൽ വിരോധാഭാസമെങ്കിലും കർക്കശമായ താർക്കികമായിട്ടാണ്. സത്യമെന്നാണോ അതിനെ വിവരിക്കേണ്ടതെന്ന് എനിക്ക് അറിഞ്ഞുകൂടാ. അസന്നിഗ്ദ്ധമായും അതു സത്യംതന്നെയാണ്. സത്യം ഒന്നേ ഉള്ളു. അത് അഭിന്നമായിരിക്കും. എന്നാൽ വിവിധജീവികൾ അത് ഗ്രഹിക്കുന്നത് വ്യത്യസ്തമായിട്ടായിരിക്കും. യുക്തി വിജയിക്കുകയും അതിന്റെ ശബ്ദം കാഹളമായി മുഴങ്ങുകയും ചെയ്യും. എനിക്കത് നിഷേധിക്കാൻ കഴിയുകയില്ല. അസംബന്ധ ലോകത്തിൽ അവയുടെ നിശ്ചയങ്ങൾക്ക് എന്ത് അർത്ഥമാണുള്ളത്? മാലാഖയുടേയോ ദൈവത്തിന്റെയോ കാര്യത്തിൽ എന്നെ സംബന്ധിച്ച് യാതൊരർത്ഥവുമില്ല. എന്നെ അംഗീകരിക്കുന്ന ദിവ്യയുക്തിയുടെ ജ്യാമിതിയ സ്ഥലം എനിക്കെപ്പോഴും ദുർഗ്രാഹ്യമാണ്. ഇവിടേയും ഞാൻ കുതിപ്പിനെ ഗുണദോഷത്തോടെ ഗ്രഹിക്കുകയും അമൂർത്തതയിൽ വിസ്മരിക്കാൻ തയ്യാറാവുകയും ചെയ്യുന്നു. വീണ്ടും ഹുസ്സോൾ ഉച്ചത്തിൽ വിളിച്ചുപറയുന്നു. “എല്ലാ പിണ്ഡങ്ങളും അപ്രത്യക്ഷമാകുന്ന ആകർഷണത്തിന് വിധേയമെങ്കിൽ, ആകർഷണത്തിന്റെ നിയമത്തെ നശിപ്പിക്കാൻ പറ്റില്ല” എന്ന്. പകരം അത് സാദ്ധ്യമായ പ്രയോഗമില്ലാതെ അവശേഷിക്കും. തെളിവിന്റെ പാത ഉപേക്ഷിക്കുവാൻ ചിന്തയിലൂടെ ഞാൻ ആഗ്രഹിക്കുകയാണെങ്കിൽ, ഹുസ്സോൾ പറയുന്ന മന

സ്സിന്റെ സമാന്തര യുക്തിയെക്കുറിച്ച് മാത്രം ഞാൻ പുനഃർവായന നടത്തണം. മനഃപ്രക്രിയയുടെ ശരിയായ നിയമങ്ങൾ വ്യക്തമായി ആവിഷ്കരിക്കുവാൻ കഴിഞ്ഞിട്ടുണ്ടായിരുന്നെങ്കിൽ അവ സൈദ്ധാന്തിക പ്രകൃതിശാസ്ത്രത്തിന്റെ അടിസ്ഥാന നിയമംപോലെ അനന്തവും മാറ്റമില്ലാത്തതുമായി കാണുമായിരുന്നു. അതുകൊണ്ട് മനോപ്രക്രിയ ഒന്നുമില്ലെങ്കിൽപ്പോലും അവ സാധുവായിരുന്നേനേ. മനസ്സ് ഇല്ലെങ്കിൽപ്പോലും നിയമങ്ങൾ ഉണ്ടായിരിക്കും! അപ്പോൾ ഞാൻ ഹുസ്സോൾയുക്തി ചിന്തയ്ക്ക് ഒരു ചട്ടം നിർമ്മിക്കാൻ ലക്ഷ്യമിടുന്നു എന്ന മനഃശാസ്ത്ര സത്യം കാണുന്നു. മനുഷ്യയുക്തിയുടെ സമന്വയ ശക്തിയെ നിരാകരിച്ചശേഷം അദ്ദേഹം നിത്യമായ യുക്തിയിലേക്ക് കുതിക്കുന്നു.

ഹുസ്സോളിന്റെ 'ഇന്ദ്രിയഗോചര പ്രപഞ്ചം' അഥവാ ഭൗതികപ്രപഞ്ചത്തിന് അപ്പോൾ എന്നെ അത്ഭുതപ്പെടുത്താൻ കഴിയില്ല. എല്ലാ സത്തകളും മുറപ്രകാരമുള്ളതല്ല. പക്ഷേ, ചിലതെല്ലാം യുക്തി ചിന്തയുടെ പദാർത്ഥവശത്തെ സംബന്ധിച്ചുള്ള ഭൗതികതയുള്ളതാണ്. ഇതിൽ ആദ്യത്തേത് യുക്തിശാസ്ത്രസംബന്ധിയായ വസ്തുക്കളും രണ്ടാമത്തേത് ശാസ്ത്രവുമാണെന്ന് ഞാൻ പറഞ്ഞാൽ അത് നിർവ്വചനത്തിന്റെ മാത്രം പ്രശ്നമായിരിക്കും. ഞാൻ പറഞ്ഞ അമൂർത്തത ഭൗതികപ്രപഞ്ചത്തിന്റെ സാന്ദ്രത ഇല്ലാത്ത ഒരുഭാഗത്തെ ചൂണ്ടിക്കാട്ടുന്നു. എന്നാൽ ഞാൻ ചൂണ്ടിക്കാട്ടിയ ചാഞ്ചല്യം, ഈ സംജ്ഞയിലേക്ക് വെളിച്ചം വീശുവാൻ എന്നെ അനുവദിക്കുന്നു. എന്റെ ശ്രദ്ധയുടെ മൂർത്തമായ ഉപാധിയാണിത്. ഈ ആകാശം, ഈ കുപ്പായത്തിൻമേലുള്ള ആ ജലത്തിന്റെ പ്രതിഫലനം മാത്രം ലോകത്തിൽ എന്റെ താല്പര്യം എന്ന യാഥാർത്ഥ്യത്തിന്റെ മാന്യതയെ സംരക്ഷിക്കുന്നു. അത് ഞാൻ നിഷേധിക്കുകയില്ല. എന്നാൽ ഈ കോട്ട് പ്രപഞ്ചത്തിന്റെ ഭാഗമല്ല. അതിന്റേതായ പ്രത്യേകതയും സത്തയും ഉള്ള ഈ പ്രപഞ്ച രൂപങ്ങളുടെ ലോകമാണ്. അപ്പോൾ ഞാൻ ശ്രേണിയുടെ നിരമാത്രം വ്യത്യാസപ്പെട്ടിരിക്കുന്നതായി മനസ്സിലാക്കുന്നു. ഉന്നതപ്രപഞ്ചത്തിൽ ഈ ലോകത്തിന്റെ പ്രതിഫലനം അവസാനിക്കും. എന്നാൽ രൂപങ്ങളുടെ സ്വർഗ്ഗം ഈ ഭൂമിയുടെ നിഴലുകളുടെ വ്യൂഹത്തിൽ രൂപംകൊള്ളും. ഈ മാറ്റങ്ങൾ എനിക്കൊന്നുമല്ല. ഇവിടെ മനുഷ്യാവസ്ഥയുടെ അർത്ഥം സാന്ദ്രതയ്ക്കു വേണ്ടിയുള്ള സമാഗതമല്ലാതെ സാന്ദ്രതയെതന്നെ സാമാന്യവല്ക്കരിക്കുന്നു. അപ്പോൾ അനിയന്ത്രിതമായ ഒരു ധിഷണത്വം കൂടി ഇതിനുണ്ടെന്നുവരുന്നു.

ലജ്ജാകരമായ യുക്തിയുടെയും വിജയകരമായ യുക്തിയുടെയും വിപരീത ദിശകളിലൂടെ സ്വയം നിഷേധത്തിലേക്ക് നീങ്ങുന്നത് ബുദ്ധിശൂന്യതയാണ്. ഹുസ്സോളിന്റെ അമൂർത്ത ദൈവത്തിൽ നിന്ന് കീർക്കഗോറിന്റെ അതിദീപ്തമായ ദൈവത്തിലേക്കുള്ള ദൂരം വളരെക്കൂടുതലല്ല. യുക്തിയും അയുക്തിയും ഒരേ മതപ്രഭാഷണത്തിലേക്കാണ് നീങ്ങുന്നത്. സത്യത്തിന്റെ മാർഗ്ഗം പ്രസക്തിയുള്ളതാണ്. എത്തിച്ചേരാനുള്ള ആഗ്രഹം മാത്രംമതി അതിന്. അമൂർത്ത തത്ത്വചിന്തകനും മതതത്വചിന്തകനും

ഒരേ ക്രമരാഹിത്യത്തിൽ നിന്നാരംഭിച്ച് പരസ്പരം ഒരേ ആകുലതകളെ പിന്തുണയ്ക്കുന്നു. ഇവിടെ ഇവയെ ആധികാരികമായി വിശദീകരിക്കുക എന്നതാണ് പ്രധാനം. ഗൃഹാതുരത്വം ഇവിടെ അറിവിനേക്കാൾ, ചിന്താലോകത്തിന്റെ സാരഗർഭമല്ലാത്ത ഒരു തത്ത്വശാസ്ത്രത്താൽ ആഴത്തിൽ ഉത്തേജിപ്പിക്കപ്പെട്ടിള്ളതും അതിന്റെ നിശ്ചയങ്ങളിൽ വളരെയേറെ വിഭജിക്കപ്പെട്ട ഒന്നായിരിക്കുകയും ചെയ്യും. ഇത് ഒത്തുതീർപ്പിന്റെ കാര്യമാണ്. യുക്തിയുടെ ആശയം ഒരു ഏകമാർഗ്ഗ ആശയമാണെന്ന തെറ്റായ ചിന്ത എപ്പോഴുമുണ്ട്. അതിമോഹത്താൽ കർക്കശമായ ഈ സാമാന്യ സങ്കല്പം അസ്ഥിരമായ മറ്റുള്ളവയിൽനിന്ന് ഒട്ടും താഴെയല്ല. യുക്തി എന്നത് തികച്ചും മാനവികമാണെങ്കിലും ദിവ്യത്തിലേക്ക് തിരയാൻകൂടി കഴിവുള്ള ഒന്നാണത്. നിത്യമായ ശീതോഷ്ണാവസ്ഥയുമായി ഒത്തുതീർപ്പായ പ്ലോട്ടിനസ്സ് അതുകൊണ്ടുതന്നെ അപരിചിതമായ എല്ലാറ്റിൽ നിന്നും അകലേക്ക് നീങ്ങാൻ പ്രേരിതനാകുന്നു. ഇവിടെ ചിന്ത ഒരു ഉപകരണമായി പ്രവർത്തിക്കുന്നു. ഒരു മനുഷ്യന്റെ ചിന്ത അവന്റെ ഗൃഹാതുരതയെ ആശ്രയിച്ചാണ് നിലനില്ക്കുന്നത്.

പ്ലോട്ടിനസ്സിന്റെ ഖിന്നതയെ സാന്ത്വനപ്പെടുത്താൻ സഹായിച്ച യുക്തിപോലെ, അത് നിത്യതയുടെ സുപരിചിതമായ സംവിധാനത്തിൽ തനിയെ ശാന്തമാകുന്ന ആധുനിക ദുഃഖമുണ്ടാക്കുന്നു. അസംബന്ധ മനസ്സിന് അല്പ ഭാഗ്യമേ ഇതു നല്കുന്നുള്ളു. ഇതിനുവേണ്ടി ലോകം യുക്തിപരമോ യുക്തിരഹിതമോ ആയിമാറുന്നു. ഹൂസ്സോളിനോടൊപ്പമാണെങ്കിൽ യുക്തിക്ക് ആത്യന്തികമായ പരിമിതികൾ ഇല്ലാതാകും. അതിനു വിപരീതമായി അസംബന്ധം, തീവ്രദുഃഖത്തെ ശക്തമാക്കാൻ കഴിവില്ലാത്തതുകൊണ്ട് പരിമിതികൾ സ്ഥാപിക്കും. ആ ദുഃഖം നിരാകരിക്കുവാൻ ഏകപരിധി മതിയാകുമെന്ന് കീർക്കഗോർ സ്വതന്ത്രമായി അഭിപ്രായപ്പെടുന്നു. പക്ഷേ, അസംബന്ധം അത്രയും ദൂരം പോകുന്നില്ല. ഇതിനുവേണ്ടി, ആ പരിധി, യുക്തിയുടെ വ്യാമോഹത്തിൽ മാത്രം നിയന്ത്രിക്കപ്പെട്ടിരിക്കുന്നു. യുക്തിയുടെ ആ പ്രതിപാദ്യവിഷയം അസ്തിത്വവാദികൾ സങ്കല്പിക്കുന്നതുപോലെ ചിന്താക്കുഴപ്പമായി മാറുകയും സ്വയം നിരാകരിച്ചുകൊണ്ട് രക്ഷപ്പെടുകയും ചെയ്യുന്നു. പിരിമിതികളെ അടയാളപ്പെടുത്തുന്ന സുഗ്രഹമായ യുക്തിയാണ് അസംബന്ധം.

കുഴപ്പം പിടിച്ച ഈ പാതയുടെ അവസാനം മാത്രമാണ് അസംബന്ധ മനുഷ്യൻ അവന്റെ ശരിയായ ലക്ഷ്യത്തെ തിരിച്ചറിയുന്നത്. ഹൂസ്സോളിന്റെ പ്രപഞ്ചത്തിൽ ലോകം വ്യക്തമാകുകയും മനുഷ്യ ഹൃദയം അഭയം നല്കുന്ന ചങ്ങാത്തത്തിന് വേണ്ടി കൊതിക്കുകയും ഉപയോഗശൂന്യമായി മാറുകയും ചെയ്യുന്നു. കീർക്കഗോറിന്റെ വെളിപാടു പുസ്തകത്തിൽ ആഗ്രഹങ്ങൾ സഫലമാകണമെങ്കിൽ വ്യക്തതയ്ക്കുവേണ്ടിയുള്ള ആഗ്രഹങ്ങൾ ത്യജിക്കണം. പാപം അറിയേണ്ടിടത്തോളം ആരും അറിയുന്നില്ല. (അങ്ങനെ അറിഞ്ഞിരുന്നുവെങ്കിൽ എല്ലാവരും നിരപരാധികളായേനേ.) യഥാർത്ഥത്തിൽ അത് ഒരാളുടെ അപരാധവും അയാളുടെ നിരപരാധിത്വവും തമ്മിൽ രൂപപ്പെടുത്തുന്നഒന്നാണ്. അസംബന്ധ മനുഷ്യന് അനുഭവിക്കാൻ കഴിയുന്ന പാപം അതാണ്. എല്ലാ ഭൂതകാല

വൈരുദ്ധ്യങ്ങളും വെറും താർക്കിക വിനോദമായി മാറുന്ന ഒരു പരിഹാരം അയാൾക്ക് വാഗ്ദാനം ചെയ്യപ്പെടുന്നു. എന്നാൽ അയാൾ അനുഭവിച്ച വഴികൾ ഇതല്ല. ഇപ്പോഴും തൃപ്തിപ്പെടാത്തവ ഉൾക്കൊള്ളുന്ന അവയുടെ സത്യം തീർച്ചയായും സംരക്ഷിച്ചിരിക്കണം. അയാൾ ഒരിക്കലും ഒരു മതപ്രഭാഷണം ആവശ്യപ്പെടുന്നില്ല.

എന്റെ യുക്തിചിന്ത ആവശ്യപ്പെടുന്നത് അത് ഉണർത്തിയ തെളിവുകളോട് വിശ്വാസ്യത ഉളവായിരിക്കണമെന്നാണ്. ആ തെളിവ് അസംബന്ധമാണ്. അത് അഭിലഷിക്കുന്ന മനസ്സും നിരാശപ്പെടുത്തുന്ന ലോകത്തിനമിടയ്ക്കുള്ള വേർപിരിയലും ഐക്യത്തിനുവേണ്ടിയുള്ള എന്റെ ഗൃഹാതുരത്വവും അവയെ സംയോജിപ്പിക്കുന്ന വൈരുദ്ധ്യങ്ങളാണ്. കീർക്കഗോർ എന്റെ പ്രപഞ്ചത്തെ അടിച്ചമർത്തുകയും ഹുസ്സോൾ ആ പ്രപഞ്ചത്തെ ഒരുമിപ്പിക്കുകയും ചെയ്യുന്നു. ഞാൻ പ്രതീക്ഷിച്ചുകൊണ്ടിരുന്നത് അതല്ലായിരുന്നു. ഒരാൾ സ്വീകരിച്ചിട്ടുണ്ടോ തിരസ്കരിച്ചിട്ടുണ്ടോ എന്നറിയുന്നതിന്റെ തകിടം മറിച്ചിലുകളുമായി ജീവിക്കുകയും ചിന്തിക്കുകയും ചെയ്യുന്ന കാര്യമാണത്. അതിന്റെ സമവാക്യത്തിന്റെ ഏതെങ്കിലുമൊരു സംജ്ഞയെ നിഷേധിച്ചുകൊണ്ട് അസംബന്ധത്തെ അമർത്തിവയ്ക്കുന്ന, തെളിവുകൾക്ക് മുഖംമൂടി ഇടുന്നതിന്റെ പ്രശ്നം അവിടെ ഉണ്ടാകാൻ പാടില്ല. ഇരുൾകൊണ്ട് ഒരാൾക്ക് ജീവിക്കാമോ ഇല്ലയോ, മറുവശത്ത് അതുമൂലം മരിക്കണമെന്ന് ആജ്ഞാപിക്കുന്ന യുക്തി ഉണ്ടോ ഇല്ലയോ എന്ന് അറിയുന്നത് പ്രധാനമാണ്. താത്ത്വികമായ ആത്മഹത്യയിൽ എനിക്ക് താല്പര്യമില്ല. എന്നാൽ, ശുദ്ധ ആത്മഹത്യയുടെ വൈകാരിക ഉള്ളടക്കത്തെ വിമലീകരിക്കാനും അതിന്റെ താർക്കിക യുക്തിയെയും സത്യസന്ധതയെയും അറിയാനും ആഗ്രഹിക്കുന്നു. മറ്റുള്ള ഏതുനിലപാടും ധ്വനിപ്പിക്കുന്നത് അസംബന്ധ മനസ്സിനെ ചതിക്കുന്നതിന് വേണ്ടിയും മനസ്സ് തനിയെ വെളിച്ചത്തുകൊണ്ടുവന്നതെന്താണോ അതിനു മുൻപേതന്നെ മനസ്സിന്റെ പിൻവാങ്ങലിനെയുമാണ്. അസ്തിത്വത്തിന്റെ വ്യാപകമായി അറിയപ്പെടുന്നതും സൗകര്യപ്രദവുമായ അവസ്ഥകളിൽ ജീവിക്കുകയും ചിന്തിക്കുകയും ചെയ്യുന്ന ശീലത്തിൽനിന്ന് രക്ഷപ്പെടുന്ന അഭിലാഷത്തെ അനുസരിക്കുവാൻ ഹുസ്സോൾ വാദിക്കുന്നു. എന്നാൽ അവസാനകുതിപ്പ് കീർക്കേഗോറിന് ഇഷ്ടപ്പെട്ടതുപോലുള്ള ഒരു ഭയങ്കര അപകടത്തെ പ്രതിനിധാനം ചെയ്യുന്നില്ല. പകരം, അപകടം കുതിപ്പിന് മുൻപേ സൂക്ഷ്മമായ നിഗൂഢതയിൽ ലയിച്ചുകിടക്കുന്ന ഒന്നാണ്. തലചുറ്റിക്കുന്ന ആ ശിരോ ഭൂഷണത്തിൽ തുടരാൻ കഴിയുന്നത് ആർജ്ജവത്തായ ഒരനുഭവമാണ്.

കീർക്കഗോറിന്റേതുപോലെ പൊരുത്തങ്ങൾ ഒരിക്കലും പ്രചോദിപ്പിക്കില്ല എന്നുകൂടി ഞാൻ അറിയുന്നു. എന്നാൽ നിസ്സഹായതയ്ക്ക് ചരിത്രത്തിന്റെ അലക്ഷ്യതകളിൽ സ്ഥാനമുണ്ടെങ്കിൽ, ഇപ്പോൾ അറിയപ്പെടുന്ന ആരുടേയോ ദുർഘടസ്ഥിതിയുടെ യുക്തിവിചാരമല്ലാതെ അത് മറ്റൊന്നുമാവില്ല.

അസംബന്ധ സ്വാതന്ത്ര്യം

ഇപ്പോൾ ഞാൻ സുപ്രധാനമായൊരു കാര്യം ചെയ്തുകഴിഞ്ഞു. എന്നിൽനിന്ന് ഒഴിച്ചുനിർത്തുവാൻ പറ്റാത്ത ചില സത്യങ്ങൾ ഞാൻ ഉയർത്തിപ്പിടിക്കുന്നു. ഞാൻ എന്തറിയുന്നു? എന്താണ് നിശ്ചിതം? എനിക്ക് നിഷേധിക്കാൻ കഴിയാത്തതെന്ത്? എനിക്ക് തിരസ്കരിക്കുവാൻ കഴിയാത്തതെന്ത്? ഇതെല്ലാമാണ് ഇവിടെ പരിഗണിക്കപ്പെടുന്നത്. അവ്യക്തമായ ഗൃഹാതുരത്വത്തിൽ ജീവിക്കുന്ന ഞാൻ എല്ലാം നിരാകരിക്കുവാൻ തയ്യാറാകുന്നു. ഐക്യത്തിനുവേണ്ടിയുള്ള ഈ ആഗ്രഹം, പരിഹാരത്തിനുള്ള ഈ കൊതി, വ്യക്തതയുടെയും പരസ്പരാശ്രയത്വത്തിന്റെയും ആവശ്യത്തിനുവേണ്ടികൂടിയാണ്. എനിക്ക് ചുറ്റുമുള്ള ലോകത്തിൽ എന്നെ ദ്രോഹിക്കുകയോ ഹർഷപുളകിതനാക്കുകയോ ചെയ്യുന്ന എല്ലാറ്റിനേയും എനിക്ക് നിരസിക്കാൻ കഴിയും. ഈ കലാപം, ഈ പരമാധികാര സന്ദർഭം, അരാജകത്വത്തിൽനിന്ന് മുളച്ച് പൊന്തുന്ന ഈ ദിവ്യമായ തുല്യത എന്നിവ ഒഴിച്ച് ഈ ലോകത്തിന് അതിനെ വിശിഷ്ടമാക്കുന്ന ഒരർത്ഥം ഉണ്ടോ എന്ന് എനിക്കറിഞ്ഞുകൂടാ എന്നും എന്നെ സംബന്ധിച്ച് ഇപ്പോളിത് അറിയുന്നത് അസാദ്ധ്യമാണെന്നും ഞാനറിയുന്നു. എന്റെ അവസ്ഥയ്ക്ക് പുറത്തുള്ള അർത്ഥത്തിന് എന്ത് മാർഗ്ഗമാണ് എനിക്ക് തരാൻ കഴിയുന്നത്? മനുഷ്യാവസ്ഥകളിലൂടെ മാത്രമേ എനിക്കിത് മനസ്സിലാക്കാൻ കഴിയുള്ളു. ഞാൻ എന്തു സ്പർശിക്കുന്നു, എന്നെ വെറുക്കുന്നതെന്ത് - അതെല്ലാം ഞാൻ മനസ്സിലാക്കുന്നു. ഈ രണ്ടു വസ്തുതകളും - പരമമായതിന് വേണ്ടിയും ഐക്യത്തിനുവേണ്ടിയുമുള്ള ആസക്തിയും ഈ ലോകത്തെ ഒരു യുക്തിപൂർവ്വകവും വിവേകപൂർവ്വകവുമായ ഒരു തത്ത്വത്തിലേക്ക് രൂപപ്പെടുത്തുന്നതിന്റെ അസാദ്ധ്യതയും അവയെ അനുരഞ്ജിപ്പിക്കുവാൻ എനിക്ക് കഴിയില്ല, എന്നുംകൂടി ഞാൻ അറിയുന്നു. എനിക്ക് കുറഞ്ഞുപോയ പ്രതീക്ഷയിലേക്ക് കൊണ്ടുവരാൻ

കഴിയാത്ത, എന്തു സത്യമാണ് എനിക്ക് മുമ്പോട്ടുവയ്ക്കാൻ കഴിയുക. എന്റെ അവസ്ഥയുടെ പരിധിക്കുള്ളിൽ ഒന്നുമില്ലെന്നാണ് സത്യവും അർത്ഥവും.

വൃക്ഷങ്ങളിൽ ഒരു വൃക്ഷമായിരുന്നു ഞാനെങ്കിൽ മൃഗങ്ങളിൽ ഒരു പൂച്ചയായിരുന്നുവെങ്കിൽ ഈ ജീവിതത്തിന് ഒരു അർത്ഥമുണ്ടാകുമായിരുന്നു. മാത്രവുമല്ല ഈ പ്രശ്നം ഉദിക്കുകയുമില്ലായിരുന്നു. ഞാൻ ഈ ലോകത്തിന്റേതായതുകൊണ്ട് മമതയിൽ എനിക്കുള്ള മുഴുവൻ പിടിവാശിയും വെളിപ്പെടുമായിരുന്നു. പരിഹാസ്യമായ ഈ യുക്തി എന്തെന്നാൽ അത് എന്നെ എല്ലാ സൃഷ്ടിയുടേയും പ്രതിപക്ഷത്ത് ഉറപ്പിക്കുന്നു. ഒരു കൈയൊപ്പിടുന്നതിലൂടെ മാത്രം എനിക്ക് അതിനെ കവച്ചുകടക്കുവാൻ കഴിയില്ല. സത്യമെന്ന് ഞാൻ വിശ്വസിക്കുന്നതെന്തോ അതിനെ ഞാൻ പരിപാലിച്ചു സംരക്ഷിക്കണം. സ്പഷ്ടമെന്ന് എനിക്ക് തോന്നുന്നതെന്തോ, അതെനിക്ക് എതിരായിരുന്നാൽപ്പോലും പിന്തുണയ്ക്കാനാകണം. ലോകവും എന്റെ മനസ്സും തമ്മിലുള്ള ബന്ധത്തെ പൊട്ടിച്ചു കളയുന്ന സംഘർഷത്തിന്റെ അടിത്തറ രൂപീകരിക്കുന്നതെന്താണോ അത് ഞാൻ തിരിച്ചറിയണം. അതുകൊണ്ട് ഞാനതിനെ എപ്പോഴും സൂക്ഷിക്കുകയും ജാഗ്രതപ്പെടുത്തികൊണ്ടുമിരിക്കുന്നു. ഞാനിത് നിമിഷനേരത്തേക്കെങ്കിലും ഓർമ്മിക്കണം. ഈ നിമിഷം നേടാൻ കഠിനമെങ്കിലും സ്പഷ്ടമായ അസംബന്ധം മനുഷ്യജീവിതത്തിലേക്ക് തിരിച്ചെത്തുകയും അവിടെ അതിന്റെ വസതി കണ്ടെത്തുകയും ചെയ്യും. ഈ നിമിഷത്തിൽ, മനസ്സിന് പ്രസന്നമായ ഉദ്യമത്തിന്റെ ജലരഹിതമായ വരണ്ടപാത ഉപേക്ഷിക്കുവാൻ കഴിയും. നിത്യജീവിതത്തിൽ ആ പാത തെളിഞ്ഞുവരും. ഇത് അജ്ഞാതനാമകമായ വ്യക്തിപരമല്ലാത്ത 'ഒന്ന്' എന്ന സർവ്വനാമത്തേയും നേരിടും. അപ്പോൾ മനുഷ്യൻ അവന്റെ പ്രക്ഷോഭവും, പ്രസന്നവുമായി ജീവിതത്തിലേക്ക് പ്രവേശിക്കും. ഒരുകൈ എങ്ങനെ നോക്കണമെന്ന് അയാൾ മറക്കും. അവസാനം വർത്തമാനകാലത്തിന്റെ ഈ നരകം അവന്റെ സാമ്രാജ്യമാകും. എല്ലാ പ്രശ്നങ്ങളും അതിന്റെ മൂർച്ചവീണ്ടെടുക്കുക തന്നെ ചെയ്യും. രൂപങ്ങളുടെയും നിറങ്ങളുടെയും കവിതയ്ക്കുമുന്നിൽ അമൂർത്ത തെളിവുകൾ പിൻവലിയും. ആത്മീയ സംഘർഷങ്ങൾ മൂർത്തീഭവിക്കുകയും മനുഷ്യന്റെ ഹൃദയത്തിലെ നീചവും പ്രതാപം കാട്ടുന്നതുമായ അഭയങ്ങളിൽ തിരിച്ചുവരികയും ചെയ്യും. അവയിലൊന്നും സമീകരിക്കപ്പെടുകയില്ല, പക്ഷേ, എല്ലാം രൂപാന്തരപ്പെടും. മരിക്കാൻപോകുന്ന ഒരാൾ കുതിപ്പിനാൽ രക്ഷപ്പെടുക, അയാൾ സ്വന്തം നിലവാരത്തിൽ ആശയങ്ങളുടെയും രൂപങ്ങളുടെയും ഒരു ഹർമ്മ്യം പുനർനിർമ്മിക്കുമോ? പകരം ഒരാൾ അസംബന്ധത്തിന്റെ ആശ്ചര്യകരമായ, ഹൃദയം പിളർത്തുന്ന വാതുവെപ്പിന് പോകുമോ? ഇതു സംബന്ധിച്ച് നമ്മുടെ തീർപ്പുകളിലെത്താൻ ഒരു അവസാന ശ്രമം നടത്താം. അപ്പോൾ ശരീരം, സ്നേഹബന്ധം, സൃഷ്ടി, പ്രവൃത്തി, മനുഷ്യമഹാമനസ്കത, കുലീനത്വം എന്നിവ ഈ ഭ്രാന്തലോകത്തിൽ അവയുടെ സ്ഥാനങ്ങളിലേക്ക്

സംക്ഷേപിക്കപ്പെടും. അവസാനം, അവന്റെ മഹത്വത്തെ ഊട്ടുന്ന അസംബന്ധത്തിന്റെ വീഞ്ഞും അപ്പവും അവിടെ അയാൾ കണ്ടെത്തും.

വീണ്ടും നമുക്ക് മാർഗ്ഗത്തിലൂടെ നടക്കാം. ഇത് വാശിപിടിക്കലിന്റെ കാര്യമാണ്. അസംബന്ധമനുഷ്യൻ അയാളുടെ പാതയിൽ ഒരു നിശ്ചിത ബിന്ദുവിൽ വെല്ലുവിളിക്കപ്പെടുന്നു. മതങ്ങളിലോ പ്രവാചകരിലോ ദൈവമില്ലാതെപോലുമോ ചരിത്രം ഇല്ലാതാകുന്നില്ല. കുതിക്കുവാൻ അയാളോട് പറഞ്ഞു. എന്നാൽ അയാൾക്കത് പൂർണ്ണമായും മനസ്സിലായില്ല. വ്യക്തമല്ല എന്നാണ് അയാൾക്ക് തരാൻ കഴിയുന്ന മറുപടി. യഥാർത്ഥത്തിൽ അയാൾ ആ മറുപടി ആഗ്രഹിക്കുന്നില്ല. ഇത് അഹങ്കാരത്തിന്റെ പാപമാണെന്ന് അയാൾ ഉറപ്പാക്കിയിരിക്കുന്നു. പക്ഷേ, അയാൾക്ക് പാപത്തിന്റെ ആശയം മനസ്സിലാകുന്നില്ല. നരകം അയാൾ കരുതിവച്ചിരിക്കുകയായിരിക്കും. അയാൾക്ക് അജ്ഞാതമായ ഭാവിയെ മനോദൃഷ്ടമാക്കാനുള്ള ഭാവന വേണ്ടുവോളമില്ല. ആകയാൽ അയാൾക്ക് അനശ്വരമായ ജീവിതം നഷ്ടപ്പെടുന്നു. അത് നിഷ്ക്രിയമായ ഹേതുവായി അയാൾക്ക് തോന്നും. അയാളുടെ കുറ്റങ്ങൾ ഏല്ക്കാൻ ഒരു ശ്രമം നടത്തിയെങ്കിലും നിരപരാധിയാണെന്ന് അയാൾക്ക് തോന്നും. സത്യം പറയുകയാണെങ്കിൽ, അയാളുടെ പരിഹാരമില്ലാത്ത നിരപരാധിത്വം, അയാൾ അനുഭവിക്കുന്നു. അതുകൊണ്ട് തനിക്ക് അറിയാവുന്നതെന്തോ അതുമായി ജീവിക്കുവാനും ഉള്ളത് എന്താണോ അതിനും നിശ്ചിതമല്ലെങ്കിലും ഒന്നുമില്ലായ്മയിൽ വന്നുചേരുന്നതിനും സ്ഥലസൗകര്യമുണ്ടാകണമെന്നുമാണ് അയാൾ ഉന്നയിക്കുന്ന ആവശ്യങ്ങൾ. ഇതുകൊണ്ടാണ് അയാൾ ഉൽക്കണ്ഠാകുലനാകുന്നത്. സാദ്ധ്യമെങ്കിൽ അയാൾ കണ്ടെത്തുവാൻ ആഗ്രഹിക്കുന്നത് സഹതാപത്തിനോ സഹായത്തിനോ അപേക്ഷിക്കാതെ ജീവിക്കുവാൻ പറ്റിയ അവസ്ഥയാണ്.

ഇപ്പോൾ എനിക്ക് ആത്മഹത്യയുടെ ആശയത്തെ ഇളക്കുവാൻ കഴിയും. എന്തു പരിഹാരം തരുവാൻ കഴിഞ്ഞേക്കുമെന്നാണ് ഞാനിപ്പോൾ ചിന്തിക്കുന്നത്. ഈ ഘട്ടത്തിൻ ഞാൻ പ്രശ്നത്തെ തിരിച്ചിടുന്നു. ജീവിതത്തിന്, ജീവിക്കുന്ന ഒരർത്ഥം ഉണ്ടോ ഇല്ലയോ എന്നുകണ്ടുപിടിക്കേണ്ട ഒരു ചോദ്യം മുൻപ് ഉണ്ടായിരുന്നു. ഒരർത്ഥവുമില്ലെങ്കിൽ എല്ലാം കൂടുതൽ നന്നായി ജീവിക്കുമെന്ന് ഇപ്പോൾ വ്യക്തമായിവരുന്നു. ഒരു പ്രത്യേകവിധിയിൽ, അനുഭവത്തിൽ ജീവിക്കുകയെന്നാൽ അതിനെ പൂർണ്ണമായി അംഗീകരിക്കലാണ്. അസംബന്ധമാണെന്ന് അറിഞ്ഞുകൊണ്ട് അന്തഃകരണം വിശുദ്ധിയാൽ പ്രകാശിതമായ അസംബന്ധത്തെ മുൻനിർത്തിയാണ് അയാൾ ഓരോന്നും ചെയ്യുന്നത്. അല്ലെങ്കിൽ അസംബന്ധമാണെന്ന് അറിഞ്ഞുകൊണ്ട് ആ വിധിയിൽ ഒരാളും ജീവിക്കില്ല. അയാൾ ജീവിക്കുന്ന പ്രതികൂലതകളുടെ വ്യവസ്ഥകളിൽ ഒന്നിനെ നിരാകരിക്കുന്നത് അതിൽനിന്നുള്ള രക്ഷപ്പെടലാണ്. ബോധപൂർവ്വമുള്ള പ്രക്ഷോഭത്തെ ഇല്ലാതാക്കുന്നത് പ്രശ്നത്തിൽ നിന്നുള്ള തെന്നിമാറലാണ്. സ്ഥായിയായ വിപ്ലവത്തിന്റെ പ്രതിപാദ്യവിഷയം അങ്ങനെ വ്യക്തി

ജീവിതത്തിൽ കടക്കുന്നു. ജീവിക്കുക എന്നാൽ അസംബന്ധത്തെ ജീവിക്കുവാൻ അനുവദിക്കുക എന്നാണ്. അസംബന്ധത്തെ ജീവിക്കുവാൻ അനുവദിക്കുന്നത് അതിനെക്കുറിച്ചുള്ള എല്ലാ ചിന്തകൾക്കും മുകളിലാണ്. യുറിഡൈസിൽ നിന്ന് വ്യത്യസ്തമായി അസംബന്ധം മരിക്കുന്നത് നാം അതിൽ നിന്ന് തിരിഞ്ഞ് ദൂരെ മാറുമ്പോഴാണ്. അങ്ങനെ ഒരേ ഒരു ഉചിതമായ താത്ത്വികമായ നില പ്രക്ഷോഭത്തിന്റേതുമാത്രമാണ്. മനുഷ്യനും അവന്റെ സ്വന്തം വിജ്ഞാനവിരോധവുമായുള്ള സ്ഥിരം സംഘട്ടനമാണിത്. അസാദ്ധ്യമായ സുതാര്യതയ്ക്ക്മേലുള്ള ഒരു വാശിയാണിത്. ഇത് ഓരോ നിമിഷവും ലോകത്തെ വെല്ലുവിളിക്കുന്നു. അതുകൊണ്ട് അതിഭൗതികമായ പ്രക്ഷോഭം അനുഭവത്തിന്റെ മുഴുവൻ വ്യാപ്തിയിലേക്കും അവബോധത്തെ ദീർഘിപ്പിക്കുന്നു. ഇത് അയാളുടെ സ്വന്തം ദൃഷ്ടിയിലെ മനുഷ്യസാന്നിദ്ധ്യമാണ്. അഭിലാഷം കാരണം ഇത് ആഗ്രഹരഹിതമാണ്. ഒരു പ്രക്ഷോഭം വിധിയെ ഉടച്ചുവാർക്കുന്ന നിശ്ചയമാണ്. അതിനെ കൂട്ടുപിടിച്ചു വരാവുന്ന രാജിയില്ലാതെ.

അസംബന്ധാനുഭവം ആത്മഹത്യയിൽനിന്ന് അകന്നാണ് നില്ക്കുന്നത്. ആത്മഹത്യ പ്രക്ഷോഭത്തിന്റെ തുടർച്ചയാണെന്ന് ചിന്തിച്ചേക്കാം. എന്നാൽ അത് തെറ്റാണ്. അത് പ്രക്ഷോഭത്തിന്റെ താർക്കിക ബഹിർഗമനത്തെ പ്രതിനിധാനം ചെയ്യുന്നില്ല. അത് ഉദ്ദേശിക്കുന്ന അനുമതിയാൽ സൃഷ്ടിക്കപ്പെടുന്ന വൈരുദ്ധ്യംമാത്രമാണത്. ആത്മഹത്യ 'കുതിപ്പ്' പോലെ അതിന്റെ തീവ്രതയിൽ സ്വീകാര്യമാണ്. എല്ലാം മതിയാക്കി മനുഷ്യൻ, അവന്റെ അനിവാര്യമായ ചരിത്രത്തിലേക്ക് മടങ്ങുന്നു. അവന്റെ ഭാവി, അവന്റെ സമാനതകളില്ലാത്തതും ഭയജനകവുമായ ഭാവി അവൻ കാണുകയും അതിലേക്ക് പാഞ്ഞുകയറുകയുംചെയ്യുന്നു. അതിന്റെ വഴിയിൽ ആത്മഹത്യ അസംബന്ധവുമായി ഒത്തു തീരുന്നു. അതേ മൃത്യുവിൽ അത് അസംബന്ധത്തെ വിഴുങ്ങിക്കളയുന്നു. പക്ഷേ, ഞാൻ മനസ്സിലാക്കുന്നത് ജീവിനോടിരിക്കണമെങ്കിൽ അസംബന്ധം ഒത്തുതീർക്കരുത് എന്നാണ്. അത് അവബോധത്തിന്റെയും തിരസ്കാരത്തിന്റെയും പരിധിയിലേക്ക് മരണത്തെ രക്ഷപ്പെടുത്തുന്നു. അത് വിധിക്കാൻ വിധിക്കപ്പെട്ട മനുഷ്യന്റെ അവസാന ചിന്തയുടെ അങ്ങേയറ്റമാണ്, അയാൾ തലകറങ്ങി വീഴുന്നതിന്റെ വക്കിൽ ഏതാനുംവാര അകലെ കാണുന്ന എല്ലാറ്റിനേയും പുച്ഛിച്ചുതള്ളും. സത്യത്തിൽ വധശിക്ഷയ്ക്ക് വിധിക്കപ്പെട്ട മനുഷ്യനാണ് ആത്മഹത്യയുടെ വിപരീതം.

പ്രക്ഷോഭം ജീവിതത്തിന് അതിന്റെ അർത്ഥംനല്കുന്നു. ജീവിതത്തിലുടനീളം വ്യാപിച്ചിരിക്കുന്നതുകൊണ്ട് അത് ജീവിതത്തിന്റെ മഹിമ പുനഃസ്ഥാപിക്കുന്നു. പ്രഭയില്ലാത്ത ഒരു മനുഷ്യന്, അതീതമാകുന്ന യാഥാർത്ഥ്യവുമായി മുറുകിപ്പിടിച്ച ബുദ്ധിശക്തിയേക്കാൾ നല്ലൊരു കാഴ്ചയില്ല. മനുഷ്യഗർവ്വിന്റെ കാഴ്ച അസമമാണ്. വിലകൊടുക്കലിന് ഒരു ഉപയോഗവുമില്ല. മനസ്സ് അതിൻമേൽ നടപ്പാക്കുന്ന അച്ചടക്കം, അത് ഒന്നുമില്ലായ്മയിൽ നിന്ന് പൊന്തിവരും. മുഖാമുഖ സമരത്തിന് ചില

വ്യത്യസ്തതകൾ ഉണ്ട്. ആരുടെ മനുഷ്യത്വമില്ലായ്മയാണോ മനുഷ്യ പ്രതാപത്തെ രൂപീകരിക്കുന്നത് ആ യാഥാർത്ഥ്യത്തെ മെച്ചമാക്കണമെങ്കിൽ അയാൾ സ്വയം മെച്ചപ്പെടണം. അപ്പോൾ ഞാൻ, എന്നോട് എല്ലാം വിശദമാക്കി തരുന്ന തത്ത്വസംഹിതകൾ ഒരേ സമയം എന്നെ ദുർബ്ബലനാക്കുന്നത് ഞാൻ മനസ്സിലാക്കുന്നു. അവ എന്റെ സ്വന്തം ജീവിതഭാരത്തിൽ നിന്ന് ആശ്വാസം നല്കുന്നുണ്ടെങ്കിലും അതിന്റെ ഭാരംമുഴുവൻ ഞാൻ ഒറ്റയ്ക്ക് എടുത്തേ പറ്റൂ. ഈ ഘട്ടത്തിൽ പരിത്യാഗത്തിന്റെ നീതിശാസ്ത്രത്തോട് യോജിക്കാൻ കഴിയുന്ന ഒരു സംശയാസ്പദമായ പ്രകൃത്യാതീത ശാസ്ത്രത്തെ ഗ്രഹിക്കുവാൻ എനിക്ക് കഴിയുന്നില്ല.

അന്ത:കരണ വിശുദ്ധിയും പ്രക്ഷോഭവും, ഈ രണ്ടു നിരാകരണങ്ങൾ പരിത്യാഗത്തിന് വിപരീതമാണ്. മനുഷ്യഹൃദയത്തിൽ അജയ്യമായതും തീവ്രവുമായ എല്ലാം അവയെ വേഗപ്പെടുത്തും. മറിച്ച് സ്വന്തം ജീവിതംകൊണ്ടും ഒരാളുടെ സ്വന്തം ഇച്ഛ ഇല്ലാതെയും അനുരജ്ഞനമില്ലാതെയും മരിക്കുന്നത് അനിവാര്യമാണ്. ആത്മഹത്യ ഒരു നിരാകരണമാണ്. അസംബന്ധമനുഷ്യന് കയ്പ്പുനിറഞ്ഞ അന്ത്യത്തിലേക്ക് ഒഴുകാനും സ്വയം ശൂന്യമാകാനുമേ കഴിയൂ. സ്വന്തം പ്രയത്നത്തിലൂടെ സ്ഥിരമായി നിലനിർത്തിപ്പോന്ന തീവ്രമായ സംഘർഷമാണ് അസംബന്ധം. ആ അന്ത:കരണ ബോധത്തിലൂടെയും ദിവസംതോറുമുള്ള സംഘർഷത്തിലൂടെയും അയാളുടെ മാത്രം ധിക്കാരമെന്ന സത്യത്തിന്റെ തെളിവ് നല്കുന്നു. ഇതാണ് ആദ്യത്തെ ഒരു പരിണിതഫലം.

പുതിയതായി കണ്ടുപിടിക്കപ്പെട്ട ഒരു ആശയത്തിൽ അടങ്ങിയിരിക്കുന്ന എല്ലാ നിശ്ചയങ്ങളേയും പിൻവലിക്കുന്ന, മുൻകൂട്ടി നിശ്ചയിച്ച നിലപാടിൽ ഞാൻ തുടരുകയാണെങ്കിൽ, രണ്ടാമത്തെ വൈരുദ്ധ്യം അഭിമുഖീകരിക്കണം. ആ മാർഗ്ഗത്തോട് വിശ്വാസം പുലർത്തിക്കൊണ്ട് തുടരുന്നതിന് വേണ്ടി എനിക്ക് അതിഭൗതിക സ്വാതന്ത്ര്യത്തിന്റെ പ്രശ്നവുമായി ഒന്നും ചെയ്യാനില്ല. മനുഷ്യൻ സ്വതന്ത്രനാണോ അല്ലയോ എന്ന് അറിയുന്നതിൽ എനിക്ക് താല്പര്യമില്ല. എനിക്ക് സ്വന്തം സ്വാതന്ത്ര്യമേ അനുഭവിക്കാൻ കഴിയൂ. വ്യക്തമായ ഏതാനും അന്തർകാഴ്ചകളില്ലാതെ എനിക്ക് പൊതുവായ ആശയങ്ങളില്ല. 'അത്രത്തോളം സ്വാതന്ത്ര്യത്തിന്റെ' പ്രശ്നത്തിന് അർത്ഥമില്ല. കാരണം ദൈവത്തിന്റെ പ്രശ്നവുമായി ഒരു വ്യത്യസ്തമാർഗ്ഗത്തിൽ ഇത് ബന്ധപ്പെട്ടിരിക്കുന്നു. സ്വാതന്ത്ര്യത്തിന്റെ പ്രശ്നം അസാദ്ധ്യമാക്കുന്നതും കൂടെ അതിന്റെ എല്ലാ അർത്ഥവും എടുത്തു കളയുമെന്നുള്ള ആശയം എന്ന ഒരു സത്യത്തിൽനിന്നാണ് ഈ പ്രശ്നത്തിന്റെ സവിശേഷതയായ അസംബന്ധം വരുന്നത്. പിശാചിന്റെ പ്രശ്നത്തേക്കാൾ കുറവായിരിക്കും ദൈവത്തിന്റെ സാന്നിദ്ധ്യത്തിൽ സ്വാതന്ത്ര്യത്തിന്റെ പ്രശ്നം. ഈ പ്രശ്നത്തിന് ഉത്തരവാദി എല്ലാ ശക്തിയുമുള്ള ദൈവമാണ്. അപ്പോൾ ദൈവം എല്ലാ ശക്തിയും ഇല്ലാത്തവനായിരിക്കും. എല്ലാ വിദ്യാഡംബര സൂക്ഷ്മതയ്ക്കും വിരോധാഭാസത്തിന്റെ തീക്ഷ്ണതയിൽ എന്തെങ്കിലും കൂട്ടി ചേർക്കുവാനോ കുറയ്ക്കുവാനോ പറ്റില്ല.

എന്റെ വ്യക്തിപരമായ അനുഭവങ്ങളുടെ ചട്ടക്കൂട്ടിന് പുറത്ത് പോകുമ്പോൾ അർത്ഥം നഷ്ടപ്പെടുകയും എന്നിൽനിന്ന് വഴുതിമാറുകയും ചെയ്യുന്ന ആശയത്തിന്റെ മഹത്വവല്ക്കരണത്തിൽ നിന്ന് വഴിതെറ്റാതിരിക്കുവാൻ എനിക്ക് കഴിയുന്നത് ഇതുകൊണ്ടാണ്. ഏതുതരത്തിലുള്ള സ്വാതന്ത്ര്യമാണ് എനിക്ക് ലഭിക്കുന്നതെന്ന് മനസ്സിലാക്കുവാൻ കഴിയുന്നില്ല. സ്ഥാനശ്രേണിയെക്കുറിച്ചുള്ള ബോധം എനിക്ക് നഷ്ടപ്പെട്ടു. എനിക്ക് ലഭിക്കാവുന്ന സ്വാതന്ത്ര്യത്തിന്റെ ഏകസങ്കല്പം ഒരു തടവുകാരന്റേയോ ഭരണകൂടത്തിന്റെ നടുവിലായ ഒരു വ്യക്തിയുടേതോ ആയിരിക്കും. ഞാൻ അറിയുന്ന ഒരേ ഒരു സ്വാതന്ത്ര്യം ചിന്തയുടെയും പ്രവർത്തനത്തിന്റെയും സ്വാതന്ത്ര്യമാണ്. എന്റെ നിത്യമായ സ്വാതന്ത്ര്യം അസംബന്ധം ഇല്ലാതാക്കുന്നെങ്കിൽ മറുവശത്ത് അതെന്റെ പ്രവർത്തനത്തെ പുനഃസ്ഥാപിക്കുകയും കൂടുതൽ ശക്തിപ്പെടുത്തുകയും ചെയ്യും. പ്രത്യാശയുടെയും ഭാവിയുടെയും ഇല്ലായ്മ എന്നാൽ അത് മനുഷ്യലഭ്യതയുടെ വർദ്ധനവാണ്.

അസംബന്ധവുമായി ഏറ്റുമുട്ടുന്നതിന് മുൻപ് നിത്യമനുഷ്യൻ (സാധാരണ മനുഷ്യൻ ലക്ഷ്യത്തോടുകൂടിയും ഭാവിക്കുവേണ്ടിയും നീതീകരണത്തിനു വേണ്ടിയുമുള്ള ഉൽക്കണ്ഠയുമായി ജീവിക്കും) അയാളുടെ അവസരങ്ങളെ തൂക്കിനോക്കും. 'ഏതോ ഒരുദിവസം' അയാളുടെ തൊഴിലിൽ നിന്നുള്ള വിരമിക്കലോ മക്കളുടെ ജോലിയേയോ കണക്കിൽ കൊള്ളിക്കും. ജീവിതത്തിൽ എന്തൊക്കെ സംവിധാനം ചെയ്യാമെന്ന് ആലോചിച്ചുകൊണ്ടിരിക്കും. സത്യത്തിൽ അയാൾ സ്വതന്ത്രനാണെന്നപോലെ പ്രവർത്തിക്കും. എല്ലാ വസ്തുതകളും ആ സ്വാതന്ത്ര്യത്തെ വിരുദ്ധമാക്കുമെങ്കിൽപ്പോലും എന്നാൽ അസംബന്ധശേഷം ഓരോന്നും തകിടം മറിയുന്നു. ആ ആശയം അതായത് "ഞാൻ" എന്ന ആശയം, ഓരോന്നിനും ഒരു അർത്ഥമുണ്ടായിരുന്നെങ്കിൽ (ഒരവസരത്തിൽ ഒന്നുമില്ല എന്നു പറഞ്ഞിരുന്നുവെങ്കിൽ പോലും) എന്നപോലെ എന്റെ പ്രവൃത്തിയുടെ വഴി - ഇവയെല്ലാം തന്നത് സാദ്ധ്യമായ മരണത്തിന്റെ അസംബന്ധത്താലുള്ള തലചുറ്റിക്കുന്ന പരിഷ്കാരത്തിലെ നുണയാണ്. ഭാവിയെക്കുറിച്ച് ചിന്തിക്കുന്നത്, ഒരാൾ തനിയെ ലക്ഷ്യം സ്ഥാപിക്കുന്നത്, മുൻഗണനയുള്ളവ - ഇവയെല്ലാം സ്വാതന്ത്ര്യത്തിലുള്ള വിശ്വാസം മുൻകൂട്ടി വിചാരിക്കുന്നു. അത് അനുഭവത്തിലില്ലാ എന്ന് ചിലപ്പോഴൊക്കെ ബോദ്ധ്യപ്പെട്ടിട്ടുണ്ടെങ്കിൽപ്പോലും ആ നിമിഷം എനിക്ക് നല്ലവണ്ണം ബോദ്ധ്യമുണ്ട്. വിധിയുടെ നിയന്ത്രണത്തിൽ നിന്നുള്ള മോചനത്തിനും സ്വാതന്ത്ര്യത്തിനും മാത്രമേ നിലവിലല്ലെങ്കിലും സത്യത്തിന്റെ അടിത്തറ ഉണ്ടാക്കാൻ കഴിയൂ. അവിടെ മരണം മാത്രം യാഥാർത്ഥ്യമാകുന്നു. മരണശേഷം കാര്യത്തിലെത്തുന്നു. ഞാൻ സ്വതന്ത്രനല്ല. എന്നാൽ ഒരടിമയായി മാത്രം നിലനില്ക്കുന്നു. എല്ലാത്തിനുമുപരി ഒരു നിത്യവിപ്ലവത്തെക്കുറിച്ചുള്ള പ്രത്യാശയില്ലാതെ, നിന്ദയിലേക്ക് മടങ്ങിപ്പോകാതെ വിപ്ലവരഹിതമായി നിന്ദാരഹിതമായി ആർക്കാണ് ഒര

ടിമയായി തുടരാൻ കഴിയുക? നിത്യതയുടെ ഉറപ്പില്ലാത്ത പൂർണ്ണ ബോദ്ധ്യത്തിൽ എന്ത് സ്വാതന്ത്ര്യത്തിനാണ് നിലനില്ക്കുവാൻ കഴിയുക?

എന്നാൽ അതേസമയം അസംബന്ധ മനുഷ്യൻ, അയാൾ ജീവിക്കുന്ന മിഥ്യാബോധത്തിൽ സ്വാതന്ത്ര്യത്തിന്റെ നിർവ്വാദസങ്കല്പത്തോട് ബാദ്ധ്യസ്ഥനാക്കപ്പെട്ടിരിക്കുന്നുവെന്ന് തിരിച്ചറിയുന്നു. ഒരു പ്രത്യേക ബോധത്തിൽ, അത് അയാളെ തടസ്സപ്പെടുത്തി. അയാളുടെ ജീവിതോദ്ദേശ്യത്തെക്കുറിച്ച് അയാൾ സങ്കല്പിച്ചതിന്റെ പരിധിവരെ നേടിയെടുക്കേണ്ട ഉദ്ദേശ്യങ്ങളുടെ ചോദനകളോട് പൊരുത്തപ്പെടുകയും വിധിയിൽ നിന്നുള്ള മോചനത്തിന്റെ അടിമയായിത്തീരുകയും ചെയ്യുന്നു. അങ്ങനെ എന്താകുവാനായിട്ടാണോ ഞാൻ തയ്യാറെടുക്കുന്നത്, അത് ഒരച്ഛനായിട്ടായിരിക്കാം അല്ലെങ്കിൽ എൻജിനീയറായിട്ടായിരിക്കാം. അല്ലെങ്കിൽ രാഷ്ട്രനേതാവായിരിക്കാം അതുമല്ലെങ്കിൽ തപാലാപ്പീസിലെ ഗുമസ്തനായിട്ടായിരിക്കാം, അതല്ലാതെ മറ്റൊന്നായി പ്രവർത്തിക്കുവാൻ എനിക്ക് കഴിയില്ല. മറ്റെന്തിനേക്കാളും ഇതേ എനിക്ക് തെരഞ്ഞെടുക്കാൻ കഴിയുള്ളു എന്നു ഞാൻ ചിന്തിക്കുന്നു. ഉറപ്പായിട്ടും അബോധത്തിൽപ്പോലും ഞാൻ അങ്ങനെ ചിന്തിക്കുന്നു. എന്നാൽ അതേ സമയം എനിക്കുചുറ്റുമുള്ളവയുടെ വിശ്വാസംകൊണ്ടും എന്റെ മാനുഷിക പരിതസ്ഥിതിയുടെ അനുമാനം കൊണ്ടും ഞാൻ എന്റെ നിർവ്വാദ സങ്കല്പത്തെ ശക്തിപ്പെടുത്തുന്നു. എന്നിരുന്നാലും സദാചാരപരമോ സാമൂഹികമോ ആയ ഏതെങ്കിലും ഒന്ന് അകലെയായിരിക്കും. ഒരെണ്ണം അകലെയുള്ളതിന്റെ ഭാഗികമായ സ്വാധീനത്തിലും അവയിലെ ഏറ്റവും നല്ലതുമായിരിക്കും. ഒന്ന് മറ്റൊന്നിന്റെ ജീവിതവുമായി പൊരുത്തപ്പെടുന്നു. അങ്ങനെ അസംബന്ധമനുഷ്യൻ യഥാർത്ഥത്തിൽ സ്വതന്ത്രനല്ലെന്നു തിരിച്ചറിയുന്നു. വ്യക്തമായി പറയുമ്പോൾ, ഞാൻ പ്രത്യാശിക്കുന്നതെന്തോ അതിന്റെ പരിധിവരെ, ഞാൻ വേവലാതിപ്പെടുന്ന ഒരു സത്യത്തെക്കുറിച്ച് അതിനോളവും അത് എനിക്ക് വ്യക്തിപരമായിരിക്കാം. നിലവിലുള്ളതിനെയോ സൃഷ്ടിക്കുന്നതിന്റെയോ ഒരു വഴിയെക്കുറിച്ച്, ഞാൻ ചിട്ടപ്പെടുത്തുന്ന എന്റെ ജീവിതത്തിന്റെ പരിധിവരേയും അതുവഴി അതിന് ഒരർത്ഥമുള്ളതുകൊണ്ട് ഞാൻ അതിനെ സ്വീകരിക്കുന്നുവെന്ന് തെളിയിക്കാനും ഞാൻ എനിക്കുവേണ്ടി അതിരുകൾ സൃഷ്ടിച്ച് അതിനുള്ളിൽ എന്റെ ജീവിതത്തെ ക്ലിപ്തപ്പെടുത്തുന്നു. വെറുപ്പും ദുർഗുണങ്ങളും മാത്രം എന്നിൽ നിറയ്ക്കുന്ന മനസ്സിന്റെയും ഹൃദയത്തിന്റെയും ഉദ്യോഗ മേധാവികൾ ചെയ്യുന്നപോലെ ഞാനും ചെയ്യുന്നു. മനുഷ്യന്റെ സ്വാതന്ത്ര്യത്തെ ഗൗരവമായി എടുക്കണമെന്ന് ഞാനപ്പോൾ തീർച്ചപ്പെടുത്തുന്നു.

ഈ ഘട്ടത്തിൽ അസംബന്ധം എന്നെ ബോധദീപ്തനാക്കുന്നു. അവിടെ ഭാവി ഇല്ല. അപ്പോൾ തെറ്റ് എന്റെ നിഗൂഢമായ സ്വാതന്ത്ര്യത്തിന് കാരണമാകുന്നു. ഇവിടെ ഞാൻ രണ്ടു താരതമ്യങ്ങൾ നടത്താം. നിഗൂഢാത്മകതയിലെ മിസ്റ്റിക്സ്: മിസ്റ്റിക്സ് സ്വാതന്ത്ര്യത്തെ കണ്ടെ

ത്തുന്നത് അവയെതന്നെ കൊടുത്തുകൊണ്ടാണ്. അവരുടെ ദൈവത്തിൽ അവർ തന്നെ നഷ്ടപ്പെടുന്നതിലൂടെ, ദൈവത്തിന്റെ നിയമങ്ങൾ അംഗീകരിക്കുന്നതിലൂടെ, അവർ രഹസ്യമായി സ്വതന്ത്രമാക്കുന്നു. പരപ്രേരണ കൂടാതെ അടിമത്തം സ്വീകരിക്കുന്നതിൽ അവർ ആഴത്തിലുള്ള സ്വാതന്ത്ര്യം വീണ്ടെടുക്കുന്നു. പക്ഷേ, ആ സ്വാതന്ത്ര്യത്തിന്റെ അർത്ഥം എന്താണ്? എല്ലാറ്റിനുമപരി അവരെ സംബന്ധിച്ചിടത്തോളം അവർ സ്വാതന്ത്ര്യം അനുഭവിക്കുന്നു എന്നു പറഞ്ഞേക്കാമെങ്കിലും ആ സ്വാതന്ത്ര്യം വിധിയുടെ നിയന്ത്രണത്തിൽ നിന്നുള്ള വിടുതലിനോടൊപ്പമാകില്ല. അതുപോലെ പൂർണ്ണമായും മരണത്തിലേക്ക് തിരിയുമ്പോൾ അയാളിൽ സ്ഫടികവല്ക്കരിക്കപ്പെടുന്ന വികാരതീവ്രമായ ജാഗരൂകതയ്ക്ക് പുറത്തുള്ള എല്ലാത്തിൽനിന്നു വിടുതൽ ചെയ്യപ്പെട്ടിരിക്കുന്നുവെന്ന് അസംബന്ധ മനുഷ്യന് തോന്നും. സാധാരണനിയമങ്ങളെ സംബന്ധിച്ച് അയാൾ സ്വാതന്ത്ര്യം ആസ്വദിക്കുന്നു. ഈ ഘട്ടത്തിൽ അസ്തിത്വതത്ത്വശാസ്ത്രത്തിന്റെ പ്രഥമപ്രതിപാദ്യവിഷയങ്ങൾ അവയുടെ മുഴുവൻ മൂല്യങ്ങളും വഹിക്കുന്നതായി കാണാൻ കഴിയും. അന്തഃകരണ ബോധത്തിലേക്കുള്ള തിരിച്ചുവരവ്, നിദ്രയിൽ നിന്നുള്ള രക്ഷപ്പെടൽ ഇവ അസംബന്ധ സ്വാതന്ത്ര്യത്തിന്റെ ആദ്യപടവുകളെ പ്രതിനിധാനം ചെയ്യുന്നു. എന്നാൽ അത് അടിസ്ഥാനപരമായി അന്തഃകരണ വിശുദ്ധിയിൽ നിന്ന് രക്ഷപ്പെടുന്ന, ആത്മീയ കുതിപ്പിന്റെ "ധാർമ്മികോദ്ബോധന"മാണ്. ഇതേ വഴിയിൽ (ഇത് എന്റെ രണ്ടാമത്തെ താരതമ്യമാണ്) പൗരാണികതയുടെ അടിമകൾ അവർക്കുതന്നെ സ്വന്തമല്ല (അവർക്ക് അവർതന്നെ നഷ്ടമാകുന്നു) എന്നുള്ളതാണ്. എന്നാൽ ആ സ്വാതന്ത്ര്യത്തിൽ ഉത്തരവാദിത്വത്തിന്റെ അനുഭൂതി അടങ്ങിയിട്ടില്ലാ എന്ന് അവർ അറിയുന്നു. ഉടച്ചുവാരുമ്പോഴും വിധിയുടെ നിയന്ത്രണത്തിൽനിന്ന് മോചിപ്പിക്കുമ്പോഴും മരണത്തിനും കൂടി കുലീനമായ കൈകളുണ്ട്.

അഗാധമായ നിശ്ചിതത്ത്വത്തിൽ തനിയെ നഷ്ടപ്പെടുമ്പോൾ മുതൽ സ്വന്തം ജീവിതത്തിൽനിന്ന് - മനോഭാവത്തിന്റെ അകത്ത് അകലം വർദ്ധിച്ച് ഒരു വിശാലമായ കാഴ്ചപ്പാട് സ്വീകരിക്കുന്നു. വിധിയുടെ നിയന്ത്രണത്തിൽ നിന്നുള്ള മോചനത്തിന്റെ തത്ത്വത്തിൽ അന്തർഭവിച്ചിരിക്കുന്നത് ഇതാണ്. അങ്ങനെയുള്ള ഈ സ്വാതന്ത്ര്യത്തിനും ഏതു പ്രവർത്തന സ്വാതന്ത്ര്യത്തിനുമെന്നപോലെ വ്യക്തമായ സമയപരിധിയുണ്ട്. ഇത് നിത്യതയുടെ ചെക്ക് എഴുതുന്നില്ല. എന്നാൽ ഇത് സ്വാതന്ത്ര്യം എന്ന മിഥ്യാബോധത്തിന്റെ സ്ഥാനമേറ്റെടുക്കുന്നു. വധശിക്ഷയ്ക്കു വിധിക്കപ്പെട്ടവന്റെ മുമ്പിൽ അരുണോദയത്തിൽ കാരാഗൃഹവാതിൽ തുറക്കുമ്പോൾ ലഭ്യമാകുന്ന വിശുദ്ധി ജീവിതത്തിന്റെ ശുദ്ധ ദീപനാളമൊഴിച്ച് മറ്റെല്ലാറ്റിനോടുമുള്ള അവിശ്വസനീയമായ നിസ്സംഗത -യുക്തികമായ സ്വാതന്ത്ര്യത്തിന്റെ തത്ത്വങ്ങൾ മരണവും അസംബന്ധവുമാണെന്ന് ഇവിടെ തെളിയുന്നു. മനുഷ്യ ഹൃദയത്തിന് അനുഭവിക്കാനും ജീവിക്കാനും കഴിയുന്നത് ഇതിലാണ്. ഇത് രണ്ടാമത്തെ പരി

ണതഫലമാണ്. പരിധിക്കപ്പുറത്തുള്ളതെല്ലാം നിലംപൊത്തുകയും അസ്തിത്വമില്ലാതാകുകയും ഒന്നും സാദ്ധ്യമല്ലെങ്കിൽപ്പോലും എല്ലാം നല്കുന്ന പരിമിതവും സുതാര്യവുമായ, ദീപ്തമായതും മരവിച്ചുപോയതുമായ പ്രപഞ്ചം അസംബന്ധമനുഷ്യന്റെ കാഴ്ചയിൽപ്പെടുകയും ചെയ്യുന്നു. അപ്പോൾ അയാൾ ആ പ്രപഞ്ചത്തെ അംഗീകരിച്ചു സ്വീകരിക്കുകയും അതിൽനിന്ന് അയാളുടെ ശക്തി, പ്രത്യാശയുടെ നിരാകരണം, സമാശ്വാസമില്ലാത്ത ജീവിതത്തിന്റെ പ്രയോജനമില്ലാത്ത തെളിവും തിരിച്ചറിയാൻ അയാൾക്ക് കഴിയുകയും ചെയ്യും.

എന്നാൽ അങ്ങനെയുള്ള ഒരു പ്രപഞ്ചത്തിൽ ജീവിതത്തിന് എന്തർത്ഥമാണുള്ളത്? ആ നിമിഷത്തിൽ ഭാവിയോടുള്ള താല്പര്യമില്ലായ്മയും ലഭ്യമായതെല്ലാം ഉപയോഗിക്കാനുള്ള അഭിലാഷവുമല്ലാതെ മറ്റൊന്നുമില്ല. ജീവിതത്തിന്റെ അർത്ഥത്തിലുള്ള വിശ്വാസത്തിൽ അടങ്ങിയിരിക്കുന്നത് മൂല്യം, മരണസ്വാതന്ത്ര്യം, മുൻഗണന എന്നീ നിലവാരങ്ങളാണ്. നമ്മുടെ നിർവ്വചനപ്രകാരം അസംബന്ധത്തിലുള്ള വിശ്വാസം വൈപരീത്യം പഠിപ്പിക്കുന്നു. ഇത് പരിശോധനാർഹമാണ്.

ഒരാൾക്ക് അഭ്യർത്ഥനയോ അപേക്ഷയോകൂടാതെ ജീവിക്കുവാൻ കഴിയുമോ ഇല്ലയോ എന്നറിയുവാൻ എനിക്ക് താല്പര്യമുണ്ട്. എന്റെ ധാരണകളിൽ നിന്ന് പുറത്തുവരാൻ ഞാൻ ആഗ്രഹിക്കുന്നില്ല. എനിക്ക് നല്കപ്പെട്ടിരിക്കുന്ന ഈ ജീവിതവീക്ഷണവുമായി എനിക്ക് പൊരുത്തപ്പെടാനാകുമോ? ഈ ജീവിതത്തിന് അസംബന്ധത്തിന്റെ വീക്ഷണമല്ലാതെ മറ്റൊന്നില്ലെന്ന് ഞാൻ തിരിച്ചറിയുകയാണെങ്കിൽ അത് എന്റെ കലാപബോധത്തെയും പോരടിക്കേണ്ടിവരുന്ന അന്ധകാരത്തെയും ആശ്രയിച്ചാണ് നിലനില്ക്കുന്നതെന്ന് പറയേണ്ടിവരുന്നു. എന്റെ സ്വാതന്ത്ര്യത്തിന് അതിന്റെ പരിമിതമായ വിധിയുമായി ഒരു ബന്ധവുമില്ലെന്ന് അംഗീകരിക്കുകയാണെങ്കിൽ, നല്ല ജീവിതമല്ല ദീർഘകാല ജീവിതമാണ് അഭികാമ്യമെന്ന് എനിക്ക് പറയേണ്ടിവരും. ഇത് അസഭ്യമോ പ്രക്ഷോഭകരമോ രമണീയമായതോ അപലപനീയമായതോ ആണെങ്കിൽ എനിക്ക് അതിശയമൊന്നുമില്ല. ഒരിക്കലല്ല, എല്ലായ്പ്പോഴും മൂല്യവത്തായ വിധിന്യായങ്ങളെ എനിക്ക് തള്ളിക്കളയേണ്ടിവരും. എനിക്ക് കാണാൻ കഴിയുന്നവയെന്താണോ അതിൽനിന്നും ചേതമൊന്നുമില്ലാത്ത അനുമാനമാത്രകളിൽനിന്നും ഞാൻ നിശ്ചയങ്ങൾ രൂപീകരിക്കണം. അനുമാനിക്കുമ്പോൾ തന്നെ ശരിയായ ഔചിത്യം തന്നോട് ശ്രേഷ്ഠമല്ലാതാകാൻ ആജ്ഞാപിച്ചുകൊണ്ടേയിരിക്കും.

വിശാലമായ ബോധത്തിൽ, മുഖ്യ ജീവിതം എന്ന പ്രമാണത്തിന് പ്രാധാന്യം ഇല്ലന്നാണ് അർത്ഥം. പരിമാണം എന്ന ആശയത്തിൽ തൃപ്തികരമായ അന്വേഷണങ്ങൾ നടന്നിട്ടില്ല എന്നാണ് എനിക്കുതോന്നുന്നത്. അതിന് മനുഷ്യാനുഭവത്തിന്റെ വലിയൊരു പങ്ക് കണക്കിലെടുക്കേണ്ടതുണ്ട്. ഒരാൾ അയാളുടെ നിലയിൽ ശേഖരിച്ചു കൂട്ടുന്ന അനുഭവങ്ങളുടെ വൈവിദ്ധ്യത്തിലൂടെയും അളവിലൂടെയുമല്ലാതെ അയാളുടെ പെരു

മാറ്റച്ചട്ടത്തിനും മൂല്യബോധനിലവാരത്തിനും അർത്ഥമില്ല. ഇപ്പോൾ ആധുനിക ജീവിതാവസ്ഥ ഭൂരിപക്ഷം മനുഷ്യരിലും ഒരേ അനുഭവം സൃഷ്ടിക്കുകയും തൽഫലമായി പരമമായ അനുഭവമായിത്തീരുകയും ചെയ്യുന്നു. ഇതു വ്യക്തമാകണമെങ്കിൽ വ്യക്തിയുടെ സ്വമനസ്സാലെയുള്ള സംഭാവന, അയാളിലുള്ള 'കൊടുക്കുക' എന്ന ഘടകം കൂടി പരിഗണനയിലെടുക്കണം. എന്നാൽ അതിന്റെ പരമമായ തീർപ്പും നിർവ്വചിക്കാൻ എനിക്ക് കഴിയില്ല. തെളിവിനൊപ്പം പോകുന്ന എന്റെ ചട്ടം ഇവിടെ ആവർത്തിക്കാൻ അനുവദിക്കുക. അടിസ്ഥാനതത്ത്വങ്ങളുടെ മാതൃകാപരമായ പ്രാധാന്യത്തിൽ ധർമ്മശാസ്ത്രനീതിയുടെ വൈയക്തിക സ്വഭാവംകൂടി ഇതിനുനനുബന്ധമായി വായിച്ചെടുക്കേണ്ടതാണ്. ഏറെക്കുറെ സമാനമായത് ചൂണ്ടിക്കാട്ടുമ്പോൾ, നമുക്ക് എട്ട് മണിക്കൂർ ദിവസമെന്നപോലെ ഗ്രീക്കുകാർക്ക് വിശ്രമത്തിന്റെ ഒരു വ്യവസ്ഥയുണ്ട്. അവർ നിത്യജീവിതത്തിലെ സാഹസികരാണ്. അനുഭവങ്ങളുടെ ബാഹുല്യത്തിലൂടെ എല്ലാ റിക്കോർഡുകളും ഭേദിക്കുന്നുവെന്ന് ഭാവനചെയ്യാൻ നമ്മെ അവർ പ്രാപ്തരാക്കുന്നു. (കായിക വിനോദത്തില ഈ പദങ്ങൾ ഞാൻ മന:പൂർവ്വമാണ് ഉപയോഗിക്കുന്നത്) അങ്ങനെ സ്വന്തമായ നീതിസംഹിത അവർ നേടുന്നു. കാല്പനികത ഉപേക്ഷിച്ചിട്ട് നമ്മളോടുതന്നെ ചോദിക്കുക; പന്തയം ഏറ്റെടുക്കാനും കളിയുടെ നിയമമായി അയാൾ ഏറ്റെടുത്തതെന്താണോ അത് കർശനമായി പാലിക്കാനും തയ്യാറാകുന്ന മനസ്സോടുകൂടിയ ഒരാൾക്ക് എങ്ങനെയുള്ള നിലപാടാണ് അർത്ഥവത്താകുക? വൈരുദ്ധ്യങ്ങൾ കൂടാതെയും വാക്കുകളോട് കളിക്കാതെയും അത് എങ്ങനെചെയ്യാനാകും? ഒരു വശത്ത് അസംബന്ധം പഠിപ്പിക്കുന്നത് എല്ലാ അനുഭവങ്ങളും അപ്രധാനമാണെന്നാണെങ്കിൽ മറുവശത്ത് അനുഭവങ്ങളുടെ വലിയ അളവിന് അത് നിർബ്ബന്ധിക്കുന്നു. അപ്പോൾ മറ്റുള്ള അനേകം പേർ ചെയ്തതുപോലെ ഒരാൾക്ക് ചെയ്യാൻ കഴിയാതെ പോകുന്നത് എങ്ങനെയാണ്; ഞാൻ മുൻപ് സൂചിപ്പിച്ചതുപോലെ മനുഷ്യത്വം വരുന്ന ജീവിതം തെരഞ്ഞെടുക്കുക. അതിലൂടെ മൂല്യത്തിന്റെ ഒരു നിലവാരം പരിചയപ്പെടുത്തുക. അപ്പോൾ മറുവശത്ത് എല്ലാം നിരാകരിക്കാമെന്ന് ഒരാൾ അവകാശപ്പെടുന്നത് എങ്ങനെയാണ്?

എന്നാൽ വീണ്ടും അസംബന്ധവും അതിന്റെ പരസ്പരവിരുദ്ധവുമായ ജീവിതവും നമ്മെ പലരും പഠിപ്പിക്കാൻ തയ്യാറാകുന്നു. നമ്മെ മാത്രം ആശ്രയിക്കുമ്പോൾ അനുഭവങ്ങളുടെ അളവ് നമ്മുടെ ജീവിത സാഹചര്യങ്ങളെ ആശ്രയിച്ചു നില്ക്കുന്നു. ഇവിടെ നാം കൂടുതൽ ലളിതമാകേണ്ടിയിരിക്കുന്നു. ഒരേ കാലയളവിൽ ജീവിച്ചിരിക്കുന്ന രണ്ടാളുകൾ. അവർക്ക് ഒരുപോലുള്ള അനുഭവങ്ങൾ അവരെക്കുറിച്ചുള്ള ബോധം നമ്മളിൽ ഉയർന്നുനില്ക്കുന്നു. ഒരാളുടെ ജീവിതം, ഒരാളുടെ കലാപം, ഒരാളുടെ സ്വാതന്ത്ര്യം ഇവയെകുറിച്ചുള്ള ജാഗ്രത നിലനിന്നുപോകുന്നത് പരമാവധി ജീവിക്കലിലാണ്. ഇവിടെ പ്രസന്നത മേധാവിത്വം സ്ഥാപിക്കുന്നു. അപ്പോൾ മൂല്യത്തിന്റെ നിലവാരം ഉപയോഗശൂന്യമായിവരും.

കുറച്ചുകൂടി ലളിതമാക്കാം. തീവ്രതയില്ലായ്മയ്ക്കും മാനസികവിക്ഷോഭമില്ലായ്മയ്ക്കും അഭിനിവേശമില്ലായ്മയ്ക്കും ത്യാഗമില്ലായ്മയ്ക്കും നാല്പതുവർഷത്തെ ബോധപൂർവ്വമായ ജീവിതത്തേയും അറുപതുവർഷത്തോളം വ്യാപിച്ചു കിടന്ന പ്രസന്നതയേയും അസംബന്ധ മനുഷ്യന്റെ കണ്ണിൽ സമാനമാക്കാൻ കഴിഞ്ഞു. ഭ്രാന്തും മരണവും അയാൾക്ക് അപരിഹാര്യമാണ്. മനുഷ്യൻ ഇതുരണ്ടും തെരഞ്ഞെടുക്കുന്നില്ല. അസംബന്ധവും അധിക ജീവിതവും മനുഷ്യന്റെ ഇച്ഛാശക്തിയെ ആശ്രയിക്കുന്നില്ല. എന്നാൽ അതിന് വിപരീതമായി മരണത്തെ ആശ്രയിക്കുന്നു. വാക്കുകളെ ശ്രദ്ധാപൂർവ്വം തൂക്കി നോക്കുമ്പോൾ അത് മൊത്തത്തിൽ ഭാഗ്യത്തിന്റെ ചോദ്യമാകുന്നു. ഒരാൾക്ക് ഇതിനോട് സംവദിക്കാൻ കഴിവുണ്ടാകണം. ഇരുപത് വർഷത്തെ ജീവിതത്തിനും അനുഭവങ്ങൾക്കും ഒരിക്കലും ഒരു പകരവും ഉണ്ടാകില്ല.

പക്ഷേ, അങ്ങനെയുള്ള ജാഗരൂകമായ മത്സരത്തിലെ പൊരുത്തമില്ലാത്ത ഒറ്റയെ സംബന്ധിച്ചു ഗ്രീക്കുകാർ അവകാശപ്പെടുന്നത് വളരെ ചെറുപ്പത്തിലേ മരിക്കുന്നവർ ദൈവത്തിന് പ്രിയപ്പെട്ടവരാണ് എന്നാണ്. ദൈവത്തിന്റെ പരിഹാസ്യമായ ലോകത്ത് പ്രവേശിക്കുന്നത്, ശുദ്ധമായ ആഹ്ലാദത്തിന്റെ, ഭൂമിയിലെ വൈകാരികാനുഭൂതിയുടെ ഒരിക്കലും തിരിച്ചു ലഭിക്കാത്ത നഷ്ടമായിരിക്കുമെന്ന് നിങ്ങൾ വിശ്വസിക്കണം. എങ്കിൽ മാത്രമേ അത് സത്യമാകുകയുള്ളൂ. അചഞ്ചല ബോധമുള്ള ആത്മാവിന്റെ മുമ്പിലുള്ള വർത്തമാനകാലവും അതിന്റെ പിന്തുടർച്ചയുമാണ് അസംബന്ധവ്യക്തിയുടെ ആദർശം. എന്നാൽ ഇതുമായി ബന്ധപ്പെട്ട്, ആദർശം എന്ന വാക്കിന്റെ മണിനാദം കപടമായി മുഴങ്ങുന്നു. ഇത് അയാളുടെ ജോലി പോലുമല്ല. പക്ഷേ, അയാളുടെ യുക്തിചിന്തയുടെ മൂന്നാം പരിണതഫലം മാത്രമാണ്. മനുഷ്യത്വമില്ലായ്മ അവബോധത്തിന്റെ തീവ്രവേദനയിൽ നിന്ന് ആരംഭിച്ച് മനുഷ്യ കലാപത്തിന്റെ വികാരതീവ്രമായ ഹൃദയത്തിലേക്കുള്ള യാത്രയുടെ അവസാനംവരെ എത്തിച്ചേരുന്നു.

അങ്ങനെ ഞാൻ അസംബന്ധത്തിൽ നിന്ന് എന്റെ കലാപത്തിന്റെയും സ്വാതന്ത്ര്യത്തിന്റെയും തീവ്രവികാരത്തിന്റേയും മൂന്നു പരിണതഫലങ്ങൾ പുറത്തുകൊണ്ടുവരുന്നു. അന്ത:കരണബോധത്തിന്റെ പ്രവർത്തനത്തിലൂടെ ജീവിതത്തിന്റെ ഒരു ചട്ടത്തിലേക്ക് ഞാൻ പരിണമിക്കുന്നു. മരണത്തിലേക്കുള്ള ക്ഷണം എന്തായിരുന്നു? ഞാൻ ആത്മഹത്യയെ തള്ളിക്കളയുന്നു. വിരസമായ ദിവസങ്ങൾ മുഴുവനും സ്പന്ദിച്ചുകൊണ്ടിരുന്നുവെന്ന് ഉറപ്പായി എന്നു ഞാനറിയുന്നു. എങ്കിലും എനിക്ക് ഒരുവാക്ക് പറയുവാനുണ്ട്. അത് വളരെ അത്യാവശ്യമാണ്. നീത്ഷെ എഴുതുന്നു "സ്വർഗ്ഗത്തിലെയും ഭൂമിയിലെയും പ്രധാന കാര്യം അനുസരണയാണ്. കാലക്രമേണ അവിടെ ഫലത്തിൽ വരുന്നത് ഭൂമിയിൽ ജീവിക്കുന്നതിന്റെ കുഴപ്പത്തിന് തുല്യമൂല്യമുള്ള എന്തോ ഒന്നാണ്. ഉദാഹരണമായി ധർമ്മാചരണം, കല, സംഗീതം, നൃത്തം, യുക്തി, മനസ്സ്, രൂപാന്തരം പ്രാപിക്കുന്ന എന്തോ ഒന്ന്, ലോലമായ എന്തോ ഒന്ന്, ഭ്രാന്ത് അല്ലെ

ങ്കിൽ ദിവ്യത്വം. തികച്ചും വ്യത്യസ്തമായ ഒരു നീതിസംഹിതയുടെ ഭരണം അദ്ദേഹം സ്പഷ്ടമാക്കുന്നു. എന്നാൽ ഒപ്പം അസംബന്ധ മനുഷ്യന്റെ വഴി ചൂണ്ടിക്കാണിക്കുകയും ചെയ്യുന്നു. ജ്വാലയെ അനുസരിക്കുക എന്നത് ലളിതവും പ്രയാസകരവുമായ ഒന്നാണ്. എങ്ങനെയായാലും വല്ലപ്പോഴും സ്വയം വിലയിരുത്തുന്നത് നല്ലതാണ്. അങ്ങനെ ചെയ്യുമ്പോൾ അയാൾ തികച്ചും ഏകനായിരിക്കണം.

അലയൻ പറയുന്നു, "പ്രാർത്ഥന അത് ചിന്തയ്ക്കുമീതെ രാത്രിയാകുമ്പോൾ മനസ്സിന്റെ രാത്രിയുമായി സന്ധിക്കും എന്നാണ്." നിഗൂഢാത്മകത്വത്തിനും അസ്തിത്വപരമായതിനുമുള്ള ധീരമായ മറുപടിയാണത്. യഥാർത്ഥത്തിൽ മനുഷ്യന്റെ ഇച്ഛയിലൂടെയും അടഞ്ഞ കൺപോളകൾക്കിടയിലും ജന്മം കൊണ്ടതല്ല ആ രാത്രി. മുങ്ങുവാൻവേണ്ടി മനസ്സ് വിളിച്ചുകൊണ്ടുവന്ന, ഉള്ളിലേക്ക് കടക്കാൻ പറ്റാത്ത ഇരുളുന്ന രാത്രി. ഒരു രാത്രിയെ നേരിടുമെങ്കിൽ സ്വച്ഛമായി അവശേഷിപ്പിക്കുന്ന നൈരാശ്യത്തിലും അധികമാകാൻ അനുവദിക്കുക. ധ്രുവരാത്രി മനസ്സിന്റെ ഉണർന്നനിരക്കിൽ അപ്പോൾ ഒരു പക്ഷേ, ബുദ്ധിയുടെ പ്രകാശത്തിൽ എല്ലാവസ്തുക്കളുടേയും ബാഹ്യരേഖ വരച്ചുകാട്ടുന്ന വെളുത്ത വിശുദ്ധമായ തിളക്കമായി ഉണർന്നേക്കും. ആ അവസ്ഥയിൽ തുല്യമൂല്യമുള്ളത് വികാരതീവ്രമായ ധാരണയുമായി അപ്പോൾ ഏറ്റുമുട്ടും. അപ്പോൾ അസ്തിത്വവാദപരമായ കുതിപ്പിന്റെ വിലയിരുത്തലിനെ സംബന്ധിച്ച ചോദ്യംപോലും ഉണ്ടാകില്ല. അത് മനുഷ്യ നിലപാടുകളുടെ പ്രായമേറിയ ചുവർ ചിത്രങ്ങളുടെ മദ്ധ്യത്തിൽ സ്ഥാനംപിടിക്കും. കാഴ്ചക്കാരന്, അയാൾ ബോധവാനാണെങ്കിൽ ആ കുതിപ്പ്, അസംബന്ധമാണ്. വിരോധാഭാസം പരിഹരിക്കുമെന്നും കേടുകൂടാതെ പുനഃസ്ഥാപിക്കുമെന്നും അപ്പോൾ ചിന്തിച്ചു തുടങ്ങുന്നു. എല്ലാം അവയുടെ സ്ഥാനം ഏറ്റെടുക്കുകയും അസംബന്ധലോകം അതിന്റെ തേജസോടും വൈവിദ്ധ്യത്തോടും കൂടി പുനർജ്ജനിക്കുകയും ചെയ്യുന്നു.

എല്ലാ ആത്മീയ ശക്തികളുടെയും ഏറ്റവും സൂക്ഷ്മമായ തലം വൈരുദ്ധ്യമില്ലാതെ അതിനെകൊണ്ടുപോവുക എന്നുള്ളതാണ്. കാഴ്ചയുടെ ഏക മാർഗ്ഗത്തിലൂടെയാണ് അത് സാദ്ധ്യമാക്കുക. അതിനെ തൃപ്തിപ്പെടുത്തുക എന്നത് പ്രയാസമാണ്. മുൻഗാമികളിൽ അധികംപേരും ചിന്തയെ നിർവ്വചിച്ചവരാണ്. എന്നാൽ നിർവ്വചനങ്ങൾക്കപ്പുറം ജീവിക്കുക എന്നതാണ് പ്രധാനം.

അസംബന്ധ മനുഷ്യൻ

ഗെയ്ഥേ പറഞ്ഞു, "എന്റെ തട്ടകം സമയമാണ്." അത് യഥാർത്ഥ ത്തിൽ അസംബന്ധ വർത്തമാനമാണ്. സത്യത്തിൽ ആരാണ് അസം ബന്ധമനുഷ്യൻ? നിരാകരിക്കാതെ, നിത്യതയ്ക്കുവേണ്ടി ഒന്നുചെയ്യാത്ത വൻ ആരോ അവൻ. ആ ഗൃഹാതുരത്വം അവന് വൈദേശികമല്ല. എന്നാൽ അയാൾ അയാളുടെ ധൈര്യത്തെയും അയാളുടെ യുക്തിയേയും കൂടു തൽ പരിഗണിക്കുന്നു. യാചനകൂടാതെ ജീവിക്കാനും തനിക്കുള്ളതു കൊണ്ട് മുന്നോട്ടു പോകാനും ആദ്യം അയാൾ പഠിക്കുന്നു. രണ്ടാമത്തേത് അയാളുടെ പരിധികൾ അയാൾ അറിയുന്നു എന്നുള്ളതാണ്. താല്ക്കാ ലികവും പരിമിതവുമായ സ്വാതന്ത്ര്യത്തിന്റെ ഭാവിയെ ഇല്ലാതാക്കുന്ന കലാപത്തിന്റെയും നശ്വരമായ അന്തഃകരണബോധത്തിന്റെയും ഉറപ്പിൽ സാഹസികതയ്ക്ക് പുറത്ത് ജീവിതകാലത്തിന്റെ ഒരറ്റം മുതൽ മറ്റേ അറ്റം വരെ അയാൾ ജീവിക്കുന്നു. അതാണ് അയാളുടെ തട്ടകം. അതാണ് അയാളുടെ പ്രവൃത്തി. ആ തട്ടകത്തെ, അഥവാ പ്രവൃത്തിയെ അയാ ളുടേതൊഴിച്ച് മറ്റേത് വിധിയിൽനിന്നും അയാൾ സംരക്ഷിക്കുന്നുണ്ട്. മറ്റൊരുജീവിതം അയാൾക്ക് മഹത്തരമാകുന്നില്ല. അത് നീതിയുക്തമ ല്ലായിരിക്കും. ഞാൻ ഇവിടെ പറയുന്നത് വരുംകാല ഭാവിതലമുറ എന്നു വിളിക്കുന്ന ക്ഷുദ്രനിതൃതയെക്കുറിച്ചല്ല. മാഡം റോലാന്റ്സ് അവ രിൽത്തന്നെ വിശ്വാസമർപ്പിക്കുന്നു. ലക്കുംലഗാനുമില്ലാത്ത സാഹസികത അവരെ ഒരു പാഠംപഠിപ്പിച്ചു. അവരുടെ അഭിപ്രായം ഉദ്ധരിക്കുന്നത് ഭാവി തലമുറയ്ക്ക് സന്തോഷമാണ്; പക്ഷേ, അതിനെ വിലയിരുത്തുവാൻ അവർ മറന്നുപോകുന്നു. ഭാവിതലമുറയോട് മാഡം റോലന്റിന് ഒട്ടും താല്പര്യമില്ല.

ഇവിടം നീതിശാസ്ത്രം ഉയർത്തിപ്പിടിക്കുന്ന ചോദ്യങ്ങളെക്കൊണ്ടു നിറഞ്ഞിരിക്കുന്നു. വലിയ സദാചാരബോധമുള്ളവർ വളരെ മോശമായി

പെരുമാറുന്നത് ഞാൻ കണ്ടിട്ടുണ്ട്. സത്യസന്ധതയ്ക്ക് ഒരു നിയമാവലിയുടേയും ആവശ്യമില്ലെന്ന് നിത്യേന മനസ്സിലാക്കാവുന്നതാണ്. എന്നാൽ അസംബന്ധമനുഷ്യന് സ്വീകരിക്കാവുന്ന ഒരു സദാചാരവ്യവസ്ഥ ഉണ്ട്. അത് ദൈവത്തിൽനിന്ന് വേർതിരിക്കപ്പെടാത്ത ഒന്നാണ്. അത് ചൊല്ലി കൊടുക്കപ്പെട്ടതാണ്. അത് അങ്ങനെ സംഭവിക്കുന്നത് അയാൾ ദൈവത്തിന് പുറത്ത് ജീവിക്കുന്നതുകൊണ്ടാണ്. മറ്റുള്ളവരെ സംബന്ധിച്ച് (അധാർമ്മികതയേയും ഞാനതിൽ ഉൾപ്പെടുത്തുന്നു) അസംബന്ധ മനുഷ്യൻ അവരിൽ ഒന്നും കാണുന്നില്ല. നീതിരഹിതനായ അയാൾക്കാണെങ്കിൽ നീതീകരിക്കാൻ ഒന്നുമില്ലാതാനും. ഞാൻ ഇവിടെ അയാളുടെ നിരപരാധിത്വത്തിന്റെ തത്ത്വത്തിൽ നിന്നാരംഭിക്കുന്നു.

നിരപരാധിത്വത്തെ ഭയക്കേണ്ടതാണ്. 'എല്ലാം അനുവദിച്ചിരിക്കുന്നു' ഐവാൻ കാരമസോവ് ആർത്തുവിളിച്ചു. അതും അസംബന്ധത്തിന്റെ ചമ്മട്ടിപ്രഹരത്തിന്റെ പ്രതിദ്ധ്വനിയാണ്. അതിനെ അശ്ലീലമായി അംഗീകരിക്കേണ്ടതില്ല. ഒരു കയ്പേറിയ അനുഭവത്തിന്റെ സാക്ഷ്യപ്പെടുത്തലിനെക്കാൾ തൃപ്തികരമാണോ ആഹ്ലാദത്തിന്റെയും ആശ്വാസത്തിന്റെയും സാക്ഷിപത്രം? എനിക്കറിഞ്ഞുകൂടാ!

ശിക്ഷിക്കപ്പെടുകയില്ലെന്ന ധൈര്യത്തോടുകൂടി മോശമായി പെരുമാറിയാൽ ദൈവത്തിന്റെ ന്യായവിധി ആ ജീവിതത്തെത്തന്നെ തകർത്തു കളയും. തെരഞ്ഞെടുപ്പ്നടത്തുക എന്നത് കഠിനമല്ലായിരിക്കാം. പക്ഷേ, തെരഞ്ഞെടുപ്പ് ഇല്ലാത്തത് എവിടെയാണോ അവിടെയാണ് കയ്പ്പിന്റെ ഉത്ഭവം. ഇവിടെ അസംബന്ധം മോചിതമാകുന്നില്ല. എല്ലാ അർത്ഥത്തിലും അത് തളയ്ക്കപ്പെടുന്നു. എല്ലാ കർമ്മങ്ങളെയുമത് ആധികാരികപ്പെടുത്തുന്നില്ല. എല്ലാം അനുവദിച്ചിരിക്കുന്നു എന്നുപറഞ്ഞാൽ വിലക്കപ്പെട്ടത് ഇല്ലെന്ന് അതിനർത്ഥമില്ല. അങ്ങനെയുള്ള പ്രവൃത്തികളുടെ അനന്തരഫലങ്ങളുടെമേൽ തുല്യത ചാർത്തുക മാത്രമാണ് അസംബന്ധം. കുട്ടിത്തമായേക്കാമെന്നതുകൊണ്ട് കുറ്റം ശുപാർശയ്ക്ക് അർഹതപ്പെടുന്നില്ല. എന്നാൽ അതിന്റെ ഫലശൂന്യത പശ്ചാത്താപത്തെ പുനഃസ്ഥാപിക്കുന്നു. അതുപോലെ എല്ലാ അനുഭവങ്ങളും ഉദാസീനമാണെങ്കിലും അതിന്റെ കടമ മറ്റുള്ളവയെപ്പോലെ നിയമാനുസൃതമായിരിക്കും. ചാപല്യങ്ങളിലൂടെയും ഒരാൾക്ക് സദാചാരിയായിത്തീരാം.

നീതികരിക്കപ്പെടുകയോ, റദ്ദാക്കപ്പെടുകയോ ചെയ്യുന്നതിന് അനന്തരഫലങ്ങളുണ്ട്. അങ്ങനെയുള്ള ആശയത്തിന്റെ അടിത്തറമേലാണ് എല്ലാ സദാചാര വ്യവസ്ഥകളും നിലനില്ക്കുന്നത്.

അസംബന്ധത്താൽ ഉത്തേജിതമായ മനസ്സ് അങ്ങനെയുള്ള അനന്തരഫലങ്ങൾ തീർച്ചയായും പരിഗണിക്കും. അതിന്റെ വിലകൊടുക്കുവാൻ മനസ്സ് തയ്യാറുമാണ്. ഈ അഭിപ്രായം മറ്റൊരു തരത്തിൽപ്പറഞ്ഞാൽ ഉത്തരവാദപ്പെട്ടവർ ഉണ്ടായേക്കാം, കുറ്റംചെയ്തവർ ഇല്ലാതായേക്കാം. അങ്ങനെയുള്ള മനസ്സ് കഴിഞ്ഞകാല അനുഭവങ്ങളെ ഭാവി പ്രവർത്തനങ്ങൾക്ക് അടിത്തറയാക്കാൻ സമ്മതിക്കും. സമയം സമയത്തെ

ദൈർഘ്യമാക്കും. ജീവിതം ജീവിതത്തെ സേവനപരമാക്കും. ഒരാൾക്ക് മുൻകൂട്ടി കാണാൻ കഴിയില്ല എന്ന പ്രവണത ഒഴിച്ച് നിർത്തിയാൽ മറ്റുള്ള ചിന്തകൾ പരിമിതമായ സാദ്ധ്യതകളോടുകൂടി അയാളിൽനിന്നു ബഹിർഗ്ഗമിക്കുന്നു. അപ്പോൾ അകാരണമായ ഉത്തരവിൽനിന്ന് എന്ത് ചട്ടം ആണ് ലഭിക്കുക? അയാൾക്ക് പാഠമായേക്കുമെന്ന് തോന്നുന്ന സത്യം ഔപചാരികമായിരിക്കില്ല. അത് ജീവിതത്തിലേക്ക് കടന്നുവരികയും മനുഷ്യരിൽ വിടർന്ന് പരിലസിക്കുകയും ചെയ്യും. മനുഷ്യജീവിതത്തിന്റെ ഓരോ അണുവിലും ചിലപ്പോൾ യുക്തിസഹജമായ ചിന്തകൾ പ്രത്യക്ഷമാകാം. അപ്പോൾ അസംബന്ധമായ മനസ്സിൽനിന്ന് ധാർമ്മിക ശാസ്ത്രനീതി കൂടുതൽ പ്രതീക്ഷിക്കുവാൻ കഴിയില്ല. ഇനി വരുന്ന കുറച്ചുപ്രതിബിംബങ്ങൾ ഈ തരത്തിൽ ഉള്ളതായിരിക്കും. അവ കൃത്യമായ നിലപാടുകൊണ്ടും അതിന്റെ ഊഷ്മളതകൊണ്ടും അസംബന്ധ ചിന്തയെ ദീപ്തമാക്കും.

ഒരു ഉദാഹരണം വികസിപ്പിച്ചെടുക്കേണ്ട ആവശ്യം എനിക്കുണ്ടോ? അസംബന്ധ ലോകത്ത് കുറച്ചെങ്കിലും സാദ്ധ്യമാണെങ്കിപ്പോലും ഈ ചിത്രീകരണങ്ങളെല്ലാം മാതൃക അല്ലാതെയാകുമോ? ഇതിന് ഒരു നിശ്ചിത പ്രവൃത്തി ആവശ്യമാണ്. എന്നിരുന്നാലും എല്ലാ പരിഗണനകളോടുംകൂടി അയാൾ പെട്ടെന്ന് പരിഹാസ്യനായിത്തീരും. തീരുമാനങ്ങൾ റൂസ്സോയിൽ നിന്നെടുക്കുമ്പോൾ ഒരാൾ നാലുകാലിൽ നടക്കണം. നീത്ഷേയിൽ നിന്നാണെങ്കിൽ ഒരുവൻ മറ്റൊരാളുടെ മാതാവിനെ കഠിനമായി ദ്രോഹിക്കണം.

"അസംബന്ധമാകുന്നത് അത്യാവശ്യമാണെന്ന്" ഒരു ആധുനിക ഗ്രന്ഥകാരൻ എഴുതുന്നു. താൻ സ്വീകരിക്കുന്ന നിലപാടുകൾക്ക് മുഴുവൻ അർത്ഥവും ഉൾക്കൊള്ളാൻ കഴിയുന്നത് അവയുടെ വൈപരീത്യങ്ങളെ പരിഗണിച്ചുകൊണ്ട് മാത്രമായിരിക്കും. അന്തഃകരണ വിശുദ്ധി രണ്ടിലും ഒരുപോലെയാണെങ്കിൽ തപാലാഫീസിലെ ഗുമസ്തനും നേതാവും ഒരുപോലായിരിക്കും. ഇതു സംബന്ധിച്ച എല്ലാ അനുഭവങ്ങളും ഉദാസീനങ്ങളായിരിക്കും. അവയിൽ ചിലതെല്ലാം മനുഷ്യന് സേവനം ചെയ്യുന്നവയായിരിക്കും. അയാൾ ബോധവാനാണെങ്കിൽ അവ അയാൾക്ക് സേവനങ്ങൾ ചെയ്യും. മറിച്ച് അവയ്ക്ക് ഒരു പ്രാധാന്യവുമില്ല. ഒരു മനുഷ്യന്റെ തോല്വികളിൽ വിധി ന്യായം മുഴക്കുന്നുണ്ട്. പരിതഃസ്ഥിതികളുടേതല്ല, അയാളുടെതന്നെ സ്വയം വിനിയോഗം ലക്ഷ്യമിടുന്നവരെ മാത്രമേ ഞാൻ തെരഞ്ഞെടുക്കുന്നുള്ളു. അതിന് കൂടുതൽ വിവക്ഷകൾ ഇല്ല. ഭാവിയെ നിരാകരിക്കുന്ന ജീവിതംപോലുള്ള ചിന്തകൾ നിറഞ്ഞ ഒരു ലോകത്തെക്കുറിച്ച് മാത്രം സംസാരിക്കാൻ ഞാൻ ആഗ്രഹിക്കുന്നു. ഓരോന്നും മനുഷ്യനെ പണിയെടുപ്പിക്കുകയും പ്രത്യാശയുടെ ഉപയോഗത്തിലൂടെ ഉത്തേജിതനാക്കുകയും ചെയ്യുന്നു. അതുകൊണ്ടുതന്നെ അത് വന്ധ്യചിന്തയാണ്. അസംബന്ധ ലോകത്തിൽ ഒരു ആശയത്തിന്റേയോ ജീവിതത്തിന്റെയോ മൂല്യം അളക്കുന്നത് അതിന്റെ വന്ധ്യതകൊണ്ടാണ്.

ഡോൺ ജൂവനിസം

പ്രണയിക്കുന്നത് തൃപ്തികരമായിരുന്നുവെങ്കിൽ കാര്യങ്ങൾ കൂടുതൽ എളുപ്പമാകുമായിരുന്നു. ഒരാൾ കൂടുതൽ സ്നേഹിക്കുന്നതോടെ അസംബന്ധം ശക്തിയായി വളരും. പ്രണയത്തിന്റെ കുറവുകൊണ്ടല്ല ഡോൺ ജൂവാൻ സ്ത്രീകളിൽ നിന്ന് സ്ത്രീകളിലേക്ക് പോയത്. സമഗ്രമായ പ്രണയത്തിന്റെ അന്വേഷണത്തിൽ അദ്ദേഹത്തെ ഒരു മിസ്റ്റിക് പ്രതിനിധിയാക്കുന്നത് അപഹാസ്യമാണ്. എന്തുകൊണ്ടെന്നാൽ യഥാർത്ഥത്തിൽ അദ്ദേഹം ഒരേ വികാരതീവ്രതയോടെയാണ് എല്ലാവരേയും പ്രണയിച്ചത്. അതേ വികാരവായ്പോടുകൂടിത്തന്നെയാണ് അദ്ദേഹം അന്വേഷണത്തിന്റെ ആഴങ്ങളിൽക്കൂടി ഒഴുകിപ്പരന്നതും. ആർക്കും ഒരിക്കലും നല്കാൻ കഴിയാത്ത പ്രണയമാധുര്യം അദ്ദേഹത്തിന് നല്കണമെന്ന് ഓരോ സ്ത്രീയും ആഗ്രഹിച്ചു. എന്നാൽ ആവർത്തിച്ചുള്ള ആ ആഗ്രഹത്തെ അദ്ദേഹത്തെകൊണ്ട് അനുഭവിപ്പിക്കുന്നതിൽ അവർ ദയനീയമായി പരാജയപ്പെടുകയാണുണ്ടായത്. അവസാനം അവരിലൊരാൾ ആർത്തുവിളിച്ചു, “ഞാൻ നിനക്ക് പ്രണയം നല്കി.” ഇതു കേട്ട് ഡോൺ ജൂവാൻ ചിരിച്ചാൽ അത്ഭുതപ്പെടാൻ കഴിയുമോ? ഇല്ല. അദ്ദേഹം പറഞ്ഞു “എന്നാൽ ഒരിക്കൽക്കൂടി.” കൂടുതൽ പ്രണയിക്കുവാൻവേണ്ടി അപൂർവ്വമായിമാത്രം പ്രണയിക്കുന്നത് അത്യാവശ്യമാകുന്നത് എന്തുകൊണ്ടാണ്?

ഡോൺജൂവാൻ വിഷാദഗ്രസ്തനാണോ? അതിനുള്ള സാദ്ധ്യത വളരെ പരിമിതമാണ്. കഷ്ടിച്ചു ഐതിഹ്യത്തിനൊരു സഹായിമാത്രമാകുന്നു അദ്ദേഹം. ആ ചിരി, വെല്ലുവിളിക്കുന്ന ധിക്കാരം, തിയേറ്ററിനോടുള്ള അഗാധമായ സ്നേഹം, അതിന്റെ വിനോദ പ്രകടനങ്ങൾ വ്യക്തവും ആഹ്ലാദ പുളകിതവുമാണ്. ആരോഗ്യമുള്ള ഓരോ ജീവി വർഗ്ഗത്തിനും ഇതെല്ലാം ഗുണകരമാക്കാനുള്ള പ്രവണതയുണ്ട്. അതുതന്നെയാണ്

ഡോൺ ജൂവാനിലും അന്തർലീനമാകുന്നത്. എന്നാൽ വിഷാദഗ്രസ്തർക്ക് അങ്ങനെയാകാൻ രണ്ടുകാരണങ്ങൾ ഉണ്ട്. അസുഖമുണ്ടെന്ന് അവർക്ക് അറിഞ്ഞുകൂടാ. എന്നാൽ അവരത് ആഗ്രഹിക്കുന്നു. ഡോൺജൂവാന് അതറിയാം. പക്ഷേ, അത് ആഗ്രഹിക്കുന്നില്ല. അവരവരുടെ സർഗ്ഗചോദനയുടെ പരിധി അറിയാവുന്ന കലാകാരനെ, പരിധിക്കപ്പുറത്തേക്ക് പോകരുതെന്ന് അദ്ദേഹം ഓർമ്മിപ്പിക്കുന്നുമുണ്ട്. ആ സന്ദിഗ്ദ്ധമായ ഇടവേളയിൽ ഗുരുക്കന്മാരെ അതിശയിപ്പിക്കുന്ന സുഖാനുഭൂതി ആസ്വാദ്യകരമാക്കുന്ന ആത്മീയ നിലപാടെടുക്കുകയും ചെയ്യുന്നു. വാസ്തവത്തിൽ അതാണ് ജീനിയസ്സ്. അതിർത്തികൾ വിവേചിച്ചറിയുന്ന ബുദ്ധി ഭൗതികമരണത്തിന്റെ അതിർവരമ്പുവരെ എത്തുന്നുണ്ട്. ഡോൺജൂവാൻ വിഷാദത്തെക്കുറിച്ച് അജ്ഞനാണ്. അതറിയുന്ന നിമിഷം അയാളുടെ ചിരി പൊട്ടിവിടരുകയും എല്ലാം പൊറുക്കാൻ തയ്യാറാകുകയും ചെയ്യും. ആശിച്ച സമയത്ത് അയാൾ വിഷാദവിവശനുമായിരുന്നു. ഇന്ന് ആ സ്ത്രീയുടെ വായിൽ അറിവിന്റെ കയ്പ്പും രുചിയും അയാൾ തിരിച്ചറിയുന്നു. കയ്പ്പ്? കഷ്ടിച്ച് അനിവാര്യമായ ആ അപൂർണ്ണത സന്തോഷത്തെ പ്രത്യക്ഷബോധത്തിന് യോഗ്യമാക്കുന്നു.

ഡോൺ ജൂവാനെ പുരോഹിതന്മാർ വളർത്തിയെടുത്തതാണെന്ന് കാണാൻ ശ്രമിക്കുന്നത് തികച്ചും തെറ്റാണ്. മറ്റൊരു ജീവിതത്തെക്കുറിച്ചുള്ള പ്രത്യാശ ഒഴിച്ച് അദ്ദേഹത്തിന് ശൂന്യമായി വേറൊന്നുമില്ല. അദ്ദേഹം ഇത് തെളിയിക്കുന്നുണ്ട്. എന്തുകൊണ്ടെന്നാൽ മറ്റുജീവിതത്തിൽ അടങ്ങിയിരിക്കുന്ന സ്വർഗ്ഗത്തിനെതിരെ അദ്ദേഹം ചൂതാട്ടം നടത്തുന്നുണ്ട്. സന്തോഷത്തോടെ മരിക്കുവാനുള്ള ആഗ്രഹം ഷണ്ഡനായ മനുഷ്യന്റെ ഇച്ഛയല്ല. പിശാചിന് വില്ക്കാൻവേണ്ടി ദൈവത്തിൽ വിശ്വസിക്കുന്ന ഫൗസ്റ്റിനെ സംബന്ധിച്ച് അത് ശരിയാണ്. ഡോൺജൂവാന്റെ കാര്യങ്ങൾ ലളിതമാണ്. മൊലിനായുടെ 'ബർലേഡർ' നരകത്തിന്റെ ഭീഷണിക്ക് എപ്പോഴും മറുപടി നല്കികൊണ്ടിരിക്കുന്നു. "എത്രയോ ദീർഘമായ ഇളവാണ് നീ എനിക്ക് നല്കിയിരിക്കുന്നത്!" മരണശേഷം എന്തു വരുന്നുവെന്നത് ഫലശൂന്യമാണ്. എങ്ങനെ ജീവിക്കണം എന്ന് അറിയുന്ന ഒരാൾക്ക് ദിനങ്ങളുടെ പിന്തുടർച്ച എത്രയോ ദൈർഘ്യമേറിയതായിരിക്കും. ഫൗസ്റ്റ് ലൗകിക സുഖങ്ങൾക്കുവേണ്ടി യാചിച്ചു. എന്നാൽ ദരിദ്രന് കൈ നീട്ടിയാൽ മാത്രം മതിയായിരുന്നു. സന്തുഷ്ടനാകാൻ കഴിയാതെ വരുമ്പോൾ ഒരാൾ സ്വന്തം ആത്മാവിനെത്തന്നെ വില്ക്കുന്നു. സുഖാനുഭവത്തിന്റെ പൂർണ്ണതയ്ക്കു വിപരീതമായി, ഡോൺജൂവാൻ ശാഠ്യംപിടിക്കുന്നു. അദ്ദേഹം ഒരു സ്ത്രീയെ ഉപേക്ഷിക്കുകയാണെങ്കിൽ, സമ്പൂർണ്ണമായല്ല അവളെ നിരാകരിക്കുന്നത്. ഒരു സുന്ദരി എപ്പോഴും ആഗ്രഹിച്ചുകൊണ്ടേയിരിക്കും. എന്നാൽ അദ്ദേഹം മറ്റൊന്ന് ആഗ്രഹിക്കുന്നു. അവളുടെ അഭിലാഷത്തിൽ നിന്നും തികച്ചും വ്യത്യസ്തമായൊരു അനുഭവമാണത്.

ഈവിധമുള്ള അയാളുടെ എല്ലാ അഭിവാഞ്ഛകളേയും അത്

തൃപ്തിപ്പെടുത്തുന്നു. അത് നഷ്ടപ്പെടുന്നതിനേക്കാൾ ചീത്തയായ് വേറൊന്നുമില്ല. ഭ്രാന്തൻ മഹാബുദ്ധിമാനാണ്. ദയ ഒരൗദാര്യമായിരിക്കുന്ന, സ്നേഹബന്ധം പരുഷ മൗനമാകുന്ന, ഒരേയൊരു വിശ്വാസാചാരം അനുഷ്ഠിക്കുന്ന ഒരു സമൂഹത്തിൽ ഒരുവൻമാത്രം ധീരനാകുന്ന ഈ ലോകത്ത് അഭിലാഷങ്ങളിൽ ജീവിക്കുന്ന ഒരുവന് ഉചിതമായി വളരുവാൻ കഴിയില്ല. എളുപ്പത്തിൽ പറയുമ്പോൾ അയാൾ ക്ഷീണിതനും ആദർശവാദിയും അല്ലെങ്കിൽ സന്ന്യാസിയുമായിരിക്കും. ഉപദ്രവിക്കുന്നത് മഹത്വമാണെങ്കിലും ഇടിച്ചുതാഴ്ത്തണം.

സ്ത്രീകളെക്കുറിച്ചുള്ളതുൾപ്പെടെയുള്ള ഡോൺജൂവാനിന്റെ സംഭാഷണങ്ങൾ വ്യക്തികൾക്ക് അസഹ്യമായിരുന്നു. അദ്ദേഹത്തിന്റെ ആഹ്ലാദങ്ങളുടെ വൈപുല്യം തേടുന്ന ഏതൊരാൾക്കും മുഖ്യമായ കാര്യം അതിന്റെ ഫലപ്രാപ്തിയാണ്. പരീക്ഷണത്തിലേക്കു കടന്നു കയറുവാനുള്ള സാങ്കേതികപദം ഇത്രയ്ക്കും സങ്കീർണ്ണമാക്കുന്നതുകൊണ്ട് എന്ത് പ്രയോജനം? സ്ത്രീപുരുഷന്മാർ ആരുംതന്നെ ഉച്ചരിക്കുന്ന ശബ്ദമല്ലാതെ അതിന്റെ അർത്ഥമെന്താണെന്ന് ശ്രദ്ധിക്കുന്നതേയില്ല. അവ ചട്ടമാണ്. ദേശീയാചരണവും മര്യാദയുമാണ്. സംസാരശേഷവും പ്രധാനപ്പെട്ടത് ആശയവിനിമയം ചെയ്യാതെ അവശേഷിക്കുന്നു. അതിനുവേണ്ടി ഡോൺജൂവാൻ തയ്യാറെടുത്തുകഴിഞ്ഞു. എന്തുകൊണ്ട് അദ്ദേഹം ധാർമ്മികനീതിയിൽ പ്രശ്നം സൃഷ്ടിക്കുന്നു? ഒരു പുണ്യവാളനാകണമെന്ന ആഗ്രഹത്തോടെ സ്വയം ദണ്ഡിക്കപ്പെടുന്ന മിലോസ്സിന്റെ 'മനാറ'യെ അദ്ദേഹം ഇഷ്ടപ്പെടുന്നില്ല. നരകമെന്ന കാര്യം കേൾക്കുമ്പോൾതന്നെ അദ്ദേഹം പ്രകോപിതനാകും. എന്നാൽ അദ്ദേഹത്തിന് ദിവ്യകോപത്തോട് ഒരു മറുപടി ഉണ്ട്. കാരണം അത് മനുഷ്യന്റെ അഭിമാനമാണ്. "ഞാനെന്റെ മോണ്ടറിനെ ബഹുമാനിക്കുന്നു. അങ്ങനെ ഞാനെന്റെ വാഗ്ദാനം നിറവേറ്റുന്നു. എന്തുകൊണ്ടെന്നാൽ ഞാൻ ഒരു യോദ്ധാവാണ്." എന്നാൽ ഒരു ദുർമാർഗ്ഗിയെ സൃഷ്ടിക്കുന്ന തെറ്റ് ഒരു പക്ഷേ, മഹത്തരമായിരിക്കുമോ? ഇക്കാര്യത്തിൽ മറ്റുള്ള ഓരോരുത്തരേയുംപോലെ ഇദ്ദേഹത്തിന് ഇഷ്ടാനിഷ്ടങ്ങളുടെ ധാർമ്മികസംഹിതയുണ്ട്. സാധാരണ പ്രതീകങ്ങളായി ഉപയോഗിക്കുന്നത് (സാധാരണ വഴി പിഴച്ചവനും സ്ത്രീലമ്പടനും) എന്താണോ അതിനെ നിരന്തരം സംശയനിവാരണത്തിന് ഉപയോഗിച്ചുകൊണ്ടുമാത്രമേ ഡോൺജൂവാന് ശരിയായ നിലയിൽ മനസ്സിലാക്കാൻ കഴിയൂ. സ്വയംബോധവാനെന്ന തോന്നലുണ്ടെങ്കിൽ അയാൾ ഒരു പിഴയാണിയാണ്. ബോധം സ്വയമുണ്ടെന്നു നടിക്കുന്ന അയാൾ അസംബന്ധിയാണ്. തെറ്റിലേക്ക് മനസ്സ് വഴുതി വീണാൽ രക്ഷപ്പെടുക അത്ര എളുപ്പമല്ല. പിഴപ്പിക്കൽ (വഴിതെറ്റിക്കൽ) ഒരു ജീവിതാവസ്ഥയാണ്. പ്രകൃതിദത്തമാണ്. അതിനെ അതിജീവിക്കുന്ന ബോധമുള്ളവർ നോവലിൽ മാത്രമേ നല്ലവനാകാൻ കഴിയൂ. എന്നാലും നമുക്ക് പറയാൻ കഴിയും ഒരേ സമയം ഒന്നും മാറുന്നില്ല എന്ന്. ഓരോന്നും രൂപാന്തരം പ്രാപിക്കുന്നു എന്നല്ലാതെ. ഡോൺജൂവാൻ തിരിച്ചറിയുന്നത്

സദാചാരശാസ്ത്രത്തിന്റെ അമൂല്യതയാണ്. പുണ്യവാളനായതിനാൽ ഗുണമേന്മയും അയാൾ തിരിച്ചറിയുന്നു. ഒരു അസംബന്ധ മനുഷ്യന്റെ കാര്യങ്ങൾ പൂർണ്ണമായും വിശ്വസിക്കരുത്. ഹൃദയംഗമമായതോ അത്ഭുത പരവശമായതോ ആയ മനുഷ്യനെ സംബന്ധിച്ചാണെങ്കിൽ അയാൾ കണ്ടതിന്റെ ഓർമ്മയിൽനിന്ന് താല്ക്കാലികമായിട്ടെങ്കിലും വിരമിക്കില്ല. കാലം അവയെ സൂക്ഷിക്കുന്നു. അസംബന്ധമനുഷ്യൻ ഒരു കാല പുരുഷനാണ്. ഡോൺ ജൂവാൻ സ്ത്രീകളെ 'ശേഖരിക്കുന്ന'തിനെക്കുറച്ച് ആലോചിക്കുന്നില്ല. ജീവിതത്തിൽ അതിന്റെ ബാഹുല്യവും അവസരവും അദ്ദേഹം അവസാനിപ്പിച്ചുകൊണ്ടിരിക്കും. ഒരാളുടെ പോയകാലത്തെ കൂട്ടിക്കിഴിച്ചെടുക്കുന്നതിന് തുല്യമായ അർത്ഥമാണ് ഇവിടെ 'ശേഖരിക്ക'ലിനുള്ളത്. വ്യസനം, പ്രത്യാശയുടെ മറ്റുരൂപങ്ങൾ ഒക്കെ അദ്ദേഹം തിരസ്കരിക്കുന്നു. അദ്ദേഹത്തിന് ഛായാചിത്രങ്ങൾ വീക്ഷിക്കുവാൻ ത്രാണിയില്ല.

എല്ലാറ്റിനുവേണ്ടി അയാൾ സ്വാർത്ഥനാകേണ്ടതുണ്ടോ? അയാളുടെ സഞ്ചാരപഥത്തിൽ ആരെയായിരിക്കും അയാൾ കണ്ടെത്തുക? ഇങ്ങനെ ഓരോന്നും മനസ്സിലാക്കേണ്ടത് അത്യാവശ്യമാണ്. ജീവിക്കാൻവേണ്ടി സൃഷ്ടിക്കപ്പെട്ടവനും പ്രണയിക്കാൻവേണ്ടി സൃഷ്ടിക്കപ്പെട്ടവനും ഉണ്ടായേക്കാം. ഏറ്റവും കുറഞ്ഞപക്ഷം ഡോൺ ജൂവാൻ അതിനോട് ചായ്വ് കാട്ടിയേക്കാം. ചുരുങ്ങിയവാക്കുകളിൽ, അതുപോലെ ചെയ്തേക്കാം. കാരണം, അദ്ദേഹത്തിന് തെരഞ്ഞെടുക്കുവാനുള്ള കഴിവുണ്ട്. പ്രണയത്തിന് വേണ്ടി നാം ഇവിടെ സംസാരിക്കുന്നത് നിത്യതയുടെ മായയാൽ വസ്ത്രധാരണം ചെയ്യപ്പെട്ടവയാണ്. തീവ്രവികാരത്തിന്റെ വിശേഷജ്ഞർ നമ്മെ പഠിപ്പിക്കുന്നത് നിത്യപ്രണയം ഇല്ല എന്നാണ്. പക്ഷേ, എന്താണ് തടസ്സമായത്. തീവ്രയജ്ഞമില്ലാത്ത വികാരതീവ്രത അപൂർവ്വമാണ്. അങ്ങനെയുള്ള പ്രണയം പരമകാഷ്ഠയിലെത്തുന്നത് മരണത്തിന്റെ പരമമായ നിരാകരണത്തിലാണ്. ആത്മഹത്യചെയ്യുവാൻ വിവിധ മാർഗ്ഗങ്ങളുണ്ട്. അവയിലൊന്ന് സത്തയുടെ വരപ്രസാദവും മറവിയുമാണ്. മറ്റുള്ള ഏതൊരാളെയുംപോലെ ഇത് കുഴക്കുന്ന ഒന്നാണന്ന് ഡോൺ ജൂവാനറിയാം. എന്നാൽ ഇത് പ്രാധാന്യമുള്ളതല്ലെന്ന് അറിയുന്ന ചുരുക്കം പേരിലൊരാളാണ് അദ്ദേഹം. മഹത്തായ പ്രണയത്തിലൂടെ സർവ്വരിൽനിന്നും വ്യതിരിക്തമായവർ വ്യക്തിപരമായി സന്തുഷ്ടരാകും. എന്നാൽ, പ്രണയം തെരഞ്ഞെടുക്കുന്നവർ ഒരുപക്ഷേ, സ്നേഹരഹിതരായ ദരിദ്രവാസികളായിരിക്കും. ഒരമ്മയ്ക്കോ വികാരവതിയായ ഭാര്യയ്ക്കോ അടഞ്ഞ ഹൃദയമായിരിക്കും ഉണ്ടായിരിക്കേണ്ടത്. ലോകത്തിൽ നിന്ന് തിരിഞ്ഞു നില്ക്കുന്നതായിരിക്കും അവർ. ഏകവികാരം, ഏക ജീവി, ഏകമുഖം എല്ലാംചേർന്ന് ആർത്തിപൂണ്ടതാണ് അത്യന്തം വ്യത്യസ്തമായ പ്രണയം. ഇത്തരം ഏകഭാവ പ്രണയം ഡോൺജൂവാനെ ശല്യപ്പെടുത്തുന്നു, മോചിപ്പിക്കുന്നു. നശ്വരമെന്ന് അറിയുന്ന, സത്യത്തിൽ നിന്നുവരുന്ന ലോകത്തിലെ എല്ലാമുഖങ്ങളേയും അതിന്റെ കമ്പനങ്ങ

ളെയും പ്രണയം കൊണ്ടുവരുന്നു. ഇതിനർത്ഥം ശൂന്യത (അസ്തിത്വമില്ലായ്മ) ആയിരിക്കും ഡോൺജൂവാൻ തെരഞ്ഞെടുത്തത് എന്നതാണ്.

ഇതിന്റെ കാഠിന്യം അദ്ദേഹത്തിന് സുതാര്യമാണ്. പുസ്തകങ്ങളും ഐതിഹ്യങ്ങളും സൃഷ്ടിമാർഗ്ഗത്തിന്റെ സംശയ നിവാരണത്തിന് അദ്ദേഹം ആശ്രയിക്കുന്നുണ്ട്. അതുകൊണ്ട് ചില ജീവികളുമായി സ്ഥാപിക്കുന്ന ബന്ധത്തെ നാം പ്രണയമെന്ന് വിളിക്കുന്നു. ഏതെങ്കിലും ഒരു ജീവിയോട് തന്നെ ബന്ധപ്പെടുത്തുന്ന ആഗ്രഹം, സ്നേഹം, ബുദ്ധി എന്നിവയുടെ ചേരുവയാണ് പ്രണയം എന്ന് ഞാൻ അറിയുന്നു. ഈ സംയുക്തം ഇതുപോലായിരിക്കില്ല. മറ്റൊരാൾക്ക് ഈ അനുഭവങ്ങളെ ഇതേ പേരിൽ മൂടിവയ്ക്കാൻ എനിക്കവകാശമില്ല. അതേ അംഗ വിക്ഷേപത്തിലൂടെ അവയെ പ്രകടിപ്പിക്കുന്നതിൽനിന്ന് ഇത് ഒരാളെ ഒഴിവാക്കുന്നു. അസംബന്ധ മനുഷ്യൻ ഇവിടെ ഏകീകരിക്കുവാൻ കഴിയാത്തവയെ ഇവിടെ ഗുണപരമാക്കുന്നു. ഏറ്റവും കുറഞ്ഞത്, തന്നെ സമീപിക്കുന്ന വ്യക്തികളെ കഴിയുന്നത്ര മോചിപ്പിക്കണം. അതുപോലെ സ്വയം മോചിതനാകുന്ന ഒരു നവീന മാർഗ്ഗം അയാൾ കണ്ടെത്തുന്നു. ഇവിടെ കുലീന പ്രണയം എന്നൊന്നുമില്ല. എന്നാൽ അത് ക്ഷണിക ജീവിതമുള്ളതും അസാധാരണമായേക്കാവുന്നതിനേയും അംഗീകരിക്കുന്ന ഒന്നാണ്. അങ്ങനെയുള്ള എല്ലാ മരണത്തെയും പുനർജ്ജന്മത്തെയും അത് ഒരുമിപ്പിച്ച് കൂട്ടിച്ചേർക്കുന്നു. ഡോൺജൂവാന്റെ ജീവിതത്തെ പുഷ്ടിപ്പെടുത്തുന്നത് ഇതാണ്. അർപ്പണത്തിന്റേയും സജീവാത്മകതയുടേയും മാർഗ്ഗം. ഒരാൾക്ക് സ്വാർത്ഥതയെക്കുറിച്ച് സംസാരിക്കുവാൻ കഴിയുമോ ഇല്ലയോ എന്ന് തീരുമാനിക്കുവാനായി ഞാനീ വിഷയത്തെ ഒഴിവാക്കുന്നു.

ഡോൺജൂവാനെ ശിക്ഷിക്കണമെന്ന് നിർബ്ബന്ധം പിടിക്കുന്നവരെക്കുറിച്ച് ഈ ഘട്ടത്തിൽ ഞാൻ ആലോചിക്കുന്നു. മറ്റൊരു ലോകത്തിൽ വെച്ചല്ല, ഈ ലോകത്തിൽവെച്ച് തന്നെ അദ്ദേഹത്തെ ശിക്ഷിക്കണമെന്നാണ് അവരുടെ നിർബ്ബന്ധം. വൃദ്ധനായ ഡോൺജൂവാനെക്കുറിച്ചുള്ള കഥകൾ, ഐതിഹ്യങ്ങൾ, പരിഹാസങ്ങൾ എന്നിവയെക്കുറിച്ചെല്ലാം ഞാൻ ചിന്തിച്ചുപോകുന്നു. പക്ഷേ, ഡോൺ ജൂവാൻ തയ്യാറായിക്കഴിഞ്ഞു. പൂർവ്വലക്ഷണമോ ദുർനിമിത്തമോ അതെന്തായിരുന്നാലും ബോധവാനായ കിഴവന് ഞെട്ടലുളവാക്കുന്ന കാര്യമല്ലത്. ഇതിന്റെ ഭീകരാവസ്ഥ അയാളിൽനിന്ന് മറച്ചുവയ്ക്കപ്പെടുന്നില്ല. യഥാർത്ഥത്തിൽ ഞങ്ങൾ ഈ ദുരവസ്ഥയെക്കുറിച്ച് ബോധവാന്മാരാണുതാനും. ഏഥൻസിൽ പ്രായാധിക്യമുള്ളവർക്ക് സമർപ്പിച്ചിട്ടുള്ള ഒരു ക്ഷേത്രമുണ്ട്. കുട്ടികളെ അവിടെ കൊണ്ടുപോകാറുണ്ട്. ആ അവസരത്തിൽ ഡോൺജൂവാനെ കൂടുതൽപേർ പരിഹസിക്കാറുണ്ട്. അപ്പോളദ്ദേഹത്തിന്റെ സ്വത്വം പരിഹാസത്തിന് പിടികൊടുക്കാതെ കരുത്താർജ്ജിച്ച് സമൃദ്ധമാകും. തൽഫലമായി പ്രണയം നല്കിയ സ്ത്രീയെ അദ്ദേഹം തിരസ്കരിക്കും. ദണ്ഡനത്തിന് വിധേയനായ ദയാർദ്രനായ ഡോൺ ജൂവാനെ ഈ അവ

സ്ഥയിൽ പരിഹസിക്കാൻ ആരും തയ്യാറാകില്ല. അദ്ദേഹം അതീവ ദരിദ്രനായി. സ്വർഗ്ഗം ഇതിന് പരിഹാരം നല്കുമോ? ഇല്ല. ഡോൺ ജൂവാൻ കാണുന്ന ഈ പ്രപഞ്ചത്തിൽ പരിഹാസമാണ് കൂടുതലായി നിലനില്ക്കുന്നത്. ശിക്ഷിക്കപ്പെടേണ്ട സാധാരണ കാര്യമായി അദ്ദേഹം ഇതിനെ പരിഗണിക്കും. അതാണ് കളിയുടെ ചട്ടം. യഥാർത്ഥത്തിൽ, കളിയുടെ എല്ലാ ചട്ടങ്ങളും അംഗീകരിക്കുന്നത് അദ്ദേഹത്തിന്റെ കുലീനതയുടെ ഒരു മാതൃകയാണ്. എങ്കിലും അദ്ദേഹത്തിനറിയാം അദ്ദേഹം ശരിയാണെന്നും ശിക്ഷയുടെ ചോദ്യം അവിടെ ഉദിക്കുന്നില്ല എന്നും.

അതാണ് അദ്ദേഹത്തിന്റെ കുറ്റം. അദ്ദേഹത്തിന്റെ തലയ്ക്കുമേൽ ശിക്ഷയടിച്ചേല്പിക്കാൻ ദൈവത്തിന്റെ ആളുകൾ മുറവിളികൂട്ടുന്നത് എന്തിനാണെന്ന് മനസ്സിലാക്കാൻ എത്രയോ എളുപ്പമാണ്. വികല്പ രഹിതമായ വിജ്ഞാനം അദ്ദേഹം സമാർജ്ജിക്കുന്നു. ഈ ജ്ഞാന മികവ് അവരുടെ വെളിപാടുകളെ നിഷേധിക്കുന്നു. പ്രണയിച്ചു കൈവശമാക്കുക, പിടിച്ചെടുത്ത് ഉപയോഗിക്കുക അതാണ് അദ്ദേഹത്തിന്റെ ജ്ഞാനാന്വേഷണത്തിന്റെ മാർഗ്ഗം. (ശാരീരിക പ്രവൃത്തിയെ 'അറിവ് തേടൽ' എന്നു വിളിക്കുന്ന ഏറ്റവും ഇഷ്ടപ്പെടുന്ന വേദപ്രമാണ വാക്കിൽ സൂചിതാർത്ഥം അടങ്ങിയിരിക്കുന്നു) അവയെക്കുറിച്ച് എത്രത്തോളം അജ്ഞനാണോ അയാൾ അത്രത്തോളം അവരുടെ ഏറ്റവും വൃത്തികെട്ട ശത്രുവുമാണ്. ശിക്ഷിക്കപ്പെടുകയില്ലെന്നുള്ള ധൈര്യം ഉറപ്പാക്കിയിട്ടുണ്ട് ഡോൺ ജൂവാൻ. അദ്ദേഹത്തിന്റെ അതിക്രമങ്ങൾക്കും ദൈവനിന്ദക്കും അറുതി വരുത്തണമെന്ന് ഫ്രാൻസിസ്കന്മാർ ആഗ്രഹിച്ചു. അവരുടെ ഹാസ്യാനുകരണത്തിലൂടെ ചിരിക്കുന്ന മനുഷ്യൻ മരണപ്പെട്ടതാണെന്ന് ഒരു പുരാവൃത്തരചയിതാവ് വിവരിക്കുന്നുണ്ട്. (സെന്റ് ഫ്രാൻസീസ് ഓഫ് അസ്സിസിയുടെ നിയമങ്ങൾ പിന്തുടരുന്ന ക്രിസ്ത്രീയ സന്ന്യാസിമാർ) സ്വർഗ്ഗം അയാളെ തട്ടിതാഴെയിടുമെന്ന് അപ്പോൾതന്നെ അവർ പ്രഖ്യാപിക്കുന്നു. അപരിചിതമായ അവസാനം ആരും തെളിയിച്ചിട്ടില്ല. എന്നാൽ അലയാതെ, സംഭവ്യമാകുമെങ്കിൽ, അതി താർക്കികമാണെന്ന് എനിക്ക് പറയാൻ കഴിയും. ഈ ഘട്ടത്തിൽ 'ജനനം' എന്ന വാക്കിനെ ഏകമായി എടുക്കാനും വാക്കുകളുടെ മേൽ കളിക്കാനും ഞാൻ ആഗ്രഹിക്കുന്നു. അദ്ദേഹത്തിന്റെ നിരപരാധിത്വം ഉറപ്പാക്കിയ ജീവിതത്തിന്റെ സത്യമായിരുന്നു അത്. ഇപ്പോൾ പുരാവൃത്തമായ ഒരു കുറ്റം മരണത്തിൽ നിന്നു മാത്രം അദ്ദേഹം നേടി.

മറ്റെന്താണ് ആ ശിലാ കമാൻഡർ ലക്ഷ്യമാക്കുന്നത്? ചിന്തിക്കാൻ തുനിഞ്ഞ ആ രക്തത്തെയും മസ്തിഷ്കത്തെയും ധീരതയെയും ശിക്ഷിക്കാൻ ആ മരവിപ്പിച്ച പ്രതിമ ചലനാത്മകമായിടുമോ? നിത്യമുക്തിയുടെയും ലൗകിക ധർമ്മനീതിയുടെയും എല്ലാ ശക്തിയും പ്രകോപിക്കാൻ പോകുന്ന ദൈവത്തിന്റെ അന്യമായ സകല ഗാംഭീര്യവും അയാളിൽ സംക്ഷിപ്തമായിരിക്കുന്നു. വൈകല്യമാർന്നതും ആത്മാവില്ലാത്തതുമായ ആ കല്ല് ഡോൺ ജൂവാൻ എല്ലാകാലത്തും നിഷേധിച്ച ശക്തികളെ പ്രതീ

കാത്മകമാക്കുന്നു. എന്നാലും കമാൻഡറുടെ ദൗത്യം അവിടെ നില്ക്കുന്നില്ല. ഇടിമിന്നലിന്റെ നിമിഷങ്ങളിൽ അവയെ വിളിക്കുമ്പോൾ കൃത്രിമാനുകരണത്തിന്റെ സ്വർഗ്ഗത്തിലേയ്ക്ക് തിരിച്ചുവരുവാൻ കഴിയും. യഥാർത്ഥത്തിൽ ദുരന്തസംഭവം നടക്കുന്നത് അവയിൽ നിന്നെല്ലാം അകലെയാണ്. ഇല്ല, ഈ കരിങ്കൽ കരങ്ങളിൽ ഡോൺ ജുവാൻ മരണവുമായി സന്ധിക്കില്ല. ഇല്ലാത്ത ദൈവത്തെ പ്രകോപിപ്പിക്കുന്ന ഭ്രാന്തൻ. പരിഹാസത്തിന്റെ മുൻകാല വിശ്വാസ ദൃഢതയിലേക്ക് ഞാൻ തിരിഞ്ഞു. എന്നാൽ എല്ലാറ്റിമുപരി, ഞാൻ വിശ്വസിക്കുന്നു. ആ സായന്തനത്തിൽ അന്നാസ്സിൽ ഡോൺ ജുവാൻ പ്രതീക്ഷിച്ചു നിന്നപ്പോൾ കമാൻഡർ വന്നില്ല. ആ അർദ്ധരാത്രിക്കുശേഷം ഭയാത്ഭുതത്തിന്റെ മിശ്രിതമായ കയ്പ്പ് ദൈവനിന്ദകൻ അനുഭവിച്ചിട്ടുണ്ടാകും. ഒടുവിൽ ഒരു സന്യാസിമഠത്തിൽ മറവുചെയ്യപ്പെടുന്ന അദ്ദേഹത്തിന്റെ ജീവചരിത്രം പൂർണ്ണമനസ്സോടെ ഞാൻ അംഗീകരിക്കുന്നു. പ്രബുദ്ധത കൈവരുത്തുന്ന കഥാഭാഗം സംഭവ്യതയുള്ളതായി പരിഗണിക്കാൻ പറ്റില്ല: എന്ത് അഭയമാണ് അയാൾ ദൈവത്തോട് ചോദിക്കാൻ പോകുന്നത്? അസംബന്ധംകൊണ്ട് പൂർണ്ണ നിഗൂഢമാണ് ജീവിതം. അതിന്റെ താർക്കികവും ക്ഷണഭംഗുരവുമായ പ്രസന്ന പൂരിതമായ അസ്തിത്വം ഗൗരവതരമായ പരിസമാപ്തിയെ പ്രതീകവല്ക്കരിക്കുന്നു. യഥാസമയത്ത് മരിക്കാത്തതുകൊണ്ട് അയാൾ അന്ത്യത്തെ സ്വപ്നം കണ്ടിരുന്നു. ഈ ഘട്ടത്തിൽ ഇന്ദ്രിയാഹ്ലാദം താപസ വൃത്തിയിലേക്ക് (വൈരാഗ്യത്തിലേക്ക്) വരിഞ്ഞുകെട്ടപ്പെടും. അവ പരമദയനീയമായ ദാരിദ്ര്യത്തിന്റെ രണ്ടു വിഭാഗങ്ങളായിരിക്കുമെന്ന് തിരിച്ചറിയേണ്ടത് ആവശ്യമാണ്. രസവും ഉല്ലാസകരവുമായ ജീവിതത്തിന് വെളിയിൽ ദൈവത്തെ ആരാധിക്കാതെ അയാൾ സ്വജീവിതം നയിച്ചു. മിഥ്യാലോകമായ സ്വർഗ്ഗത്തിലേക്ക് കൈ നീട്ടിയിരുന്ന് സ്വയം വഞ്ചിക്കപ്പെട്ട ആ മനുഷ്യന്റെ ദാരുണമായ പ്രതിരൂപത്തെ എന്ത് വിളിക്കാൻ കഴിയും?

കുന്നിൻ പുറത്തുള്ള സ്പാനിഷ് സന്യാസിമഠങ്ങളിലൊന്നിലെ ഒരു സെല്ലിൽ ഞാൻ ഡോൺ ജുവാനെ കാണുന്നു. അദ്ദേഹം എന്തിനെയെങ്കിലുംകുറിച്ച് ചിന്തിക്കുകയാണെങ്കിൽ, അത് പോയകാല പ്രണയത്തിലെ പ്രേതങ്ങളെക്കുറിച്ചായിരിക്കില്ല. സൂര്യപ്രകാശത്തിൽ ചുട്ടുപൊരിഞ്ഞു നില്ക്കുന്ന കനം കുറഞ്ഞ വിടവിലൂടെ അദ്ദേഹം അദ്ദേഹത്തെ തന്നെ അംഗീകരിക്കുന്ന ആത്മാവില്ലാത്ത കുലീനമായ സ്പാനിഷ് സമതലത്തെ കുറിച്ചായിരിക്കും ചിന്തിച്ചിട്ടുണ്ടാവുക. അതെ, ഈ ശോകമൂകമായ അനുഭവത്തിലും ദീപ്തമായ പ്രതിബിംബത്തിലും തിരശ്ശീലവീഴണം. ഒരിക്കലും ആഗ്രഹിക്കാത്ത പരമമായ അന്ത്യം നിസ്സാരമാണ്.

നാടകം

ഇനി നാടകത്തിന്റെ കാര്യത്തിലേക്ക് വരാം. ഹാംലെറ്റ് പറയുന്നു, ഞാൻ "രാജാവിന്റെ അന്തഃകരണം പിടിച്ചെടുക്കും" എന്ന്. യഥാർത്ഥ ത്തിൽ പിടിച്ചെടുക്കും എന്ന വാക്കുകൊണ്ട് അർത്ഥമാക്കുന്നത് ഗ്രഹി ക്കുക മനസ്സിലാക്കുക എന്നതാണ്. അന്തഃകരണം ദ്രുതഗതിയിൽ ചലി ക്കുകയോ അകത്തേക്ക് വലിക്കുകയോ ചെയ്യും. അത് ചിറക് വിരിച്ച് ക്ഷണ ദീപ്തമാകും. നിത്യമനുഷ്യൻ കാലവിളംബം ആസ്വദിക്കുന്നില്ല. എല്ലാം അവനെ ധൃതിപ്പെടുത്തുന്നു. അയാളിൽ ഉള്ളതിനേക്കാൾ കൂടു തലൊന്നും അയാളിൽ താല്പര്യമുളവാക്കുന്നില്ല. വിശേഷിച്ചും അയാ ളുടെ സാദ്ധ്യതകൾ. തിയേറ്ററിലും പ്രദർശനങ്ങളിലും അയാൾക്കെങ്ങനെ താല്പര്യമുണ്ടാകും. അയാൾക്ക് വാഗ്ദാനം ചെയ്യപ്പെട്ടിട്ടുള്ള ഭാഗധേയം ഏത് ദിക്കിലാണ് ഉള്ളത്. ദുഃഖാകുലനല്ലാതെ കവിത സ്വീകരിക്കാൻ അയാൾക്കെങ്ങനെ കഴിയും?

അവിടെ ചിന്താരഹിതനായ മനുഷ്യനെ തിരിച്ചറിയാൻ കഴിയും. അങ്ങനെയുള്ള ആൾ പ്രത്യാശയോടെ തിടുക്കം കൂട്ടിക്കൊണ്ടിരിക്കും. നാടകാരാധന ഇല്ലാതാകുന്നതെവിടെയാണോ അവിടെ അസംബന്ധ മനു ഷ്യന്റെ പരാജയം ആരംഭിക്കും. ഈ ജീവിതത്തിലേക്ക് പ്രവേശിക്കുന്ന വർ വൈവിദ്ധ്യത്തോടെ അനുഭവിക്കുന്നത് അഭിനയിക്കുന്നതായി തോന്നും. ഈ ആവേശത്തെ പൊതുവിൽ അഭിനേതാക്കൾ അനുസ രിക്കും. എന്നാൽ അവരുടെ ഭാഗധേയം ഒരു സന്തുഷ്ട ഹൃദയത്തെ വശീ കരിക്കും. ഇത് ആകർഷണീയമായ അസംബന്ധ വിധിയാണെന്ന് ഞാൻ പറയുന്നില്ല. തെറ്റിദ്ധാരണ കൂടാതെ എന്ത് പിന്തുടരണമെന്ന് ഉറപ്പിക്കേ ണ്ടത് അത്യാവശ്യമാണ്.

അഭിനേതാവിന്റെ ലോകം ക്ഷണികമാണ്. എല്ലാ പ്രശസ്തിയും

അയാൾക്ക് നശ്വരമാണ്. കുറഞ്ഞപക്ഷം സംഹാരത്തിലെങ്കിലും പറയും എല്ലാത്തരം പ്രശസ്തിയും നൈമിഷികമാണെന്ന്. സൈറസ്സിന്റെ കാഴ്ച പ്പാടിൽ ഗൊയ്ഥേയുടെ കൃതികൾ പതിനായിരം വർഷം പൊടിപിടിച്ച് മൂടി അദ്ദേഹത്തിന്റെ പേരുതന്നെ മറക്കും. ചിലപ്പോൾ പുരാവസ്തു ഗവേ ഷകർ നമ്മുടെ കാലഘട്ടത്തിന്റെ ചരിത്രപരമായ തെളിവിനുവേണ്ടി അന്വേഷിച്ചേക്കാം. ഈ ആശയം എല്ലായിപ്പോഴും ഒരു പുതുപാഠം പേറു ന്നുണ്ട്. നിഷ്പക്ഷതയോടെ മനനം ചെയ്യുമ്പോൾ കണ്ടെത്തുന്ന നിഗൂ ഢതയിലെ അന്തർജ്ഞാനം അന്ത:കരണത്തിന്റെ ഉലച്ചിൽ കുറയ്ക്കും. എല്ലാത്തിനുപരി അത് ഉൽക്കണ്ഠകളെ ക്ഷണാകണിശം ഇല്ലാതാക്കും. എല്ലാത്തരം പ്രശസ്തിയിലും വെച്ച് ഏറ്റവും കുറഞ്ഞ മോഹജനകമായ ഒന്ന് നാം ജീവിച്ചിരിക്കുന്നു എന്നതാണ്.

അതുകൊണ്ട് അഭിനേതാവ് വിശ്വാസമായതും പരിശോധിക്കപ്പെട്ട തുമായ ഒന്നിലധികം പ്രശസ്തി തെരഞ്ഞെടുക്കുന്നു. എല്ലാം ഒരുദിവസം നശ്വരമാകും. ഈ യാഥാർത്ഥ്യബോധമാണ് ഒരു നടനെ വിജയിപ്പിക്കു ന്നതും പരാജയപ്പെടുത്തുന്നതും. അനുമോദിച്ചില്ലെങ്കിൽപ്പോലും ഒരു എഴു ത്തുകാരന് ചില അഭിലാഷങ്ങൾ കാണും. അയാളുടെ കൃതികൾ, അയാൾ എന്തായിരുന്നുവെന്നതിന്റെ സാക്ഷിപത്രങ്ങളായിരിക്കുമെന്ന് അയാൾ ഊഹിക്കുന്നു. ഒരു നടൻ ഏറിയാൽ ഒരു ഫോട്ടോഗ്രാഫായി അവശേഷിക്കും. അയാൾ എന്തായിരുന്നു എന്നതല്ല പ്രശ്നം. അയാളുടെ അഭിപ്രായ പ്രകാശനവും നിശ്ശബ്ദതയും ആസക്തിയും പ്രണയക്കൊ തിയും എല്ലാം നമുക്ക് മുമ്പിൽ പ്രത്യക്ഷപ്പെടും. അയാൾ അഭിനയിച്ചി ല്ലെങ്കിൽ ഒരിക്കലും അറിയപ്പെടില്ല. അഭിനയിച്ചില്ലെങ്കിൽ അയാൾക്ക് ബന്ധമുള്ള എല്ലാവരുടെ മുമ്പിലും നൂറു തവണ മരിക്കേണ്ടിവരും.

അല്പായുസ്സായ സൃഷ്ടികൾക്ക് മേൽ കെട്ടിപ്പടുത്ത ക്ഷണികമായ പ്രശസ്തിയിൽ നാം ആശ്ചര്യപ്പെടുന്നതെന്തിനാണ്? നടൻ മൂന്നു മണി ക്കൂർ നേരത്തേക്ക് ഒരു കഥാപാത്രമായേക്കാം. അൻപത് ചതുരശ്രയാർഡ് തട്ടിൻപുറത്ത് ആ ചുരുങ്ങിയ സമയത്തിൽ നടൻ കഥാപാത്രങ്ങളെ ജീവി തത്തിലേക്ക് കൊണ്ടുവന്ന് തുല്യനാക്കുന്നു. എത്രയും ഭംഗിയായി ചിത്രീ കരിക്കപ്പെട്ടോ അത്രയും ദൈർഘ്യത്തിൽ അസംബന്ധം ഒരിക്കലും തുട രില്ല. ഒരു സ്റ്റേജ്സെറ്റിൽ ഏതാനും മണിക്കൂറിൽ വ്യത്യസ്തമായതും മൊത്തം ഭാവിയെയും ഇറക്കുന്ന ആശ്ചര്യകരമായ ആ ജീവിതങ്ങളെ ക്കാൾ സാരാംശത്തെ കൂടുതൽ വെളിപ്പെടുന്ന എന്തുണ്ട്? രണ്ടുമണി ക്കൂറിന് ശേഷം അയാൾ ഭക്ഷണം കഴിക്കുന്നത് കാണാം. അപ്പോൾ ഒരുപക്ഷേ, ആ ജീവിതം ഒരു സ്വപ്നമാണ്. പക്ഷേ, സിജിസ്മുണ്ടേ മറ്റൊ ന്നായിവന്നശേഷം അനിശ്ചിതത്വത്തിൽ കഷ്ടപ്പെടുന്ന നായകൻ പ്രതി കാരത്തിനുവേണ്ടി അലറുന്ന മനുഷ്യന്റെ സ്ഥാനം ഏറ്റെടുക്കുന്നു. അതി ലൂടെ അങ്ങനെ കഴിയുന്നിടത്തോളം അയാൾ മനുഷ്യനെ അനുകരിച്ച് അതുവഴി നടൻ അപരനായ അസംബന്ധ വ്യക്തിയുമായി കൂടുതൽ തദാത്മ്യപ്പെടുന്നു. സഞ്ചാരിയായി, എന്തൊക്കയോ ഒഴുക്കിക്കളഞ്ഞു

കൊണ്ട് അയാൾ സ്ഥിരമായി ചലിക്കുന്നു. സമയത്തിൽ അയാൾ ഒരു നിത്യ സഞ്ചാരിയായി ഉത്തമമായ ആത്മാക്കളാൽ അയാൾ പിന്തുടരപ്പെട്ടു. വേട്ടയാടപ്പെട്ടു. അളവിന്റെ ധാർമ്മിക ശാസ്ത്രത്തിന് നിത്യമായി പോഷണം കണ്ടുപിടിക്കാൻ കഴിഞ്ഞിട്ടുണ്ടെങ്കിൽ അത് യഥാർത്ഥത്തിൽ ഒരു അസാധാരണമായ രംഗവേദിയിലാണ്. കഥാപാത്രത്തിൽനിന്ന് നടൻ എത്രത്തോളം ഗുണം നേടുന്നുവെന്ന് പറയാൻ പ്രയാസമാണ്. അതൊരു പ്രധാന കാര്യവുമല്ല. സ്ഥാനചലനം അസാദ്ധ്യമായ ആ ജീവിതങ്ങളുമായി എത്രത്തോളം അയാൾക്ക് തനിയെ തിരിച്ചറിയാം എന്നതാണ് ഇവിടെ വിഷയം. അവർ ജനിച്ചകാലത്തിനും സമയത്തിനും പുറത്തേക്ക് ഏറെക്കുറെ ഒഴുകിയേക്കാം. അയാൾ എന്താകുന്നുവോ അതിൽനിന്ന് അയാൾക്കു തനിയെ വേർപെടാൻ കഴിയാത്ത നടനെ അവ അകമ്പടി സേവിക്കുന്നു. വല്ലപ്പോഴും തന്റെ ഗ്ലാസിന്വേണ്ടി കൈനീട്ടുമ്പോൾ കപ്പ് ഉയർത്തുന്ന ഹാംലെറ്റിന്റെ അംഗവിക്ഷേപം അയാൾ പുനരാരംഭിക്കും. അയാൾ ജീവിതം സന്നിവേശിപ്പിക്കുന്ന ജീവികളിൽ നിന്ന് അയാളെ വേർതിരിക്കുന്ന അകലം അത്ര ദൈർഘ്യമുള്ളതല്ല. ഒരു മനുഷ്യൻ എന്താകാൻ ആഗ്രഹിക്കുന്നുവോ അതിനു അയാൾ എല്ലാമാസവും എല്ലാ ദിവസവും ധാരാളം അനുഭവങ്ങൾ വരച്ചുകാട്ടുന്നു. നല്ല പ്രതിനിധാനത്തിൽ (അഭിനയത്തിൽ താല്പര്യമെടുത്തുകൊണ്ട്) സൃഷ്ടികൾ പ്രത്യക്ഷപ്പെടുന്നുവെന്ന് അയാൾ കാട്ടിത്തരുന്നു. അയാളുടെ കല അയാളുടെ പ്രവൃത്തിയിലൂടെ വ്യക്തമാകും. തുറന്ന മനസ്സോടെയുള്ള അയാളുടെ പ്രയോഗം ശൂന്യമാകുന്നതിനോ അല്ലെങ്കിൽ പലതാകുന്നതിനോ ആണെന്ന് ഇതിൽ നിന്ന് വ്യക്തമാകും. കഥാപാത്രത്തെ സൃഷ്ടിക്കുവാൻ അയാൾക്ക് അനുവദിച്ചിട്ടുള്ള പരിധി ഇടുങ്ങിയതാണെങ്കിൽ അയാളുടെ സവിശേഷ കഴിവ് അത്യാവശ്യമാകും. ഇന്ന് അയാൾ സ്വീകരിച്ച മുഖംമൂടിക്കു കീഴിൽ മൂന്നുമണിക്കൂർ അയാൾ മരിച്ചഭിനയിക്കും. മൂന്നു മണിക്കൂറിനുള്ളിൽ അയാൾ ഒരു അസാമാന്യ ജീവിതം അനുഭവിക്കുകയും പ്രകടിപ്പിക്കുകയും ചെയ്യും. തന്നെത്തന്നെ കണ്ടുപിടിക്കുവാനായി അയാൾ സ്വയം നഷ്ടപ്പെടുത്തുന്നു. ആ മൂന്നു മണിക്കൂറിൽ അന്ത്യപാതയുടെ ഒരറ്റം മുതൽ മറ്റേ അറ്റംവരെ നടൻ സഞ്ചരിക്കുമ്പോൾ പ്രേക്ഷകരിലെ മനുഷ്യൻ ആ പാത കടക്കാൻ ഒരു ജീവിതകാലമെടുക്കുന്നു.

ക്ഷണികതയുടെ അനുകരണത്തിന് നടൻ പരിശീലനം തേടുന്നതും നന്നാക്കൽ സ്വയം ശ്രമിക്കുന്നതും അയാളുടെ അവതരണം കൊണ്ടുമാത്രമാണ്. നാടക സമ്പ്രദായപ്രകാരം ഹൃദയം ആശയം ദ്യോതിപ്പിക്കുന്നു. അംഗവിക്ഷേപത്തിലൂടെ വിവരണം കൈമാറുന്നു. അല്ലെങ്കിൽ ശരീരത്തിന്റെയെന്നപോലെ ആത്മാവിന്റെയും ശബ്ദത്തിന്റെയും സുതാര്യഭാഷ ആശയവ്യക്തതയ്ക്ക് സ്വീകരിക്കുന്നു. ഓരോ കലയും വിപുലീകരിക്കാനും മനുഷ്യന് ചേരുംവിധം പരിഭാഷപ്പെടുത്താനും കലയുടെ ചട്ടം അനുശാസിക്കുന്നു. ജനങ്ങൾ പ്രണയിക്കുന്നതുപോലുള്ള പ്രണയം, ഹൃദയത്തിന്റെ മാറ്റാനാകാത്ത ശബ്ദ പ്രയോഗം, ജനങ്ങൾ

ജീവിക്കുന്നതുപോലെ, ചിന്തിക്കുന്നതുപോലെ പ്രയോഗിക്കുക എന്നിവ സ്റ്റേജിൽ അത്യാവശ്യമാണെങ്കിൽ നമ്മുടെ സംഭാഷണം നിയമാനുസൃതമായിരിക്കണം. എന്നാൽ ഇവിടെ അവരെ കേൾക്കാൻ നിശ്ശബ്ദത തയ്യാറെടുക്കുന്നു. പ്രണയം സംസാരിക്കുകയും അതിനുള്ളിലെ നിശ്ചലത പ്രേക്ഷകരുടെ ശ്രദ്ധപിടിച്ചുപറ്റുകയും ചെയ്യുന്നു. ശരീരം രാജാവാണ്. എല്ലാവർക്കും നാടക സംബന്ധി ആകാൻ കഴിയില്ല. കൂടാതെ നീതികേടായി അപകീർത്തിപ്പെടുത്തുന്ന വാക്കുകൾ മൊത്തത്തിലുള്ള സൗന്ദര്യബോധത്തെയും നൈതികതയെയും ആവരണം ചെയ്യുന്നു. മനുഷ്യജീവിതത്തിന്റെ പകുതിയും സൂചന നല്കാനും ഒഴിഞ്ഞുമാറാനും നിശ്ശബ്ദതപാലിക്കാനും ചെലവിടുന്നു. ഇവിടെ നടൻ ഒരു നുഴഞ്ഞുകയറ്റക്കാരനാണ്. ആത്മാവിനെ കോർത്തിണക്കുന്ന കൊളുത്തിനെ അയാൾ പൊട്ടിക്കുകയും അവസാനം തീവ്രവികാരങ്ങൾ തള്ളിക്കയറ്റുകയും ചെയ്യുന്നു. ഓരോ ആംഗ്യത്തിലും സംസാരിക്കുന്നു. അവർ അട്ടഹാസത്തിലൂടെയും കരച്ചിലിലൂടെയും മാത്രം അവർ ജീവിക്കുന്നു. അങ്ങനെ നടൻ തന്റെ കഥാപാത്രത്തെ അവതരണത്തിനായി സൃഷ്ടിക്കുന്നു. അയാൾ മനോരഥ സൃഷ്ടിയായ രൂപങ്ങളിലേക്ക് തന്റെ രക്തം കടത്തി അവയെ രേഖീയമോ ശില്പമോ ആക്കുകയും അവയുടെ ഭാവനാരൂപത്തിലേക്ക് വഴുതുമാറുകയും ചെയ്യുന്നു. ഞാൻ ഒരു മഹത്തായ നാടകത്തെക്കുറിച്ച് സംസാരിക്കുകയാണ്. നടന് അയാളുടെ മുഴുവൻ ഭാഗധേയവും സഫലീകരിക്കുന്നതിനുവേണ്ടി മഹത്തായ നാടകത്തെക്കുറിച്ചാണ് ഞാൻ സംസാരിക്കുന്നത്. ഉദാഹരണമായി ഷേക്സ്പിയറെ എടുക്കുക. ആവേശഭരിതമായ ആ നാടകത്തിൽ ഭൗതികവികാരങ്ങൾ ആ രംഗത്തെ നയിക്കുന്നു. അത് ഓരോന്നും വിശദമാക്കുന്നു. അവ ഇല്ലെങ്കിൽ എല്ലാം തകരും. കോഡിലിയയെ നാടുകടത്തുന്നതും എഡ്ഗാറിനെ കുറ്റവാളിയാക്കുന്നതുമായ നിഷ്ഠുരമായ ആംഗ്യം ഇല്ലായിരുന്നെങ്കിൽ ഭ്രാന്തിനാൽ ഘടനപ്പെടുത്തിയ സന്ദർശനസമയ നിർണ്ണയം കിംഗ് ലിയർ ഒരിക്കലും പാലിക്കില്ലായിരുന്നു. ആ ദുരന്തം വെളിപ്പെടുത്തുന്നതു മുതൽ ഭ്രാന്ത് ആധിപത്യം സ്ഥാപിക്കുന്നതുവരെ സ്വാഗതാർഹമാണ്. പിശാചിനും അവരുടെ നൃത്തത്തിനും അത് കൈമാറുന്നു. നാലിൽ കുറയാതെ ഭ്രാന്തന്മാർ. ഒന്ന് തൊഴിലിലൂടെ, മറ്റൊന്ന് ചിന്തയിലൂടെ. അവസാനത്തെ രണ്ടെണ്ണം ക്ലേശങ്ങളിലൂടെ. ക്രമം തെറ്റി അലങ്കോലമായ ശരീരങ്ങൾ. ഏകാവസ്ഥയുടെ പറയാൻ കൊള്ളരുതാത്ത നാലു കാഴ്ചകൾ.

മനുഷ്യശരീരത്തിന്റെ പുറംതൊലി അപര്യാപ്തമാണ്. പൊയ്മുഖവും പൊതുസ്ഥലങ്ങളിൽ വച്ച് പണത്തിനുവേണ്ടി പാട്ടുപാടിയും മറ്റും ആളുകളെ രസിപ്പിക്കുന്നതും അനിവാര്യ ഘടകങ്ങളെങ്കിൽ, മുഖത്തെ മറച്ചും തെളിച്ചും കാട്ടുന്ന കെട്ടിച്ചമയ്ക്കൽ ലളിതമാക്കുകയും വിപുലമാക്കുകയും ചെയ്യുന്ന വസ്ത്രാലങ്കാരം കാഴ്ചക്കുവേണ്ടി മാത്രം ഒരുക്കുന്ന പ്രദർശത്തിന് എല്ലാം ത്യജിക്കുന്നു. അസംബന്ധാത്ഭുതത്തിലൂടെ അറിവുംകൂടി തരുന്ന ശരീരമാണത്. ഇയാഗോ ആയി ഞാൻ കളി

ച്ചില്ലെങ്കിൽ എനിക്ക് ഒരിക്കലും ഇയാഗോയെ ശരിക്കും മനസ്സിലാക്കാൻ കഴിയില്ല. അദ്ദേഹത്തെ കാണുന്ന നിമിഷം മാത്രമേ അദ്ദേഹത്തെ എനിക്കു ഗ്രഹിക്കുവാൻ കഴിയുകയുള്ളു. അസംബന്ധ കഥാപാത്രമായ നടൻ തൽഫലമായി ഉണ്ടാകുന്ന വിരസതയെ നായകനിൽ നിന്ന് നായകനിലേക്ക് വഹിച്ചുകൊണ്ടുപോകുന്നു. കൂടാതെ അവിടെ മഹത്തായ നാടക പ്രവർത്തനം ധ്വനികളുടെ ഐക്യത്തിന് സംഭാവനയും ആകുന്നു. ഇവിടെയാണ് നടൻ വിരുദ്ധവികാരങ്ങൾക്ക് വിധേയനാകുന്നത്. ഒന്നാണെങ്കിലും വിവിധങ്ങളായ അനേകം ആത്മാക്കൾ ഒരു ശരീരത്തിൽ ഒത്തുകൂടുന്നുണ്ട്. എങ്കിലും ഇതാണ് അതിലുള്ള അതിന്റെ വൈപരീത്യം. എല്ലാം നേടണമെന്നും എല്ലാറ്റിലും ജീവിക്കണമെന്നും ആഗ്രഹിക്കുന്ന വ്യക്തി എപ്പോഴും പരസ്പര വിരുദ്ധമായിരിക്കുന്നതിൽ ഒത്തുചേരും.

അഭിനേതാക്കളുടെ ഭാഗത്തുനിന്ന് ഉണ്ടാകുന്ന അത്തരം പ്രയോഗങ്ങളെ കുറ്റപ്പെടുത്തുന്നതിൽ പള്ളിയധികാരികൾ പരാജയപ്പെട്ടുപോയത് എങ്ങനെയാണ്? ആത്മാക്കളുടെ മതനിന്ദാപരമായ ആവൃത്തി, വൈകാരികമായ മലിനീകരണം, ജീവിക്കുന്ന എന്നാൽ ജീവിതവും അതിനുള്ളിൽ ചുഴറ്റിയടിക്കുന്ന എല്ലാം രൂപങ്ങളിലുമുള്ള അതിക്രമങ്ങളേയും പ്രതികൂലിക്കുന്ന മനസ്സിന്റെ അപവാദപരമായ അനുമാനങ്ങൾ എന്നിവയെ അവൾ എതിർ വ്യാഖ്യാനിച്ചിരിക്കുന്നു. അവൾ അതിൽ നിന്ദിച്ചുതള്ളിയ വർത്തമാന കാലത്തിന്റെ മുൻഗണനയും പ്രോട്ട്യൂസ്സിന്റെ വിജയയാത്രയും എല്ലാറ്റിന്റെയും നിഷേധമാണ്. നിത്യത ഒരു വിനോദമല്ല. നിത്യതയെക്കാൾ കോമഡിയെ തെരഞ്ഞെടുക്കുവാൻ വേണ്ടുവോളം വിഡ്ഢിത്തമുള്ള മനസ്സിന് അതിന്റെ മോക്ഷം നഷ്ടപ്പെട്ടിരിക്കുന്നു. 'എല്ലായിടത്തും' എന്നും 'എന്നന്നേക്കും' എന്നതിന്റെ ഇടയിൽ ഒരു ഒത്തുതീർപ്പില്ല. ഒട്ടേറെ അപവാദം പരത്തുന്ന ആ തൊഴിലിന് ഭയങ്കമായ ആത്മീയ സംഘർഷത്തിന് ഉദയം നല്കാൻ എങ്ങനെ കഴിയും. "നിത്യമായ ജീവിതമല്ല നിത്യമായ ചുണയാണ് പ്രധാനം എന്നാണ് നീത്ഷെ പറഞ്ഞത്." എല്ലാ നാടകവും സത്യത്തിൽ ഈ മരണ സ്വാതന്ത്ര്യത്തിനുള്ളിലാണ്.

അഡ്രിനേ ലെക്കുവ്റർ അവരുടെ മരണശയ്യയിൽ പശ്ചാത്തപിക്കാനും അവരുടെ മതവിശ്വാസങ്ങൾ സ്വീകരിക്കുവാനും സമ്മതിച്ചുവെങ്കിലും അവരുടെ തൊഴിലിനെ ത്യജിക്കുവാൻ തയ്യാറല്ലായിരുന്നു. അങ്ങനെ അവർക്ക് കുമ്പസാരത്തിന്റെ ഗുണം നഷ്ടപ്പെട്ടു. ഫലത്തിൽ ദൈവത്തിലുള്ള മുൻഗണനയേക്കാൾ അവരുടെ വികാരത്തെ തന്നിൽ ഉൾക്കൊള്ളുകയല്ലേ അവർ ചെയ്തത്. അരങ്ങിലെ വെളിച്ചത്തിന്റെ പിന്നിൽ ഒരിക്കലും അവർക്ക് നേടാൻ കഴിയാത്ത മഹത്വത്തിന്റെ തെളിവ് നല്കിയ കലയെ എന്താണോ അവർ വിളിച്ചത്. അതിനെ അന്ത്യ-പ്രാണവേദനയിൽ പ്രതിപ്രഖ്യാപനം ചെയ്യുന്നത് കണ്ണുനീരോടെ തള്ളിക്കളയുന്നു. അഭിനയിക്കുവാനുള്ള അവരുടെ ഏറ്റവും നല്ല റോളായിരുന്നു അത്. സ്വർഗ്ഗത്തിനും പരിഹാസ്യമായ വിശ്വാസ്യതയ്ക്കും ഇടയ്ക്കുള്ള

തെരഞ്ഞെടുക്കൽ. നിത്യതയെ പ്രഥമമായി ഗണിക്കുന്നത്, ദൈവത്തിൽ നഷ്ടപ്പെടുന്നത് ഇവയെല്ലാം ഓരോരുത്തർക്കും കളിക്കേണ്ടിവരുന്ന പഴക്കംചെന്ന ട്രാജഡിയാണ്.

തങ്ങളെ സഭയ്ക്കുപുറത്താക്കിയിരിക്കുന്നുവെന്ന് അഭിനേതാക്കൾ മനസ്സിലാക്കിയിരിക്കുന്നു. ആ തൊഴിലിൽ പ്രവേശിക്കുന്നത് നരകത്തെ തെരഞ്ഞെടുക്കുന്നതിന് സമമാണ്. അവളിലെ ശത്രുക്കളെ പള്ളി തിരിച്ചറിഞ്ഞിരിക്കുന്നു. കുറച്ചു ഗ്രന്ഥകാരന്മാർ എന്നാൽ വിശേഷിച്ചും നടന്റെ സമയത്തിന്റെ സമർപ്പിക്കപ്പെട്ടിരിക്കുന്ന ജീവിതം പൂർണ്ണമാക്കി സ്റ്റേജിൽ മരണമടയുന്നതാരാണോ അയാളെ സംബന്ധിച്ച് അത് ന്യായമായിരുന്നു. ഈ കാര്യത്തിൽ എല്ലാം പൊറുക്കുന്ന ജീനിയസ്സ് ധ്യാനിച്ചു. എന്നാൽ ജീനിയസ്സ് ഒന്നും പൊറുത്തില്ല. എന്തുകൊണ്ടെന്നാൽ അങ്ങനെ ചെയ്യുന്നതിനെ അത് നിരാകരിക്കുന്നു.

ആ സമയത്ത് അഭിനേതാവ് അയാൾക്കുവേണ്ടി കരുതി വച്ചിരിക്കുന്ന ശിക്ഷ എന്താണെന്ന് മനസ്സിലാക്കി. ജീവിതംതന്നെ അയാൾക്കുവേണ്ടി മാറ്റിവച്ചിരുന്ന അവസാന ശിക്ഷയുമായി താരതമ്യം ചെയ്യുമ്പോൾ അവ്യക്തമായ അത്തരം ഭീഷണികൾക്ക് എന്ത് പ്രാധാന്യമാണുണ്ടാകുക? ഇതായിരുന്നു അയാൾ മുൻകൂട്ടി കരുതിയതും പൂർണ്ണമായി അംഗീകരിച്ചതും. ഒരു നടന് അസംബന്ധമനുഷ്യനെന്നപോലെ ഒരു അകാലമരണം തീരാനഷ്ടമാണ്. മറ്റൊരുപ്രകാരം അയാൾ മരിച്ചുകടന്നിരുന്നുവെങ്കിൽ മുഖങ്ങളുടേയും കാലഘട്ടത്തിന്റേയും കുറവ് നികത്താൻ ഒന്നിനും കഴിയില്ലായിരുന്നു. പക്ഷേ, ഏതുവിധത്തിലായാലും ഒരാൾ മരിച്ചേപറ്റൂ. നടന്, അയാൾ എവിടേയും സംശയരഹിതനാണ്. എന്നാൽ സമയം അയാളെ വാരിയെടുത്തുകൊണ്ടുപോകുകയും അയാളിൽ അതിന്റെ മുദ്രപതിപ്പിക്കുകയും ചെയ്യും.

ഒരുനടന്റെ വിധി എന്താണ് അർത്ഥമാക്കുന്നതെന്ന് അനുഭവിക്കണമെങ്കിൽ അല്പം ഭാവന വേണം. ശരിയായ സമയത്തിൽ അയാൾ ചമയുകയും അയാളുടെ കഥാപാത്രങ്ങളെ തരംതിരിച്ച് ചിട്ടപ്പെടുത്തുകയും വേണം. അതുപോലെ കഥാപാത്രങ്ങളെ ഉറപ്പിക്കാനും വ്യത്യസ്ത ജീവിതം നയിക്കുവാനും അവയിൽനിന്ന് അകന്നു നില്ക്കുവാനും അയാൾക്ക് കഴിയുന്നു. ലോകത്തിനുവേണ്ടി സ്റ്റേജിൽ അയാൾക്ക് മരിക്കേണ്ട സമയം വരുന്നു. എന്തായാണോ അയാൾ ജീവിച്ചിരുന്നത് അത് അയാളെ അഭിമുഖീകരിക്കുന്നു. അയാൾ വ്യക്തമായികാണുന്നു ആ സാഹസികതയുടെ അമിതമായ മനോവേദനയും തീരാനഷ്ടവുമുണ്ടാക്കുന്ന ദുർഗുണവും അയാൾ അനുഭവിക്കുന്നു.

കീഴടക്കൽ

ജേതാവ് പറയുന്നു, ഇല്ല അങ്ങനെ അനുമാനിക്കരുത്. എന്തു കൊണ്ടെന്നാൽ ഞാൻ പ്രവൃത്തിയെ സ്നേഹിക്കുന്നു. എങ്ങനെ ചിന്തിക്കണമെന്ന് ഞാൻ മറന്നുപോയിരിക്കുന്നു. ഞാൻ വിശ്വസിക്കുന്നത് എന്താണെന്ന് എനിക്ക് വ്യക്തമായി നിർവ്വചിക്കാൻ കഴിയും. അതിന് ഞാൻ ഉറച്ചു വിശ്വസിക്കുകയും ഉറപ്പായും വ്യക്തമായും ഞാൻ കാണുകയും ചെയ്യുന്നു. "നല്ലവണ്ണം പ്രകടമാക്കാൻ കഴിയുംവിധത്തിൽ എനിക്കറിയാം" എന്നു പറയുന്നതാരോ അവരെ സൂക്ഷിക്കുക. അവർക്ക് അങ്ങനെ ചെയ്യാൻ കഴിയുന്നില്ലെങ്കിൽ അവർക്ക് അത് അറിഞ്ഞുകൂടാ അല്ലെങ്കിൽ അലസതമൂലം തുടക്കത്തിലെ അവസാനിപ്പിക്കുന്നതു കൊണ്ടാണ്.

എനിക്ക് കൂടുതൽ അഭിപ്രായങ്ങളില്ല. ഏകസത്യം ഉറപ്പാക്കുന്നതിന് വർഷങ്ങൾ ചെലവിട്ടുവെന്ന് ജീവിതത്തിന്റെ അവസാനം മനുഷ്യൻ മനസ്സിലാക്കുന്നു. എന്നാൽ ഏകസത്യം, അത് സ്പഷ്ടമാണെങ്കിൽ, ഒരു അസ്തിത്വത്തെ, നയിക്കുവാൻ വേണ്ടുവോളമാണ്. എനിക്ക് വ്യക്തിയെ കുറിച്ച് നിസ്സംശയം ചിലത് പറയാനുണ്ട്. ഒരാൾ ആവശ്യമെങ്കിൽ സന്ദർഭോചിതമായ നിന്ദയോടെ അയാളെക്കുറിച്ച് തുറന്നടിച്ച് സംസാരാക്കും.

ഒരാൾ, മനസ്സിൽ സൂക്ഷിക്കുന്നതുപോലെയല്ല പറയുന്നത്. ഞാൻ എന്നിൽതന്നെ സൂക്ഷിക്കേണ്ടവ ധാരാളമുണ്ട്. ഞാൻ ഉറച്ച് വിശ്വസിക്കുന്നത്, വ്യക്തിയെ വിലയിരുത്തിയ അവരുടെ അടിസ്ഥാനത്തേക്കാൾ തീരുമാനത്തെക്കാൾ വളരെ കുറഞ്ഞ അനുഭവം വച്ചുകൊണ്ടാണ്. ബുദ്ധി, ചുഴറ്റിയടിക്കുന്ന ബുദ്ധി ഒരുവേള അത്യാവശ്യമായി ശ്രദ്ധിക്കപ്പെടേണ്ടത് എന്താണന്ന് മുൻകൂട്ടി കാണുന്നു. എന്നാൽ കാലഘട്ടം, അതിന്റെ അവശിഷ്ടവും അതിന്റെ രക്തവും വസ്തുക്കൾകൊണ്ട് നമ്മെ ആമഗ്നമാക്കി. പുരാതന രാഷ്ട്രങ്ങളിലെന്നപോലെ യന്ത്രയുഗത്തിലെ

രാജ്യങ്ങൾക്കും സാമൂഹ്യമൂല്യങ്ങളേയും വ്യക്തിമൂല്യങ്ങളേയും തൂക്കി നോക്കാനും അത് മറ്റൊന്നിനെ സേവിക്കും എന്ന് കണ്ടുപിടിക്കാൻ ശ്രമിക്കുന്നതും സാദ്ധ്യമാണ്. സേവിക്കാനോ സേവിക്കപ്പെടാനോ വേണ്ടി മനുഷ്യനെ സൃഷ്ടിച്ചിരിക്കുന്നത്? മനുഷ്യന്റെ ഹൃദയത്തിലെ ഇണങ്ങാത്ത വഴിതെറ്റലിന്റെ ധർമ്മാചരണം അത് അസാദ്ധ്യമായിരിക്കുന്നുവെന്ന് വച്ചുകൊണ്ട് ആരംഭിക്കാം. രണ്ടാംസ്ഥാനത്തിൽ അത് സാദ്ധ്യമാണ്. എന്തുകൊണ്ടെന്നാൽ സമൂഹമോ വ്യക്തിയോ അവയുടെ കഴിവ് എല്ലാം ഇതുവരെ വെളിവാക്കിയിട്ടില്ല.

ഫ്ളാൻഡേഴ്സിലെ രക്തരൂക്ഷമായ യുദ്ധങ്ങളുടെ ഉച്ചാവസ്ഥയിൽ പിറന്ന ഡച്ച് പെയിന്റർമാരുടെ മാസ്റ്റർപീസുകൾ കണ്ട് ആശ്ചര്യഭരിതമാകുന്ന തിളക്കമാർന്ന മനസ്സുകളേയും ഭയാനകമായ മുപ്പത് സംവത്സരങ്ങളിലെ യുദ്ധകാലത്ത് വളർത്തിക്കൊണ്ടുവന്ന സിലിഷ്യൻ മിസ്റ്റിക്കുകളുടെ പ്രാർത്ഥനയിൽ അത്ഭുതസ്തബ്ധരാകുന്നതും ഞാൻ കണ്ടിട്ടുണ്ട്. അവരുടെ ആശ്ചര്യഭരിതമായ കണ്ണുകൾക്കുമുമ്പിൽ നിത്യതയുടെ മൂല്യങ്ങൾ സാമാന്യ ജനങ്ങളെ സംബന്ധിച്ച കലാപങ്ങളെ അതിജീവിക്കുന്നു. ഇന്നത്തെ പെയിന്റർമാർ അത്തരത്തിലുള്ള പ്രശാന്തതയിൽ നിന്ന് ഭ്രഷ്ടമായിരിക്കുന്നു. സ്രഷ്ടാവ് ആവശ്യപ്പെടുന്ന ഹൃദയം അടിസ്ഥാനപരമായി അവർക്കുണ്ടെങ്കിൽ പോലും ഞാൻ അർത്ഥമാക്കുന്നത് അടുത്ത ഹൃദയം, ഓരോരുത്തർക്കുവേണ്ടി പുണ്യവാളൻ ഉൾപ്പെടെ ചലിപ്പിച്ചാലും അതുകൊണ്ട് ഒരു ഉപയോഗവുമില്ല എന്നാണ്. ഇത് ഒരുപക്ഷേ, ഞാൻ ആഴത്തിൽ അനുഭവിക്കുന്നതെന്താണോ അതാണ്. ഓരോ രൂപത്തിലും അത് കിടങ്ങുകളിൽ വീണ് ഫലവത്താകുന്നു. ഓരോ ബാഹ്യ രേഖയിലും രൂപാലങ്കാരത്തിലോ പ്രാർത്ഥനയിലോ അത് തകർക്കപ്പെടുന്നു. നിത്യത ഒരു വൃത്തം നഷ്ടമാക്കുന്നു. ബോധത്താൽ എന്റെ സമയത്തിൽ നിന്ന് അകന്നു നില്ക്കാൻ എനിക്ക് കഴിയില്ല അതിന്റെ ഒരു അവിഭാജ്യ ഘടകമാക്കാൻ ഞാൻ തീരുമാനിച്ചു. ഇതുകൊണ്ടാണ് ഞാൻ വ്യക്തികളെമാത്രം ആദരിക്കുന്നത്. വിജയകരമായ നിദാനങ്ങൾ ഒന്നുമില്ലെന്ന് അറിയുമ്പോൾ നഷ്ടനിദാനങ്ങളോട് എനിക്കൊരിഷ്ടമുണ്ട്. അവ താല്ക്കാലിക വിജയങ്ങളെ പോലുള്ള അതിന്റെ പരാജയത്തിന് അശുദ്ധിയില്ലാത്ത ആത്മാവ് ആവശ്യപ്പെടുന്നു. ലോകത്തിന്റെ വിധിയാൽ ബന്ധനസ്ഥനാക്കപ്പെട്ട ഏതൊരാൾക്കും സംസ്കാരങ്ങളുടെ സംഘട്ടനത്തിന്, അതിനെകുറിച്ച് തീവ്രമായി വേദനിപ്പിക്കുന്ന എന്തോ ഒരു കാര്യമുണ്ട്. എന്റെ വേദന ഞാൻ പ്രകടമാക്കി. അതേസമയം അതുമായി ചേരാൻ ആഗ്രഹിച്ചു. ചരിത്രത്തിനും നിത്യതയ്ക്കുമിടയിൽ ഞാൻ ചരിത്രത്തെ സ്വീകരിച്ചുകഴിഞ്ഞു. എന്തുകൊണ്ടെന്നാൽ ഞാൻ ചോദ്യം ചെയ്യപ്പെടാത്ത വസ്തുതകളെ നിശ്ചിതത്വത്തെ ഇഷ്ടപ്പെടുന്നു. ഏറ്റവും കുറഞ്ഞത് ഞാൻ നിശ്ചയമാണ് വസ്തുതയാണ്. എന്നെ ചതച്ചരയ്ക്കുന്ന ഈ ശക്തിയെ എനിക്ക് എങ്ങനെ നിഷേധിക്കുവാൻ കഴിയും?

ഒരാൾക്ക് ചിന്തയ്ക്കും പ്രവൃത്തിക്കും ഇടയിൽ ഒരു തെരഞ്ഞെടുപ്പ്

നടത്തേണ്ട സമയം വരും. ഇതിനെയാണ് മനുഷ്യനാകുന്നു എന്നുപറയുന്നത്. അങ്ങനെയുള്ള തീവ്രവേദന ഭയാനകമാണ്. എന്നാൽ അഭിമാനിയായ ഒരു ഹൃദയത്തിന് അവിടെ ഒത്തുതീർപ്പാകാൻ കഴിയില്ല. ദൈവം അല്ലെങ്കിൽ സമയം, കുരിശ് അല്ലെങ്കിൽ വാള് അവിടെയുണ്ടാകും. ഈ ലോകത്തിന് അതിന്റെ മന:ക്ലേശങ്ങളെ അതീതമാക്കുന്ന ഒരു ഉയർന്ന അർത്ഥതലമുണ്ട്. അല്ലെങ്കിൽ ആ മന:ക്ലേശങ്ങളേക്കാൾ സത്യമായി ഒന്നുമുണ്ടാകില്ല. ഒരാൾ സമയത്തോടൊപ്പം ജീവിക്കുകയും അതിനോടൊപ്പം മരിക്കുകയും വേണം. അല്ലെങ്കിൽ ഒരു മഹത്തായ ജീവിതത്തിനുവേണ്ടി വഴി മാറിക്കൊടുക്കണം. നിത്യതയിൽ വിശ്വസിക്കുമ്പോൾതന്നെ ഒരാൾക്ക് ലോകത്ത് ഒത്തുതീർപ്പാവാനും ജീവിക്കാനുമൊക്കുമെന്ന് എനിക്കറിയാം. ഇതിനെയാണ് അംഗീകരിച്ച് സ്വീകരിക്കൽ എന്നു വിളിക്കുന്നത്. എന്നാൽ ഞാൻ ഈ സംജ്ഞയെ വെറുക്കുന്നു. എനിക്ക് എല്ലാം വേണം അല്ലെങ്കിൽ ഒന്നും വേണ്ട. പ്രവൃത്തി ഞാൻ തെരഞ്ഞെടുക്കുകയാണെങ്കിൽ ആ ചിന്തനം ഒരു അറിയപ്പെടാത്ത രാജ്യം പോലെയായിരിക്കുമെന്ന് കരുതരുത്. പക്ഷേ, ഇതിന് എനിക്ക് എല്ലാം തരാൻ കഴിയില്ല. നിത്യതയിൽ നിന്ന് എടുത്തുകളയപ്പെട്ട ഞാൻ സമയവുമായി കൂട്ടുചേരാൻ ആഗ്രഹിക്കുന്നു. എന്റെ കാര്യങ്ങളൊന്നും ഗൃഹാതുരത്വത്തിലോ കയ്പ്പിലോ ഇട്ടുകളയാൻ ഞാൻ ആഗ്രഹിക്കുന്നില്ല. ഞാൻ വ്യക്തമായി കാണാൻ ആഗ്രഹിക്കുന്നു. ഞാൻ നിങ്ങളോട് പറയുന്നു, നാളെ നിങ്ങൾ യുദ്ധത്തിനൊരുങ്ങും. നിങ്ങൾക്കും എനിക്കും അത് ഒരു മോചനമാണ്. വ്യക്തിക്ക് ഒന്നും ചെയ്യാതിരിക്കാനും എല്ലാം ചെയ്യാനും കഴിയും. ആ അതിശയകരമായ അവിഭാജ്യാവസ്ഥയിൽ ഞാൻ അയാളെ ഒരേ സമയം സ്തുതിച്ച് ഉയർത്തുന്നതും അടിച്ചമർത്തുന്നതും എന്തുകൊണ്ടാണെന്ന് നിങ്ങൾ മനസ്സിലാക്കും. ലോകം അയാളെ തകർത്തുകൊണ്ടിരിക്കുന്നു. ഞാൻ അയാളെ മോചിപ്പിക്കുന്നു. ഞാൻ അയാൾക്ക് അയാളുടെ എല്ലാ അവകാശങ്ങളും സൗകര്യപ്പെടുത്തിക്കൊടുക്കുന്നു.

പ്രവർത്തനം അതിന്റെ സത്തയിൽ ഉപയോഗമില്ലാത്തതാണെന്ന് ജേതാക്കൾക്കറിയാം. എന്നാൽ പ്രയോജനകരമായ ഒരു പ്രവൃത്തിയുള്ളത് മനുഷ്യനേയും ഭൂമിയേയും പുനഃസൃഷ്ടിക്കുകയെന്നതാണ്. ഞാൻ ഒരിക്കലും മനുഷ്യനെ പുനർനിർമ്മിക്കില്ല. 'വേണമെങ്കിൽ' ഒരാൾക്കത് ചെയ്യാം. ശരീരത്തിലേക്ക്(ഐഹികജീവിതത്തിലേക്ക്) നയിക്കുന്ന കലാപത്തിന്റെ വഴിക്കുവേണ്ടി. അപമാനിച്ചാൽ പോലും ശരീരത്തിന്റെ ഏക നിശ്ചയമതാണ്. എനിക്ക് അതിൻമേൽ മാത്രമേ ജീവിക്കാൻ കഴിയുള്ളൂ. ഇവിടെ ജീവി എന്നത് എന്റെ ജന്മ നാടാണ്. ഇതുകൊണ്ടാണ് ഞാൻ കലാപത്തിന്റെ പക്ഷത്ത് നില്ക്കുന്നത്. ഞാൻ പറഞ്ഞതുപോലെ കാലഘട്ടം ഇതിന് കടം നല്കും. ഇവിടെ ജേതാവിന്റെ മഹത്വം ഭൂമിശാസ്ത്രപരമായിരുന്നു. പിടിച്ചെടുക്കപ്പെട്ട പ്രദേശങ്ങളാൽ അത് അളന്നിരുന്നു. ലോകം എന്തുകൊണ്ടാണ് അർത്ഥത്തിൽ വ്യത്യാസപ്പെട്ടത് എന്നതിനും ലോകം വിജയിയായ ജനറലിനെ അടയാളപ്പെടുത്താതിരുന്നത് എന്തു

കൊണ്ടാണ് എന്നതിനും ഒരുകാരണമുണ്ട്. അത് പ്രതിഷേധത്തിലും തൃപ്തികരമായ ഫലത്തിലെത്തിക്കാത്ത പ്രവൃത്തിപഥത്തിന്റെ ത്യാഗത്തിലും കിടക്കുന്നു. ഇവിടെ വിജയം അഭിലഷണീയമായിരിക്കും. എന്നാൽ അവിടെയൊരു വിജയമുണ്ട്. അത് നിത്യതയാണ്. എനിക്കും ഒരിക്കലും ഇല്ലാത്തതും ഇതാണ്. ഇവിടെയാണ് എന്റെ കാലിടറുന്നതും പറ്റിപിടിച്ചു കിടക്കുന്നതും. ആധുനിക ജേതാക്കളിൽ ഒന്നാമനായ പ്രോമത്യൂസിന്റെ കലാപം മുതൽ തുടങ്ങുകയാണെങ്കിൽ കലാപം എപ്പോഴും ദൈവങ്ങൾക്കെതിരാണ്. മനുഷ്യന്റെ ചോദനകൾ അവന്റെ വിധിക്കെതിരായി സൃഷ്ടിക്കപ്പെട്ടവയാണ്, ദരിദ്രന്റെ ചോദനകൾ, അത് ഒരു ഒഴിവു കഴിവ് മാത്രം. എന്നാലും അതിന്റെ ചരിത്രപരമായ പ്രവൃത്തിയിൽ മാത്രം ആ ആത്മാവിനെ എനിക്ക് കൈയടക്കാൻ കഴിയും. അവിടെയാണ് ഞാൻ അതുമായി ബന്ധപ്പെടുന്നതും. എന്നിരുന്നാലും, ഞാൻ അതിൽ സന്തോഷിക്കുന്നുവെന്ന് ഊഹിക്കരുത്. മുഖ്യമായ വൈരുദ്ധ്യത്തിന് എതിരായി ഞാൻ എന്റെ മനുഷ്യത്വപരമായ വൈരുദ്ധ്യങ്ങൾ സ്ഥാപിക്കുന്നു. ഞാൻ എന്റെ പ്രസന്നതയെ അതിനെ നിഷേധിക്കുന്നതിന്റെ നടുവിൽ സ്ഥാപിക്കുന്നു. അയാളേയും എന്റെ സ്വാതന്ത്ര്യത്തേയും തകർത്തുകളയുന്നതെന്താണോ അതിനു മുൻപിൽ ഞാൻ മനുഷ്യനെ ഉയർത്തിക്കാട്ടുന്നു. ആ പ്രസന്നതയുടേയും വിശാലമായ ആവർത്തനത്തിന്റേയും സംഘർഷത്തിലപ്പോൾ എന്റെ കലാപവും തീവ്രവികാരവും ഒരുമിക്കുന്നു.

അതെ, മനുഷ്യൻ അവന്റെ സ്വന്തം അന്തകനാണ്. അവൻ അവന്റെ മാത്രം അന്തകനാണ്. എന്തെങ്കിലും ആകണമെന്ന് അവൻ ലക്ഷ്യമിടുന്നെങ്കിൽ, അത് ഈ ജീവിതത്തിലായിരിക്കും. ഇപ്പോൾ ഞാൻ ഇത് കൂടുതൽ നന്നായി അറിയുന്നു. ജേതാക്കൾ ചിലപ്പോൾ ജയിച്ചടക്കുന്നതിനെക്കുറിച്ചും തരണം ചെയ്യുന്നതിനെക്കുറിച്ചും സംസാരിക്കും. എന്നാൽ അത് 'താൻ തന്നെ തരണം ചെയ്യുന്നു' എന്നാണ് അവർ അർത്ഥമാക്കുന്നത്. അത് എന്താണ് അർത്ഥമാക്കുന്നതെന്ന് നിങ്ങൾക്ക് നന്നായി അറിയാം. ചില നിമിഷങ്ങളിൽ ഓരോ മനുഷ്യർക്കും അവർ തനിയെ ദൈവത്തിന് സമന്മാരാണെന്ന് തോന്നാറുണ്ട്. ഏറ്റവും കുറഞ്ഞത് ഈ മാർഗ്ഗത്തിലാണ് ഇത് പ്രകടിപ്പിക്കുന്നത്. മനുഷ്യമനസ്സിന്റെ വിസ്മയിപ്പിക്കുന്ന മഹത്വം, ഒരു മിന്നലായി അയാൾക്ക് അനുഭവപ്പെട്ടു. ആ സത്യത്തിൽ നിന്നാണ് ഇതു വരുന്നത്. ആ മഹത്വത്തെക്കുറിച്ച് പൂർണ്ണമായ അവബോധമുണർന്നുവരും. ഉന്നത സ്ഥിതിയിൽ എപ്പോഴും ജീവിക്കുന്നു എന്നും ഉറപ്പാക്കിയേക്കാവുന്ന അവരുടെ ശക്തിയെക്കുറിച്ച് വേണ്ടുവോളം ബോധമുള്ളവരാണ് ജേതാക്കൾ. കൂടിയ അളവിലോ കുറഞ്ഞ അളവിലോ ഇത് അങ്കഗണിതത്തിന്റെ ചോദ്യമാണ്. ജേതാക്കൾ കൂടിയ അളവിൽ ശേഷി ഉള്ളവരാണ്. എന്നാൽ ഇവർക്ക് മനുഷ്യനേക്കാൾകൂടിയ ശേഷിയില്ല. അതുകൊണ്ടാണ് അവർ മനുഷ്യനെ കഠിന

പരീക്ഷണങ്ങളിൽ നിന്ന് ഒരിക്കലും ഒഴിവാക്കാത്തതും വിപ്ലവങ്ങളുടെ തിളയ്ക്കുന്ന ആത്മാവിലേക്ക് മുക്കുന്നതും.

അവിടെ അവർ അംഗഭംഗം ചെയ്യപ്പെട്ട ജീവിയെ കണ്ടെത്തുന്നു. എങ്കിലും അവിടേയും അവർ ഇഷ്ടപ്പെടുന്നതും ആദരിക്കുന്നതുമായ മനുഷ്യനുമായും അവന്റെ നിശ്ശബ്ദതയെയും ഏറ്റുമുട്ടുന്നു. ഇത് അവരുടെ ദാരിദ്ര്യവും സമ്പന്നതയുമാണ്. എന്നാലും അവിടെ അവർക്ക് ഒരു ആഡംബര സമൃദ്ധിയുണ്ട് അത് മനുഷ്യബന്ധങ്ങളാണ്. വികാരങ്ങളെ വ്രണപ്പെടുത്തുന്ന ഈ ലോകത്ത് മനുഷ്യരും ഏകതാനനായ മനുഷ്യനും കൂടുതൽ വ്യക്തമായ അർത്ഥം കൈക്കൊള്ളുമെന്ന് തിരിച്ചറിയുന്നതിന് എങ്ങനെ ഒരാൾ പരാജയപ്പെടും എന്നതിനെയും ബന്ധിച്ചാണ്? വലിഞ്ഞു മുറുകിയ മുഖങ്ങൾ, ഭീഷണിക്കു വിധേയമായ സാഹോദര്യം, മനുഷ്യരുടെ ഇടയിലെ അങ്ങനെയുള്ള കളങ്കമില്ലാത്ത സൗഹൃദം- ഇവയാണ് യഥാർത്ഥസമ്പന്നത. എന്തുകൊണ്ടെന്നാൽ അവ ക്ഷണഭംഗുരമാണ്. അവരുടെ മദ്ധ്യത്തിൽ മനസ്സിന് അതിന്റെ ശക്തിയേയും പരിമിതികളേയും സംബന്ധിച്ച് കൂടുതൽ അവബോധമുണ്ട്. അതിനെ ഉദ്ദിഷ്ടഫലമെന്ന് പറയാം. ചിലർ ജീനിയസ്സിനെപ്പറ്റി പറയുന്നുണ്ട്. ജീനിയസ്സിനെക്കുറിച്ച് പറയാൻ എളുപ്പമാണ്. ഞാൻ ബുദ്ധിക്ക് മുൻഗണന നല്കുന്നു. അപ്പോൾ അത് അതിഗംഭീരമെന്ന് പറയാം. അത് മരുഭൂമിയെ പ്രകാശമാനമാക്കി. അതിൽ ആധിപത്യം സ്ഥാപിക്കുന്നു. അതിന് അതിന്റെ കടമകളെക്കുറിച്ച് അറിയുകയും അവയെ ചിത്രീകരിക്കുകയും ചെയ്യുന്നു. അതേ സമയം അത് മരിക്കുന്നു. ഈ ശരീരത്തെപ്പോലെ ഇത് അറിയുമ്പോൾ അതിന്റെ സ്വാതന്ത്ര്യം രൂപം കൊള്ളുന്നു.

പള്ളികളെല്ലാം നമുക്ക് എതിരാണ് എന്ന സത്യം നമുക്ക് അജ്ഞാതമല്ല. അങ്ങനെ സജ്ജമാക്കപ്പെട്ട ഒരു ഹൃദയം, നിത്യതയിൽ അവകാശം നിരത്തുന്ന രാഷ്ട്രീയമോ ദൈവികമോ ആയ എല്ലാ പള്ളികളിൽനിന്നും, നിത്യതയിൽ നിന്നു തന്നെയും ഒഴിഞ്ഞുമാറുന്നു. സന്തോഷവും ധൈര്യവും ദൈവശിക്ഷയോ ന്യായവിധിയോ ഇവർക്ക് രണ്ടാം ലക്ഷ്യമാണ് സമ്മതിച്ച് ഒപ്പിട്ടു കൊടുക്കേണ്ട ഒരു അനുശാസനമാണ് അവർ കൊണ്ടുവരുന്നത്. എന്നാൽ എനിക്ക് അത്തരം ആശയങ്ങളുമായോ നിത്യതയുമായോ ഒരു ബന്ധവുമില്ല. എന്റെ ഉദ്ദേശ്യത്തിൽ നിന്ന് ഉത്ഭവിക്കുന്ന സത്യങ്ങളെ സ്പർശിച്ചറിയാം. എനിക്ക് അവയിൽനിന്ന് വേർപെടാൻ കഴിയില്ല. ഇതുകൊണ്ടാണ് നിങ്ങൾക്ക് എന്തെങ്കിലും എന്റെ മേൽ അടിസ്ഥാനപ്പെടുത്താൻ കഴിയാത്തത്. ജേതാവിന്റെ ഒന്നും നിലനില്ക്കില്ല, അയാളുടെ അനുശാസനം പോലും.

എല്ലാറ്റിന്റേയും അന്ത്യം മൃത്യുവാണ്. അത് എല്ലാം അവസാനിപ്പിക്കുന്നു എന്നുകൂടി നമ്മൾ അറിയുന്നു. യൂറോപ്പിൽ എല്ലായിടത്തുമുണ്ടു ശവക്കോട്ടകൾ. നമ്മളിൽ ചിലരെയെങ്കിലും ശല്യപ്പെടുത്തുന്ന (ഒഴിയാബാധയായ)ബീഭത്സത അതു സൃഷ്ടിക്കുന്നുണ്ട്. ജനങ്ങൾ അവർക്ക് പ്രിയമുള്ളവയെ മാത്രം സൗന്ദര്യവല്ക്കരിക്കുകയും മരണം നമ്മെ

നിർമ്മാജ്ജനം ചെയ്യുകയും നമ്മുടെ ക്ഷമയെ തളർത്തിക്കളയുകയും ചെയ്യുന്നു. ഇതും കൂടി കീഴ്പ്പെടുത്തേണ്ടതാണ്. അവസാനം പ്ലേഗിനാൽ ശൂന്യമാക്കപ്പെട്ടതും വെനീഷ്യൻമാരാൽ ഉപരോധിക്കപ്പെട്ടതുമായ പാദ്വായിലെ ഒരു തടവുകാരൻ ഉപേക്ഷിക്കപ്പെട്ട വിജനമായ കൊട്ടാരത്തിന്റെ ഹാളുകളിലൂടെ നിലവിളിച്ചുകൊണ്ട് ഓടി. മരണം ആവശ്യപ്പെട്ടുകൊണ്ട് അയാൾ പിശാചിനെ വിളിക്കുകയായിരുന്നു. അതിനെ മറികടക്കുന്നതിന്റെ ഒരു മാർഗ്ഗമായിരുന്നു ഇത്. തന്റേടത്തിന്റെ അടയാളം പോലെ പാശ്ചാത്യലോകത്തിന്റെ സ്വഭാവവിശേഷം. ആദരിക്കപ്പെടുമെന്ന് മരണം സ്വയം ചിന്തിക്കുന്ന ഹീനമായ സ്ഥലമാണത്. റബലിന്റെ പ്രപഞ്ചത്തിൽ മൃത്യു നീതികേടിനെ ഉയർത്തിക്കാട്ടുന്നു. ഇത് പരമോന്നതമായ അപമാനമാണ്.

മറ്റുള്ളവർ, രണ്ടിലൊന്നിലും അനുരഞ്ജനപ്പെടാതെ, നിത്യതയെ സ്വീകരിക്കുകയും ഈ ലോകത്തിന്റെ വികല്പത്തെ തള്ളിപ്പറയുകയും ചെയ്യുന്നു. ധാരാളം പൂക്കളുടേയും പറവകളുടേയും മദ്ധ്യത്തിൽ അവരുടെ ശവക്കോട്ടകൾ പുഞ്ചിരിതൂകി. അത് ജേതാവിന് യോജിക്കുകയും അയാൾ നിരാകരിച്ച വ്യക്തമായ പ്രതിരൂപം അയാൾക്ക് നല്കുകയും ചെയ്യുന്നു. അതിന് വിപരീതമായി അയാൾ കറുത്ത ഇരുമ്പു വേലിയോ അലസമായി അലഞ്ഞുനടക്കുന്നവന്റെ മേഖലയോ തെരഞ്ഞെടുത്തു. ആൾ ദൈവങ്ങളിൽ നല്ലവരായവർ ദാക്ഷിണ്യവുമായി കലർന്ന പെട്ടെന്നുണ്ടാകുന്ന ഭയവും അവരുടെ മൃത്യുവിന്റെ പ്രതിരൂപവുമായി ജീവിക്കുവാൻ കഴിയുന്ന ദയക്കുവേണ്ടിയുള്ള മനസ്സുകളുമായി വല്ലപ്പോഴും ഗ്രസിക്കപ്പെടുന്നു. അങ്ങനെയുള്ള മനസ്സുകൾ ഇതിൽ നിന്ന് ഇനിയും അവയുടെ ശക്തിയും നീതികരണവും നേടിയെടുക്കേണ്ടതാണ്. നമ്മുടെ വിധി നമ്മുടെ മുമ്പിൽ നില്ക്കുന്നു, നാം അവനെ പ്രകോപിപ്പിക്കുകയും ചെയ്യുന്നു. വ്യർത്ഥമായ നമ്മുടെ അവസ്ഥയെക്കുറിച്ചുള്ള അവബോധത്തിൽ നിന്ന് നാം താഴേക്ക് വരണം. നമ്മേക്കുറിച്ച് ദയ നമുക്കും തോന്നാറുണ്ട്. നമുക്ക് സ്വീകാര്യമെന്ന് തോന്നുന്ന ഏക കാരുണ്യമാണത്. ഒരു പക്ഷേ, നിങ്ങൾക്ക് മനസ്സിലാക്കാൻ വളരെയേറെ പ്രയാസ്സമുള്ളതും പൗരുഷമുള്ളതെന്ന് ദുർലഭമായി നിങ്ങളെ തോന്നിപ്പിക്കുന്നതുമായ ഒരു അനുഭവം. എങ്കിലും നമ്മളിൽ സാഹസികനായ ഒരാളായിരിക്കും അത് അനുഭവിക്കുക. എന്നാൽ പ്രസന്നനായ ഒരാളെ പൗരുഷമാർന്നവൻ എന്ന് നാം വിളിക്കുമെങ്കിലും പ്രസന്നതയിൽനിന്ന് വേറിട്ട ഒരുശക്തിയെ നമ്മൾ ആഗ്രഹിക്കുന്നില്ല.

ഈ പ്രതിരൂപങ്ങൾ ധാർമ്മികസംഹിതകൾ മുന്നോട്ടുവയ്ക്കുകയും വിധിന്യായങ്ങൾ പുറപ്പെടുവിക്കുകയും ചെയ്യുന്നില്ല എന്ന് ആവർത്തിക്കുവാൻ എന്നെ അനുവദിച്ചാലും. അവരുടെ രേഖകളാണത്. അത് ഒരു ജീവിതരീതിയെ പ്രതിനിധാനം ചെയ്യുന്നു എന്നു മാത്രം. കാമുകൻ, നടൻ അല്ലെങ്കിൽ സാഹസികൻ അസംബന്ധമായി അഭിനയിക്കുന്നു. എന്നാൽ ആഗ്രഹിക്കുന്നുവെങ്കിൽ ഏകപത്നീവ്രതമുള്ളയാൾ, സിവിൽ

സേവകൻ അല്ലെങ്കിൽ റിപ്പബ്ലിക്കിന്റെ പ്രസിഡന്റ് എന്നിവർക്കും ഇതിന് തുല്യമാകാം. അറിയുവാൻ ഇത് വേണ്ടുവോളമാണ്. മുഖംമൂടി അണിയുവാൻ ഒന്നുമില്ല, തൂക്കുമരത്തട്ട് മറച്ചുകൊണ്ട് വധശിക്ഷയ്ക്ക് വിധിക്കപ്പെട്ടവരുടെ മുന്നിൽ പുരോഹിതൻ നില്ക്കുന്നതായി പെയ്ന്റ് ചെയ്തിട്ടുള്ള ചെറിയ സ്ക്രീനുകൾ ഇറ്റാലിയൻ മ്യൂസിയങ്ങളിൽ ചിലപ്പോൾ കണ്ടിട്ടുണ്ട്. കുതിപ്പ് അതിന്റെ എല്ലാരൂപത്തിലും ദിവ്യതയിലേക്കും തള്ളിക്കയറുന്നു. ദിവസേനയുള്ളതോ അല്ലെങ്കിൽ ആശയത്തിന്റേയോ വികല്പങ്ങൾക്ക്(മിഥ്യാബോധത്തിന്)അടിയറവ് വയ്ക്കുന്നു. സ്ക്രീനുകളെല്ലാം അസംബന്ധത്തെ ഒളിച്ചുവയ്ക്കുന്നു. എന്നാൽ സ്ത്രീകളില്ലാത്ത സിവിൽസേവകരുണ്ട്. അവരിൽ ഒരാളെക്കുറിച്ച് സംസാരിക്കാമെന്നാണ് ഞാൻ വിചാരിക്കുന്നത്.

അത്യന്തമായവയെയാണ് ഞാൻ തെരഞ്ഞെടുക്കുന്നത്. ഈ നിലയിൽ അസംബന്ധം അവർക്ക് രാജകീയ പദവി നല്കുന്നു. ആ രാജകുമാരന്മാർക്ക് രാജ്യമില്ല എന്നത് സത്യമാണ്. എന്നാൽ മറ്റുള്ളവരുടെ മേൽ അവർക്ക് മെച്ചപ്പെട്ട സ്ഥാനമുണ്ട്. അവർക്കറിയാം എല്ലാ രാജകീയപ്രൗഢികളും മാറ്റമാണെന്ന്. അവർക്കറിയാം ഇത് അവരുടെ മൊത്തത്തിലുള്ള മഹാമനസ്കതയാണെന്നും. അവരുടെ മറഞ്ഞിരിക്കുന്ന ദൗർഭാഗ്യങ്ങളുമായോ മോഹവിമുക്തിയുടെ ചാരവുമായോ ഉള്ള ബന്ധത്തെക്കുറിച്ച് സംസാരിക്കുന്നത് പ്രയോജനരഹിതമാണെന്നും. പ്രത്യാശയിൽ നിന്ന് എടുത്തുമാറ്റപ്പെട്ടിരിക്കുന്നുവെങ്കിലും നൈരാശ്യദ്യോതകമല്ല. ഭൂമിയുടെ ജ്വാലകൾ തീർച്ചയായും സ്വർഗ്ഗീയ സുഗന്ധത്തിന് ഒപ്പം വിലമതിക്കുന്നതാണ്. എനിക്കോ മറ്റൊരാൾക്കോ അവയെ വിലയിരുത്തുവാൻ കഴിയില്ല. അവനല്ലാതാകാൻ ഉദ്യമിക്കുന്നില്ല. എന്നാൽ സാന്ദ്രമാക്കാൻ ശ്രമിക്കുന്നു. ഒരാൾക്ക് ഇല്ലാത്തതെന്തോ അതിനെക്കുറിച്ച് ഊഹിക്കാതെ ജീവിക്കുന്ന മനുഷ്യനാരോ ആ മനുഷ്യനിൽ 'ബുദ്ധിയുള്ള മനുഷ്യൻ'എന്ന സംജ്ഞപ്രയോഗിക്കുവാൻ കഴിയും. എങ്കിൽ അവർ ബുദ്ധിമാന്മാരാണ്. അവരിൽ ഒരാൾ മനസ്സിന്റെ ലോകത്തിൽ ഒരു ജേതാവ്, അറിവിൽ ഡോൺ ജുവാൻ, ബുദ്ധിയിൽ ഒരു അഭിനേതാവ്, മറ്റാരേക്കാളും നല്ലതുപോലെ അറിയുന്നു. നിങ്ങളുടെ പ്രിയപ്പെട്ട സാധുവായ കുഞ്ഞാടിനെ പരിപൂർണ്ണതയിൽ ആനയിച്ചതുകൊണ്ട് ഭൂമിയിലും സ്വർഗ്ഗത്തിലും നിങ്ങൾ വിശേഷാധികാരത്തിന് അശേഷം അർഹനല്ല. കൊമ്പുകളോടുകൂടിയും കൂടുതലായി മറ്റൊന്നുമില്ലാത്ത പരിഹാസ്യമായ ഏറ്റവും നല്ലൊരു കുഞ്ഞാടായി തുടരുന്നതിൽ കുറഞ്ഞ ആരുമല്ല നിങ്ങൾ പൊങ്ങച്ചത്തോടുകൂടിപൊട്ടിത്തെറിക്കാതെയും ഒരുവിധികർത്താവായി ഭാവിച്ചുകൊണ്ട് ഒരു അപകീർത്തി സൃഷ്ടിക്കാതെയും സങ്കല്പിച്ചാൽപോലും.

അങ്ങനെയാണെങ്കിൽ, അസംബന്ധയുക്തിയിലേക്ക് ശക്തമായ ഉദാഹരണങ്ങൾ പുന:സ്ഥാപിക്കേണ്ടത് വളരെ അത്യാവശ്യമാണ്. കാലത്തിൽ നിന്നും നാടുകടത്തലിൽനിന്നും വേർപെടുത്തുവാൻ പറ്റാത്ത മറ്റു

പലരേയും കൂട്ടുവാൻ ഭാവനയ്ക്കുകഴിയും. അതുപോലെ ഭാവിഇല്ലാത്തതും ദൗർബല്യമില്ലാത്തതുമായ ഒരു ലോകവുമായി ഐക്യത്തിൽ എങ്ങനെ ജീവിക്കണമെന്ന് അറിയാവുന്നവരേയും ഈ അസംബന്ധം, അവസാനിപ്പിച്ചവരേയും വ്യക്തമായി ചിന്തിക്കുന്നവരേയും കൊണ്ട് ഈ ലോകം ജനവാസമുള്ളതാകും. അത്യധികം അസംബന്ധമായ വ്യക്തി വൈശിഷ്ട്യത്തെക്കുറിച്ച് (സ്രഷ്ടാവിനെക്കുറിച്ച്) ഇതുവരേയും ആരും പറഞ്ഞിട്ടില്ല.

തത്ത്വശാസ്ത്രവും കല്പിതകഥയും

അസംബന്ധത്തിന്റെ ദുർലഭമായ അവസ്ഥയിൽ നിലനില്ക്കുന്ന ജീവിതങ്ങൾക്ക്, അതിന്റെ ശക്തിനിറയ്ക്കുന്ന നിഗൂഢവും സ്ഥിരതയാർന്നതുമായ ചിന്തയില്ലാതെ നിരന്തരം പ്രവർത്തിക്കുവാൻ കഴിയില്ല. അതുകൊണ്ടവിടെ ഇത് വിശ്വാസ്യതയുടെ അപൂർവ്വാനുഭവം പങ്കുവയ്ക്കുന്ന ഒന്നാണ്. ബോധവാന്മാരായ മനുഷ്യർ വിവേകശൂന്യമായ യുദ്ധങ്ങളുടെ മദ്ധ്യത്തിൽ, വൈരുദ്ധ്യങ്ങളിൽ നിന്നുകൊണ്ട്, അവരെത്തന്നെ പരിഗണിക്കാതെ കർമ്മമേഖലയിൽ പ്രവർത്തിച്ചുകൊണ്ടിരിക്കും. ഒഴിഞ്ഞുമാറാൻ മറ്റൊന്നുമില്ലാത്തതുകൊണ്ടാണ് അങ്ങനെ സംഭവിക്കുന്നത്. അതുകൊണ്ടിവിടെ ശാശ്വതമായ ലോകത്തിന്റെ അസംബന്ധമായ അതിഭൗതിക ബഹുമതി നേടിയെടുക്കും. കീഴടക്കൽ അല്ലെങ്കിൽ നാടകാഭിനയം, പ്രണയങ്ങൾ, അസംബന്ധ കലാപം എന്നിങ്ങനെ പിന്തള്ളപ്പെട്ടുപോയ കർമ്മ മണ്ഡലത്തിൽ കടന്ന് അനുവാചകർ നല്കുന്ന ഉപഹാരങ്ങളാണ് ഇതെല്ലാം.

ഇത് എല്ലാകാലത്തും യുദ്ധനിയമങ്ങളോട് വിശ്വാസ്യത പുലർത്തികൊണ്ടിരിക്കും. മൊത്തം സംസ്കാരത്തേയും പിന്തുണച്ചിട്ടുള്ളതോ പിൻതുണയ്ക്കുന്നതോ ആയ ഒരു മനസ്സിനെ താങ്ങി നിർത്തുന്നതിന് തൃപ്തികരമായേക്കും ആ ചിന്തകൾ. യുദ്ധത്തെ ഇല്ലാതാക്കാൻ പറ്റില്ല. അതുകൊണ്ടൊരാൾ ജീവിക്കുകയോ മരിക്കുകയോ ചെയ്യാം. അസംബന്ധത്തെ സംബന്ധിച്ച് ഇത് അതിനെ ശ്വസിക്കുന്നതിന്റെ ചോദ്യമാണ്; അതിന്റെ പാഠങ്ങൾ അംഗീകരിക്കുകയും ഐഹികജീവിതം വീണ്ടെടുക്കലുമാണത്. ഇങ്ങനെവരുമ്പോൾ അസംബന്ധാനന്ദം ശ്രേഷ്ഠതയ്ക്ക് ബദലായ സൃഷ്ടിയായി മാറുന്നു.

വിവിധ രീതികളെക്കുറിച്ച് ഊന്നിപ്പറയുവാൻ ശ്രമിക്കുമ്പോൾ 'അത്'

ഇല്ലാതാകുന്നത് ഒരു പുതിയ പീഡയുടെ സമാരാംഭമാണ്. മറവിക്കുശേഷമുള്ള ബാലിശമായ അനുധാവനം, സംതൃപ്തി ഇവയൊന്നുമിപ്പോൾ ചലനാത്മകമാകുന്നില്ല. എന്നാൽ ലോകവുമായി മനുഷ്യനെ മുഖാമുഖം നിലനിർത്തുന്ന സ്ഥിരമായ പിരിമുറക്കം, എല്ലാറ്റിനേയും ഉൾക്കൊള്ളാൻ അവനെ നിർബ്ബന്ധിക്കുന്ന കല്പിതമായ ഈ ജ്വരബുദ്ധിഭ്രമം അവനെ മറ്റൊരു ജ്വരത്തിന് വിട്ടുകൊടുക്കുന്നു. ഈ പ്രപഞ്ചത്തിൽ കലാപ്രവർത്തനം അന്തർബോധം നിലനിർത്തുന്നതിനും സാഹസികത നിശ്ചയിക്കുന്നതിനും അവസരമൊരുക്കി ജീവിതത്തെ പുനഃസൃഷ്ടിക്കുന്നു. ഇരുട്ടിൽ തപ്പിത്തടയൽ, പ്രൗസ്റ്റിന്റെ ഉൽക്കണ്ഠാകുലമായ അന്വേഷണം, പൂക്കളും തോരണങ്ങളും അതീവ താല്പര്യത്തോടെ ശേഖരിക്കാനുള്ള ആശങ്ക ഒരാളിൽ വരുന്നില്ല. അതേസമയം ആവർത്തിച്ചുള്ളതും അതിസൂക്ഷ്മവുമായ സൃഷ്ടികളിൽ അഭിനേതാവും ജേതാവും എല്ലാ അസംബന്ധമനുഷ്യരും അവരുടെ ജീവിതത്തിലെ ഒരോ ദിവസവും സന്തോഷഭരിതമാക്കുന്നു. എല്ലാവരും അവരുടെ യാഥാർത്ഥ്യത്തെ ഹാസ്യാത്മകമായി അനുകരിക്കാനും ആവർത്തിക്കാനും പുന:സൃഷ്ടിക്കാനും ശ്രമിക്കുന്നു. നമ്മുടെ സത്യങ്ങളുടെ പ്രത്യക്ഷപ്പെടൽകൊണ്ട് നാമെല്ലാം പര്യവസാനിപ്പിക്കുന്നു. നിത്യതയിൽനിന്ന് വിദൂരതിലേക്ക് തിരിഞ്ഞ ഒരു മനുഷ്യന്റെ പൂർണ്ണാസ്തിത്വം അസംബന്ധത്തിന്റെ മുഖംമൂടിക്കു കീഴിലെ വിപുലമായ ഹാസ്യാനുകരണമാണ്. സൃഷ്ടി മഹത്തായ ഹാസ്യാനുകരണമാണ് എന്നാണ് ഇതിൽ നിന്ന് അർത്ഥമാക്കേണ്ടത്.

അങ്ങനെയുള്ളവർ സമാരംഭിക്കുവാൻ അറിയുന്നവരായിരിക്കും. അവർ കണ്ടെത്തിയ ക്ഷണിക ദ്വീപിനെ പരിശോധിക്കാനും വികസിപ്പിക്കാനും പുഷ്ടിപ്പെടുത്തുവാനുമായിരിക്കും അവരുടെ മുഴുവൻ പ്രയത്നവും. പക്ഷേ, അവർ ഒരുകാര്യം അറിഞ്ഞിരിക്കണം. സജ്ജമാക്കപ്പെട്ടിട്ടുള്ളതും നീതീകരിച്ചിട്ടുള്ളതുമായ ഭാവി പീഡാനുഭവങ്ങൾ ഉൾക്കൊള്ളുന്ന താല്ക്കാലിക വിരാമവുമായി അസംബന്ധ കണ്ടെത്തലുകൾ ഏകീഭവിക്കുന്നു എന്ന് അവർ അറിഞ്ഞിരിക്കണം. സുവിശേഷമില്ലാത്തവർക്കുപോലും അവരുടെ ഒലിവ് കുന്നുകൾ ഉണ്ട്. രണ്ടിലൊന്നിലും ഒരാൾ വീണ് ഉറങ്ങിപ്പോകരുത്. വിശദീകരിക്കലും പരിഹരിക്കലും അസംബന്ധ മനുഷ്യന്റെ കാര്യമല്ല. അനുഭവവും വിവരിക്കലും മാത്രമാണ് അയാളെ സംബന്ധിക്കുന്നത്. പ്രസന്നമായ നിഷ്പക്ഷതയോടുകൂടിയാണ് ഒരോന്നും സമാരംഭിക്കുന്നത്.

വിവരിക്കൽ എന്നത് അസംബന്ധ ചിന്തയുടെ അവസാന അഭിലാഷമാണ്. ശാസ്ത്രംപോലെ വിരോധഭാസങ്ങളുടെ അന്ത്യത്തിൽ എത്തിചേർന്നു കഴിയുമ്പോൾ പ്രതിഭാസങ്ങളുടെ നിത്യവും ശുദ്ധമായ ഭൂതലങ്ങളെ രൂപരേഖ ചെയ്യുന്നതും പര്യാലോചിക്കുന്നതും നിർത്തുകതന്നെ ചെയ്യും. ലോകത്തിന്റെ ഭാവങ്ങൾ, നാം കാണുമ്പോൾ നമ്മെ ആനന്ദിപ്പിക്കുന്ന വികാരങ്ങൾ അതിന്റെ അഗാധതയിൽ നിന്നല്ല, വൈവിദ്ധ്യത്തിൽ

നിന്നാണ് വരുന്നതെന്ന് നാം മനസ്സിലാക്കുന്നു. വിശദീകരണം ഉപയോഗ ശൂന്യമാണ്. എന്നാൽ ഇന്ദ്രിയജ്ഞാനവും പ്രപഞ്ചത്തിന്റെ അനന്തവും ദൃഢവുമായ ആകർഷകത്വവും അവശേഷിക്കുകയും ചെയ്യുന്നു. കലയുടെ ഉദാത്തമായ പണിശാല ഇവിടെ നിന്ന് മനസ്സിലാക്കുവാൻ കഴിയും.

ഇതൊരു അനുഭവത്തിന്റെ ആധികാരികതയെയും അതിന്റെ ആവർത്തിയേയും അടയാളപ്പെടുത്തുന്നു. ഇത് ലോകം സജ്ജീകരിച്ചു വച്ച ഐഹിക ജീവിതത്തിന്റെ വിരസവും വികാരതീവ്രവുമായ ആവർത്തനമാണ്: ഒരു ഗോപുരത്തിനുള്ളിൽ ഒരു പ്രതീകമുണ്ടെന്ന് കാണുന്നതും കലയുടെ പ്രവർത്തനത്തെ അസംബന്ധത്തിന്റെ ഒരു അഭയസ്ഥാനമായി പരിഗണിക്കാമെന്ന് ചിന്തിക്കുന്നതും തെറ്റായിരിക്കും. അത് അതിനുള്ളിലെ ഒരു അസംബന്ധ പ്രതിഭാസമാണ്. നാം അതിന്റെ സുഖക്കേടുകളിൽ നിന്ന് ഒരു രക്ഷപ്പെടൽ വാഗ്ദാനം ചെയ്യുന്നില്ല. എങ്കിലും ഇതൊരു മനുഷ്യന്റെ ചിന്തകളിൽ എല്ലായിടത്തും പ്രതിഫലിക്കുന്ന രോഗലക്ഷണങ്ങളിൽ ഒന്നാണ്. എന്നാൽ ഇത് ഇദംപ്രഥമായി മനസ്സിനെ അതിൽനിന്ന് പുറത്തുകൊണ്ടു വരികയും മറ്റുള്ളവർക്കെതിരായിരിക്കുകയും വഴി തെറ്റാതെ എന്നാൽ എല്ലാവരും പ്രവേശിച്ച ഇരുളടഞ്ഞ പാത കാട്ടിക്കൊടുക്കുകയും ചെയ്യുന്നു. അസംബന്ധ യുക്തിചിന്ത നിഷ്പക്ഷതയേയും കണ്ടെത്തലിനേയും പിന്തുടരുന്നു. ഏതിൽ നിന്നാണോ അസംബന്ധ വികാരം മുളച്ചുപൊന്തുന്നത്, എവിടെയാണോ യുക്തിപ്രവാഹം നിലച്ചു പോകുന്നത് അവിടെ അത് അടയാളപ്പെടുത്തുന്നു. ഈ ഉപന്യാസത്തിൽ ഇതിന്റെ സ്ഥാനം ഈ മാർഗ്ഗത്തിൽ നീതീകരിച്ചിരിക്കുന്നു.

അസംബന്ധ ചിന്തയുടെ വൈരുദ്ധ്യങ്ങളെല്ലാം കലാപ്രവർത്തനത്തിൽ നിന്ന് കണ്ടെത്തുന്നു. അതിൽനിന്ന് സ്രഷ്ടാവും ചിന്തകനും പ്രതിപാദ്യങ്ങൾ കണ്ടെത്തി തൃപ്തിപ്പെടുന്നു. യഥാർത്ഥത്തിൽ അവർക്ക് പൊതുവായിട്ടുള്ള വൈരുദ്ധ്യങ്ങൾപോലെ മനസ്സുകളും ബന്ധപ്പെട്ടിരിക്കുന്നു. എന്നാലാവുംവിധം തെളിയിക്കുന്ന സമാനമായ ഉപഹാരങ്ങൾ അത്രത്തോളമൊന്നുമില്ല. അതുകൊണ്ട് അത് ചിന്തയോടും സൃഷ്ടിയോടും ബന്ധപ്പെട്ടുള്ളതാണ്. ഒരേ തീവ്രവേദന ഈ രണ്ടു നിലപാടുകളിലേക്കും മനുഷ്യരെ എത്തിക്കുന്നു. ആരംഭത്തിൽ അവർ ഏകീഭവിക്കുന്നത് ഇവിടെവച്ചാണ്. എന്നാൽ ചിന്തയുടെ ആരംഭം കുറിക്കുന്നത് അസംബന്ധത്തിൽ നിന്നാണ്. എങ്കിലും വളരെ കുറച്ചുമാത്രമേ കലാകാരൻ ഇതിനുള്ളിൽ നിലകൊള്ളുന്നതായി കാണുന്നുള്ളൂ. ഒപ്പം അവരുടെ വ്യതിയാനത്തിലൂടെയോ അല്ലെങ്കിൽ വിശ്വാസ വഞ്ചനയിലൂടെയോ അസംബന്ധത്തിന് എന്താണ് ദൂഷ്യമുള്ളതെന്ന് മനസ്സിലാക്കുവാൻ കലാകാരന് കഴിയുന്നു. കലയ്ക്ക് ഒരു അസംബന്ധപ്രവർത്തനം സാദ്ധ്യമാകുമോ എന്ന് ഞാൻ അതിശയിക്കുന്നു.

കലയ്ക്കും തത്ത്വശാസ്ത്രത്തിനുമിടയ്ക്കുള്ള, മുൻപു പറഞ്ഞ പ്രതിപക്ഷത്തിന്റെ ഏകപക്ഷീയമായ സ്വഭാവം അടിച്ചേല്പിക്കാൻ ശ്രമിക്കുന്നത് അസാദ്ധ്യമായിരിക്കും. പരിമിതമായ ബോധത്തിൽനിന്നുകൊണ്ട്

അങ്ങനെചെയ്യാൻ ശ്രമിക്കുന്നത് തീർച്ചയായും അബദ്ധവുമായിരിക്കും. ഈ രണ്ടു വിജ്ഞാനശാഖകൾക്കും സവിശേഷമായ അർത്ഥതലങ്ങൾ ഉണ്ടെന്നുള്ളത് ഒരു വസ്തുതയാണ്. എന്നാൽ ഇത് അവ്യക്തമായി അവശേഷിക്കുന്നു. സ്വീകരിക്കാവുന്ന ഒരുവാദം കിടക്കുന്നത് തന്റെ വ്യവസ്ഥയ്ക്കുള്ളിൽ അടയ്ക്കപ്പെട്ട തത്ത്വജ്ഞാനിക്കും കലയ്ക്കുമുന്നിൽ സ്ഥാനം നല്കിയിട്ടുള്ള കലാകാരനും ഇടയിൽ ഉയർത്തപ്പെട്ടിട്ടുള്ള വൈരുദ്ധ്യത്തിലാണ്. എന്നാൽ ഇത് പ്രസക്തമാകുന്നത് കലയുടേയും തത്ത്വശാസ്ത്രത്തിന്റേയും ചില നിശ്ചിതരൂപങ്ങൾക്കുവേണ്ടിയാണ്. അവയെ രണ്ടാമതായി മാത്രമേ ഇവിടെ പരിശോധിക്കുന്നുള്ളൂ. കലയുടെ സൃഷ്ടാവിൽ നിന്ന് കലയെ വേർപെടുത്തുന്ന ആശയം കാലോചിതമല്ല. അത് തെറ്റുമായിരിക്കാം. കലാകാരനെതിരായി ചൂണ്ടിക്കാണിക്കുന്നത് ഒരു തത്ത്വജ്ഞാനിയും ഒന്നിലധികം വ്യവസ്ഥകൾ ഒരിക്കലും സൃഷ്ടിച്ചിട്ടില്ല എന്ന കാരണത്താലാണ്. എന്നാൽ ഇതുവരെ സത്യമായിട്ടുള്ളത് എന്തെന്നാൽ, യഥാർത്ഥത്തിൽ ഒരു കലാകാരനും ഒരിക്കലും വ്യത്യസ്ത ഭാവത്തിൻ കീഴിൽ ഒന്നിൽകൂടുതൽ കാര്യം പ്രകടമാക്കിയിട്ടില്ല എന്നതാണ്. കലയുടെ നൈമിഷികമായ പരിപൂർണ്ണത, അതിന്റെ പുതുക്കലിന്റെ ആവശ്യകത-ഇത് സത്യമാകുന്നത് മുൻപ് രൂപംകൊണ്ട ഒരാശയത്തിലൂടെ മാത്രമായിരിക്കും. കലയുടെ പ്രവർത്തനം ഒരു നിർമ്മിതിപോലായിരിക്കുമെന്നും മഹാനായ സൃഷ്ടാവിന് അത് എത്രത്തോളം വിരസമായിരിക്കുമെന്നും ഓരോരുത്തരും അറിയുന്നു. അതേ കാരണത്താൽ ഒരുചിന്തകനെപ്പോലെ അയാളുടെ പണിയിൽ കലാകാരൻ സ്വയം പ്രതിജ്ഞാബദ്ധനാകുകയും അയാൾ തനിയെ അനുരൂപമായി മാറിത്തീരുകയും ചെയ്യുന്നു. ആ വ്യതിയാനം വളരെ പ്രധാനപ്പെട്ട സൗന്ദര്യശാസ്ത്ര പ്രശ്നങ്ങൾ ഉയർത്തുന്നു. മനസ്സിന്റെ ഏകാകിത്വം ബോദ്ധ്യപ്പെട്ടിട്ടുള്ള ഏതൊരാൾക്കും രീതികളെയും ലക്ഷ്യങ്ങളെയും ആസ്പദമാക്കിയിട്ടുള്ള ഈ വ്യത്യാസങ്ങളെക്കാൾ കൂടുതൽ ഫലശൂന്യമായത് യാതൊന്നുമില്ല എന്ന് മനസ്സിലാക്കാവുന്നതാണ്. ഇത് തിരിച്ചറിയുന്നതിനും സ്നേഹിക്കുന്നതിനുംവേണ്ടി മനുഷ്യൻ ക്രമപ്പെടുത്തിയിട്ടുള്ള വിജ്ഞാനശാഖകൾക്കിടയിൽ ഒരതിരുകളുമില്ല. അവയെല്ലാം പരസ്പരം ബന്ധിക്കപ്പെട്ടതും അതേ ഉൽക്കണ്ഠകൾ അവയിൽത്തന്നെ ഉൾവലിഞ്ഞുപോകുകയും ചെയ്യുന്നു.

തുടക്കത്തിൽതന്നെ ഈ പ്രസ്താവന അത്യാവശ്യമാണ്. കലയുടെ അസംബന്ധപ്രവൃത്തി സാദ്ധ്യമാകണമെങ്കിൽ ചിന്ത അതിന്റെ തെളിഞ്ഞ രൂപത്തിൽ തന്നെ അതിൽ ഉണ്ടായിരിക്കണം. എന്നാൽ അതേസമയം നിയന്ത്രിത ബുദ്ധിയിലൂടെ ചിന്ത പ്രകടമാക്കരുത്. അസംബന്ധം അനുസരിച്ച് ഈ വിരോധാഭാസത്തെ വിശദമാക്കാൻ കഴിയും. മൂർത്തതയോടുള്ള ബുദ്ധിയുടെ നിരാകരണത്തിൽ നിന്ന് കലയുടെ അസംബന്ധ പ്രവൃത്തി ശാരീരികമായ, വിഷയാസക്തമായ വിജയത്തെ അടയാളപ്പെടുത്തുന്നു. തെളിഞ്ഞ ചിന്ത പ്രകോപിതമാകുന്നുവെങ്കിലും അതിന്റെ

പ്രവർത്തനത്തിൽ തന്നെ ആ ചിന്ത തനിയെ നിഷേധിക്കുന്നു. നിയമാനുസൃതമല്ലായിരിക്കുമെന്ന് അറിയുന്നതും ആഴത്തിലുള്ള അർത്ഥം വിവരിക്കുന്നതും അതിനോട് അധികമായി ചേർക്കുവാനുള്ള പ്രലോഭനത്തിന് അത് ഒന്നും നേടിക്കൊടുക്കില്ല. കലയുടെ പ്രവൃത്തി ബുദ്ധിയുടെ നാടകത്തെ മൂർത്തിമത്താക്കുന്നു, പക്ഷേ, അത് തെളിയിക്കുന്നത് പരോക്ഷമായി മാത്രമാണ്. ഇത് കലാകാരനെ ഉള്ളതിനേക്കാൾ കൂടുതലൊന്നും പ്രാധാന്യപ്പെടുത്താത്ത മൂർത്തത ഉള്ള ഒരു കലയേയും അസംബന്ധകൃതി ആവശ്യപ്പെടുന്നു. ഇതൊരു ജീവിതത്തിന്റെ അവസാനവും അർത്ഥവും സാന്ത്വനവും ആകുന്നില്ല. സൃഷ്ടിക്കുന്നതോ സൃഷ്ടിക്കാതിരിക്കുന്നതോ ആയ ഒന്നിനേയും അത് പരിവർത്തനപ്പെടുത്തുന്നില്ല. അസംബന്ധസ്രഷ്ടാവ് അയാളുടെ കൃതിയെ അയാൾ സമ്മാനത്തുകയ്ക്ക് വയ്ക്കുന്നില്ല. എന്നാൽ അയാൾക്ക് അതിനെ നിഷേധിക്കാൻ കഴിയും. ഒരു അബിസ്സീനിയ റിംബൗഡിന്റെ കാര്യത്തിലെന്നപോലെ ഇതിനേയും അയാൾ തൃപ്തിപ്പെടുത്തുന്നു.

അതേസമയം സൗന്ദര്യശാസ്ത്രത്തിന്റെ ആധികാരിക ചട്ടങ്ങൾ ഇതിൽ ധാരാളം കാണാൻ കഴിയും. കലയുടെ ശരിയായ പ്രവൃത്തി എപ്പോഴും മനുഷ്യനിവാരണത്തിലുള്ളതായിരിക്കും. ഇത് അത്യാവശ്യമായും 'കുറച്ച്' എന്നുപറയുന്ന ഒന്നായിരിക്കും. അവിടെ കലാകാരന്റെ ലോകാനുഭവവും അയാളുടെ കൃതിയിൽ പ്രതിഫലിക്കുന്ന അനുഭവവും തമ്മിൽ നിശ്ചിതമായ ബന്ധം ഉണ്ടാകും. അത് വിൽഹം മിസ്റ്ററുടെ അനുഭവവും ഗെയ്ഥയുടെ പൂർണ്ണതയ്ക്കും ഇടയിലുള്ളതുപോലെ ആയിരിക്കും. ഒരു വിശദീകരണ സാഹിത്യത്തിന്റെ നാടപിടിപ്പിച്ച കടലാസിൽ മുഴുവൻ അനുഭവവും നല്കുവാൻ ശ്രമിക്കുന്ന കൃതി എപ്പോളാകുന്നുവോ അപ്പോൾ ആ ബന്ധം വഷളാകുന്നു. എപ്പോഴാണോ ആ കൃതി അനുഭവങ്ങളുടെ ഒരു മുറിച്ച കഷ്ണമാകുന്നത്, ചാണയ്ക്കുവച്ച രത്നത്തിന്റെ ആന്തരിക ദീപ്തി പരിമിതികളില്ലാതെ എപ്പോഴാണോ പ്രത്യക്ഷപ്പെടുന്നത് അപ്പോൾ ആ ബന്ധം നല്ലതാകും. ആദ്യത്തേതിൽ അധികഭാരവും നിത്യതയോടുള്ള കള്ളന്യായവും ഉണ്ട്. രണ്ടാമത്തേതിൽ അനുഭവം മുഴുവൻ അന്തരാർത്ഥമായതുകൊണ്ടും അതിന്റെ സമ്പന്നത സന്ദേഹിക്കപ്പെട്ടിരിക്കുന്നതുകൊണ്ട് ഒരു ഫലപുഷ്ടിയുള്ള കൃതി ഉണ്ടാകുന്നു. സമൂഹത്തിൽ എങ്ങനെ പെരുമാറണമെന്ന അറിവില്ലായ്മ, സമൂഹത്തിൽ എങ്ങനെ പെരുമാറണമെന്ന തിരിച്ചറിവ് ആർജ്ജിക്കുക എന്നത് അസംബന്ധ കലാകാരന് പ്രശ്നമാണ്. അത്യന്തികമായി മഹാനായ കലാകാരൻ എല്ലാ മഹത്തായ ജീവികൾക്കും ഉയരെയാണ്. ഇത് അനുഭവത്തിന്റെ പ്രതിഫലനം പോലെയാണ്. അപ്പോൾ കൃതി ഒരു ബൗദ്ധിക നാടകമായി പരിലസിക്കുന്നു. ചിന്തയുടെ അന്തസ്സിനേയും ത്യാഗത്തേയും പരിത്യജിക്കുന്നതും ചിത്രീകരിക്കുന്നതുമാണ് അസംബന്ധകൃതി. യുക്തിരഹിതമായ നിഴലുകൾകൊണ്ട് ആവരണം ചെയ്യപ്പെട്ടതും ദൃശ്യവല്ക്കരിക്കപ്പെട്ടതുമാണ് അത്. പ്രവൃത്തിക്കു പിന്നിലെ ബുദ്ധിയേക്കാൾ കൂടു

തലൊന്നുമല്ല അത്. ലോകം വ്യക്തമായിരുന്നുവെങ്കിൽ കല നിലനില്ക്കുമായിരുന്നില്ല.

വിശദീകരണത്തിൽ പരിമിതമായ മനോഹാരിത നിലനിർത്തുന്ന രൂപത്തിന്റെയോ നിറത്തിന്റെയോ കലയെക്കുറിച്ചല്ല ഞാനിവിടെ പറയുന്നത്. ആവിഷ്കാരം ആരംഭിക്കുന്നത് ചിന്ത അവസാനിപ്പിക്കുന്നിടത്തുനിന്നാണ്. അന്ധൻ ആനയെ കാണുന്നതുപോലെ കൗമാരക്കാർ അവരുടെ സ്വാതന്ത്ര്യം ആംഗ്യത്തിലൂടെ പ്രകടിപ്പിച്ചുകൊണ്ടിരിക്കുന്നു. ഒരു അസംബന്ധ മനുഷ്യന് ഇത് എല്ലാ ഗ്രന്ഥങ്ങളേക്കാളും കൂടുതൽ വിദ്യാഭ്യാസം നല്കുന്നു. മറ്റൊരർത്ഥത്തിൽ ഇത് സംഗീതത്തെ സംബന്ധിച്ച് സത്യമാണ്. ഏതെങ്കിലും കല, പാഠങ്ങളില്ലാത്തതാണെങ്കിൽ അത് തീർച്ചയായും സംഗീതാത്മകമാണ്. ഇതിന് ഏറ്റവും കൂടുതൽ അടുത്ത ബന്ധമുള്ളത് സൗജന്യമൊന്നും സ്വീകരിക്കാത്ത ഗണിത ശാസ്ത്രത്തോടാണ്. അളന്ന് തൂക്കി ക്രമീകരിച്ചുറപ്പിച്ച നിശ്ചിത നിയമങ്ങൾക്കനുസരിച്ച് മനസ്സ് അതിനുള്ളിൽ തനിയെ കളിക്കുന്നു. ആ കളി മധുരനാദമുള്ള വടക്കുനോക്കി യന്ത്രത്തിൽ സ്ഥാനം ഏറ്റെടുക്കുകയും അതിന്റെ സ്പന്ദനങ്ങൾക്കപ്പുറത്ത് മനുഷ്യത്വമില്ലാത്ത പ്രപഞ്ചത്തിൽ കൂട്ടുമുട്ടുകയും ചെയ്യുന്നു. പരിശുദ്ധമായ ഇന്ദ്രിയജ്ഞാനം അവിടെയില്ല. ഈ ഉദാഹരണങ്ങളെല്ലാം വളരെ ലളിതമാണ്. ഈ ചേർച്ചയെയും ഈ രൂപങ്ങളെയും അസംബന്ധമനുഷ്യൻ അംഗീകരിക്കുന്നു.

പക്ഷേ, വിശദീകരിക്കാനുള്ള പ്രലോഭനം, മഹത്തരമായി അവശേഷിക്കുന്ന മായാദർശനം സ്വയം വാഗ്ദാനം ചെയ്യുന്ന ഉപസംഹാരം എന്നിവയെക്കുറിച്ച് വിശദമാക്കുന്ന ഒരു കൃതിയെക്കുറിച്ച് പറയാൻ ഞാൻ ഇഷ്ടപ്പെടുന്നു. ഞാൻ സൂചിപ്പിക്കുന്നത് കാല്പനിക സൃഷ്ടിയെക്കുറിച്ചാണ്. ഞാൻ, ആരായാൻ ഉദ്ദേശിക്കുന്നത് അസംബന്ധത്തിന് സ്വന്തമായി കൈകൊള്ളാൻ കഴിയുമോ ഇല്ലയോ എന്നതിനെക്കുറിച്ചാണ്.

എല്ലാറ്റിലും ആദ്യം ഒരു ലോകത്തെ സൃഷ്ടിക്കുവാൻ ചിന്തിക്കുക എന്നുള്ളതാണ്. ഒരാളുടെ ഗതകാലസ്മരണയ്ക്കനുസരിച്ച് ഒരു പൊതുസ്ഥലം കണ്ടുപിടിക്കുന്നതിനുവേണ്ടി മനുഷ്യനെ അവന്റെ അനുഭവത്തിൽനിന്ന് വേർപെടുത്തുന്ന ഒരു അടിസ്ഥാന യോജിപ്പിൽ നിന്ന് അത് ആരംഭിക്കുന്നു. യുക്തികളാൽ ചുറ്റിവളയപ്പെട്ടതോ സാദൃശ്യത്തോടുകൂടി പ്രകാശിക്കുന്നതോ ആയ ഒരു പ്രപഞ്ചം. എന്നാൽ അത് ഏത് പ്രകാരത്തിലും അസഹ്യമായ വേർപെടലിനെ റദ്ദുചെയ്യുവാൻ ഒരവസരം നല്കുന്നു. തത്ത്വജ്ഞാനി ആണെങ്കിൽപ്പോലും ആ അർത്ഥത്തിൽ അയാൾ സ്രഷ്ടാവാണ്. അദ്ദേഹത്തിന് അദ്ദേഹത്തിന്റെ സ്വഭാവ സവിശേഷതകളും അടയാളങ്ങളും രഹസ്യപ്രവർത്തനങ്ങളുമുണ്ട്.അദ്ദേഹത്തിന് അദ്ദേഹത്തിന്റെ ഇതിവൃത്താന്ത്യമുണ്ട്. മറിച്ച് കവിതയ്ക്കും ഉപന്യാസത്തിനും മുകളിൽ നോവൽ മേൽകൈ നേടുന്നത്, രൂപം എങ്ങനെയായിരുന്നാലും, കലയുടെ മഹനീയമായ ബുദ്ധിവല്ക്കരണം കൊണ്ടാണ്. അതിനെക്കുറിച്ച് ഒരു തെറ്റുമില്ലെന്ന് കരുതുക. ഏറ്റവും

മഹനീയമായതിനെക്കുറിച്ചാണ് ഞാൻ സംസാരിക്കുന്നത്. സാഹിത്യരൂപങ്ങളുടെ സമൃദ്ധിയും പ്രാധാന്യവും ചിലപ്പോൾ അളക്കപ്പെടുന്നത് അതിൽ അടങ്ങിയിരിക്കുന്ന ചവറുകളിലൂടെയാണ്. ചീഞ്ഞ നോവലുകളുടെ എണ്ണത്തിന്, നല്ലവരുടെ മൂല്യം ഇല്ലാതാക്കാൻ കഴിയില്ല. ഇവ യഥാർത്ഥത്തിൽ അവയുടെ പ്രപഞ്ചത്തിൽ നിലനില്ക്കും. നോവലിന് അതിന്റെ ന്യായവാദം, യുക്തി, അന്തർജ്ഞാനം, അംഗീകാരം എന്നിവയുണ്ട്. കൂടാതെ അതിന് അതിന്റെ വ്യക്തതയുടെ ഗൗരവവുമുണ്ട്.

ഞാൻ മുകളിൽ പറഞ്ഞുകൊണ്ടിരുന്ന ചിരസമ്മതമായ പ്രതിപക്ഷത്തെ ഈ പ്രത്യേകവിഷയത്തിൽ കുറച്ചു മാത്രമേ ന്യായീകരിച്ചിട്ടുള്ളു, തത്ത്വശാസ്ത്രത്തെ അതിന്റെ കർത്താക്കളിൽ നിന്ന് എളുപ്പത്തിൽ വേർതിരിക്കാൻ കഴിഞ്ഞിരുന്ന സമയത്താണ് ഞാനങ്ങനെ ചെയ്തത്. ഇന്ന് ചിന്ത പ്രപഞ്ചത്തോട് അവകാശം നിരത്തുന്നതിൽനിന്ന് വിരമിച്ചിരിക്കുമ്പോൾ, അതിന്റെ ഏറ്റവും നല്ല ചരിത്രം അതിന്റെ മനസ്താപമായി തീരുമ്പോൾ, നാം അറിയുന്നു, ആ വ്യവസ്ഥ മൂല്യവത്തായിരുന്നുവെന്ന്. അല്ലെങ്കിൽ അതിന്റെ കർത്താവിൽ നിന്ന് വേർപെടുത്തുവാൻ കഴിയാതെയാകുന്നു എന്ന്. ധർമ്മമീമാംസ സ്വയം, അതിന്റെ അനുഭവങ്ങളിലൊന്നിൽ ഒരു ദീർഘവും യുക്തിവിചാരത്താൽ വ്യക്തിപരമായ പശ്ചാത്താപവും ആണ്. അമൂർത്ത ചിന്ത അവസാനം ഐഹിക ജീവിതത്തെ താങ്ങി നിർത്തുന്ന ഊന്നുവടിയായി തിരിച്ചുവരും. അതുപോലെ ശരീരത്തിന്റെ കാല്പനിക പ്രവർത്തനങ്ങളും വികാരങ്ങളും ലോകകാഴ്ചപ്പാടിന്റെ ആവശ്യമനുസരിച്ച് നിയന്ത്രിതമാകും. എഴുത്തുകാരൻ 'കഥ' പറയുന്നത് ഉപേക്ഷിച്ചിട്ട് അയാളുടെ ലോകം സൃഷ്ടിക്കുന്നു. മഹാന്മാരായ നോവലിസ്റ്റുകൾ തീസിസ് എഴുത്തുകാർക്ക് വിപരീതമായി. തത്ത്വശാസ്ത്ര നോവലിസ്റ്റുകളാണ്. ഉദാഹരണമായി ബൽസാക്ക്, മെൽവെല്ലി, സ്റ്റെൻധാൾ, ദസ്തയ്വിസ്കി, പ്രൗസ്റ്റ്, മാൽറാക്സ്, കാഫ്ക തുടങ്ങിയവർ. ഇവർ വളരെ കുറച്ചുപേർ മാത്രമാണ്.

പക്ഷേ, സത്യത്തിൽ വിശദീകരണത്തിന്റെ തത്ത്വങ്ങൾ ഏതായിരുന്നാലും അവയുടെ പ്രയോജനരാഹിത്യം ആദ്യംതന്നെ ബോദ്ധ്യപ്പെടും. പ്രത്യക്ഷമായ അവതരണത്തിന്റെ, വിദ്യാഭ്യാസ സന്ദേശത്തെക്കുറിച്ച് ഉറപ്പുണ്ടായിരുന്നിട്ടും, അവർക്കെല്ലാം പൊതുവായ ചില പ്രത്യേക ചിന്തയുടെ സത്യസ്ഥിതി പ്രകടിതമാക്കി തരുന്ന യുക്തിപരമായ വാദഗതികളേക്കാൾ പ്രതിച്ഛായയോടെ എഴുതുന്നതിന് അവർ മുൻഗണന കാട്ടി. അവർ കലയുടെ പ്രവർത്തനത്തെ അവസാനമായും ആരംഭമായും പരിഗണിച്ചു. അത് ചിലപ്പോൾ പ്രകടിതമാകാത്ത തത്ത്വശാസ്ത്രത്തിന്റെ ചിത്രീകരണവും അതിന്റെ പൂർത്തീകരണവുമാണ്. എന്നാൽ ആ തത്ത്വശാസ്ത്രത്തിന്റെ വിവക്ഷിതാർത്ഥത്തിലൂടെ മാത്രം അത് പൂർണ്ണമാകുന്നു. കൂടുതൽ ചിന്ത ജീവിതത്തോട് അനുരഞ്ജപ്പെടുമെങ്കിലും ജീവിതത്തിൽ നിന്നകറ്റുന്ന ഒരു കൊച്ചുചിന്ത പഴയ പ്രതിപാദ്യവിഷയത്തിന്റെ രൂപാന്തരണത്തെ അവസാനം ന്യായീകരിക്കുന്നു. യാഥാർത്ഥ്യത്തെ ശുദ്ധീ

കരിക്കാൻ കഴിയാത്ത ചിന്ത അതിന്റെ അനുകരണത്തിലേക്ക് താല്ക്കാലികമായി നിന്നുപോകുന്നു. ചോദ്യത്തിലുള്ള നോവൽ ഒരേപോലെ ആപേക്ഷികവും അക്ഷയവുമായ അറിവിന്റെ ഉപകരണമാണ്. കല്പിത സൃഷ്ടിക്ക് തുടക്കത്തിൽ അതിശയവും ഫലസിദ്ധിവരുത്തുന്ന ധ്യാനവുമുണ്ട്.

ഇവയെല്ലാം, ഏറ്റവും കുറഞ്ഞത്, തുടക്കത്തിൽ ഞാൻ കാണുന്ന കമനീയതകളാണ്. ആരുടെ ആത്മഹത്യയ്ക്കാണോ പിന്നീട് എനിക്ക് സാക്ഷിയാകാൻ കഴിയുന്നത്, ലജ്ജാകരമായ ചിന്തയുടെ ആ രാജകുമാരന്മാരിലെന്നപോലെ ഞാൻ അവയെ കണ്ടു. മായാദർശനത്തിന്റെ പൊതുപാതയിലേക്ക് അവരെ തിരിച്ചു നയിക്കുന്ന ശക്തികളെ അറിയാനും വിവരിക്കാനുമാണ് ഞാൻ താല്പര്യപ്പെട്ടത്. തല്ഫലമായി അതേ മാർഗ്ഗം തന്നെ എന്നെ ഇവിടെ സഹായിക്കുന്നു. ഇത് ഞാൻ ഉപയോഗിച്ചു കഴിഞ്ഞിരിക്കുന്നുവെന്ന സത്യം എന്റെ വാദങ്ങളുടെ ദൈർഘ്യം കുറയ്ക്കുന്നതിനും സവിശേഷമായ ഒരു ഉദാഹരണത്തിൽ അവയെല്ലാം സംഗ്രഹിക്കുന്നതിനും എന്നെ അനുവദിക്കും. അഭ്യർത്ഥന കൂടാതെ ഒരു ജീവിതം സ്വീകരിക്കാൻ കഴിയുമോ? ഒപ്പം, അഭ്യർത്ഥനകൂടാതെ ഒരാൾക്ക് പ്രവർത്തിക്കുവാൻ കഴിയുമോ സ്വാതന്ത്ര്യങ്ങളിലേക്ക് നയിക്കുന്ന ഈ പാത എന്താണ് എന്ന് അറിയുവാൻ ഞാൻ ആഗ്രഹിക്കുന്നു. എന്റെ ലോകത്തെ അതിന്റെ മായാരൂപത്തിൽനിന്ന് വിമോചിപ്പിക്കുവാനും എനിക്ക് നിക്ഷേപിക്കാൻ കഴിയാത്ത മനുഷ്യസാന്നിദ്ധ്യത്തിന്റെ സത്യങ്ങൾ കൊണ്ടുമാത്രം അതിനേ നിവസിപ്പിക്കാനും ഞാൻ ആഗ്രഹിക്കുന്നു. മറ്റൊന്നിനേക്കാൾ സർഗ്ഗാത്മക നിലപാട് തെരഞ്ഞെടുത്ത് അസംബന്ധ കർമ്മം ചെയ്യാൻ എനിക്ക് കഴിയും. എന്നാൽ ഒരു അസംബന്ധ നിലപാട് അങ്ങനെ നിലനിന്നുപോകണമെങ്കിൽ, അത് സ്വേച്ഛയാൽ നല്കുന്ന ഉപഹാരങ്ങളെക്കുറിച്ചുള്ള അവബോധം തീർച്ചയായും നിലനിന്നേ മതിയാകൂ. അത് കലയുടെ പ്രവർത്തിയാണ്. അസംബന്ധത്തിന്റെ കല്പനകളെ ബഹുമാനിച്ചില്ലെങ്കിൽ, ആ കൃതി വേർപെടീലും കലാപവും ചിത്രീകരിച്ചില്ലെങ്കിൽ മായാദർശനത്തോട് തൃജിക്കുകയും പ്രത്യാശകൾ ഉയർത്തുകയും ചെയ്താൽ, സ്വേച്ഛയാലുള്ള അതിന്റെ ഉപഹാരത്തെ വിസ്മരിക്കും. അതിൽ നിന്നും വേർപെടാൻ ദീർഘകാലം എനിക്ക് പറ്റില്ല. എന്റെ ജീവിതത്തിന് അതിൽ ഒരു അർത്ഥം കണ്ടുപിടിക്കാൻ കഴിഞ്ഞേക്കുമായിരിക്കും. എന്നാൽ അത് വളരെ നിസ്സാരമായിരിക്കും. ഒരു മനുഷ്യജീവിതത്തിന്റെ ശോഭയെയും വ്യർത്ഥതയെയും കിരീടമണിയിക്കുന്ന വിയോഗവും വികാരവും അതിലെ അഭ്യാസവും അതില്ലാതാക്കും.

സൃഷ്ടിയിൽ വിശദീകരിക്കാനുള്ള പ്രലോഭനം ശക്തമാണെങ്കിൽ ഒരാൾക്ക് പ്രലോഭനങ്ങളെ മറികടക്കാൻ കഴിയുമോ? യഥാർത്ഥ ലോകത്തെക്കുറിച്ചുള്ള അവബോധം നിശിതമായിരിക്കുന്ന കല്പിതലോകത്തിൽ, വിധികർത്തൃത്വത്തിനുള്ള ആഗ്രഹം തൃജിക്കാതെ അസംബന്ധത്തോട് വിശ്വാസ്യത പുലർത്തിനിലനില്ക്കാൻ എനിക്ക് കഴിയുമോ? അവ

സാനശ്രമത്തിൽ ധാരാളം ചോദ്യങ്ങൾ പരിഗണനയ്ക്ക് എടുക്കേണ്ടി വരും. അത് എന്തിനെ പ്രാധാന്യപ്പെടുത്തുന്നുവെന്ന് വ്യക്തമായിക്കഴിഞ്ഞിരിക്കണം. മായാദർശനത്തിന്റെ പ്രഥമവും പ്രയാസമുള്ളതുമായ പാഠം കൈവെടിയുമോ എന്ന് ഭയക്കുന്ന അവബോധത്തിന്റെ അവസാന മന:ചാഞ്ചല്യമാണവ. അസംബന്ധബോധമുള്ള മനുഷ്യനുവേണ്ടി സാദ്ധ്യമായ നിലപാടുകളിലൊന്ന് എന്നനിലയിൽ നോക്കുമ്പോൾ, അവനിലേക്ക് തുറന്നിരിക്കുന്ന എല്ലാ ജീവിത ശൈലികളേയും വിടാതെ പിന്തടരുക. ജീവിതത്തിൽ അഭ്യാസങ്ങളുടെ ഭ്രാന്തൻ സ്വഭാവത്തെക്കുറിച്ച് അവബോധം കൂടാതെ അവരുടെ ജീവിതത്തിലെ അഭ്യാസം ഒന്നും ചെയ്യില്ല എന്ന് ജേതാവോ അഭിനേതാവോ സ്രഷ്ടാവോ ഡോൺജൂവാനോ മറക്കട്ടെ. ഒരാൾ വളരെ വേഗത്തിൽ പരിചിതമായി മാറുന്നു. സന്തോഷവാനായിരിക്കാൻ, ഒരു മനുഷ്യൻ പണം നേടാൻ ആഗ്രഹിക്കുന്നു. ഒപ്പം ജീവിതത്തിന്റെ നല്ല സമയം ആ പണം സമ്പാദിക്കാൻവേണ്ടി ഉഴിഞ്ഞുവയ്ക്കുകയും ചെയ്യുന്നു. സന്തോഷം വിസ്മൃതിയിലായി; ലക്ഷ്യത്തിനുവേണ്ടി മാർഗ്ഗങ്ങളെയെല്ലാം എടുക്കുന്നു.

അബോധത്തിൽ ജേതാവിന്റെ മുഴുവൻ പരിശ്രമവും അതിമോഹത്തിലേക്ക് വ്യതിചലിപ്പിച്ച്, മഹത്തായ ജീവിതത്തിലേക്കുള്ള വഴിയായി ഡോൺജൂവാൻ മാറുന്നു. അതേവിധത്തിൽ കലാപത്തിലൂടെ മാത്രം മൂല്യമുള്ള കുലീനതയുടെ അസ്തിത്വംകൊണ്ട് തൃപ്തിപ്പെട്ടേക്കാവുന്ന അദ്ദേഹത്തിന്റെ വിധിക്ക് ആദായമുണ്ടാക്കുന്നു. ഒരാൾക്ക് ഇത് അവബോധവും മറ്റേയാൾക്ക് കലാപവുമാണ്. രണ്ടിലും അസംബന്ധം അപ്രത്യക്ഷപ്പെട്ടിരിക്കുന്നു. അങ്ങനെയുള്ള വഴങ്ങാത്ത പ്രത്യാശ മനുഷ്യഹൃദയത്തിലില്ല. ഏറ്റവും കഠിനമായ ദാരിദ്ര്യമനുഭവിക്കുന്ന മനുഷ്യർ ചിലപ്പോൾ വികല്പത്താൽ അത് അവസാനിപ്പിച്ചേക്കും. ശാന്തിയുടെ ആവശ്യത്താൽ പറഞ്ഞുകൊടുക്കപ്പെട്ട അംഗീകാരം അസ്തിത്വപരമായ സമ്മതിയെ അന്ത:സ്ഥിതമായി സമാന്തരീകരിക്കുന്നു. അങ്ങനെ അവിടെ പ്രകാശത്തിന്റെ ദൈവങ്ങളും ചെളിയുടെ പ്രതിമകളും ഉണ്ടാകുന്നു. എന്നാൽ മനുഷ്യമുഖങ്ങളിലേക്ക് നീളുന്ന മദ്ധ്യപാത കണ്ടെത്തേണ്ടത് വളരെ അത്യാവശ്യമാണ്.

ഇതുവരെ അസംബന്ധ ദുർഘടസ്ഥിതിയുടെ പരാജയങ്ങൾ എന്തെല്ലാമാണെന്ന് നല്ലവണ്ണം നാം അറിഞ്ഞു കഴിഞ്ഞു. ഇതുപോലെ നമുക്ക് അറിവ് നല്കുകയാണെങ്കിൽ, ചില പ്രത്യേക തത്ത്വശാസ്ത്രങ്ങൾ അവതരിപ്പിക്കുന്ന വ്യക്തതയില്ലായ്മ, കല്പിത സൃഷ്ടികൾക്കും അവതരിപ്പിക്കാൻ കഴിയുമെന്ന് മനസ്സിലാക്കാമായിരുന്നു. വ്യക്തമായ ആരംഭവും പ്രസന്നമായ കാലാവസ്ഥയുമുള്ള അസംബന്ധത്തിന്റെ അവബോധം സൂചിപ്പിക്കുന്നതെല്ലാം അടങ്ങിയ ഒരു കൃതി ഉദാഹരണമായി തെരഞ്ഞെടുക്കാൻ എനിക്ക് അതുകൊണ്ട് കഴിയും. അതിന്റെ അനന്തരഫലങ്ങൾ നമ്മെ ബോധത്തിന്റെ വെളിച്ചത്തിലെത്തിക്കും. അതിൽ അസംബന്ധത്തെ ബഹുമാനിച്ചിട്ടില്ലെങ്കിൽ, എന്ത് അനുകൂലമായ മായദർശനമാണ്

കടന്നുകൂടിയതെന്ന് നമുക്ക് മനസ്സിലാക്കാം. ഒരു പ്രത്യേക ഉദാഹരണം, ഒരു പ്രതിപാദ്യവിഷയം, ഒരു സ്രഷ്ടാവിന്റെ ആത്മാർത്ഥതയെ തൃപ്തിയാക്കും. വളരെ ദീർഘമായി ചെയ്തു കഴിഞ്ഞ അതേവിശേഷണം തന്നെ ഇതിലുൾപ്പെട്ടിരിക്കുന്നു.

ദസ്തയേവ്സ്കിയുടെ വളരെ ഇഷ്ടപ്പെട്ട ഒരു കഥാവസ്തു ഞാനിവിടെ പരിശോധിക്കാം. മറ്റു കൃതികൾ ഞാൻ പഠിച്ചിട്ടുണ്ടെങ്കിലും, അസ്തിത്വവാദികൾ ചർച്ച ചെയ്തു കഴിഞ്ഞതുപോലെ കുലീനതയുടെയും വികാരത്തിന്റെയും ബോധത്തിൽ നിന്നുകൊണ്ട് ഈ കൃതിയിൽ പ്രശ്നങ്ങൾ നേരിട്ട് കൈകാര്യം ചെയ്തിരിക്കുന്നു.

കിറിലോവ്

ദസ്തയേവ്സ്കിയുടെ നായകരെല്ലാവരും ജീവിതത്തിന്റെ അർത്ഥത്തെ ചോദ്യം ചെയ്യുന്നവരാണ്. ഇക്കാര്യത്തിൽ അവർ ആധുനികരാണ്. അവർ അവഹേളനത്തെ ഭയക്കുന്നില്ല. ആധുനിക സംവേദനക്ഷമതയെ പൗരാണിക സംവേദനക്ഷമതയിൽ നിന്ന് അവർ വ്യത്യാസപ്പെടുത്തുന്നു. രണ്ടാമത്തേത് ധാർമ്മിക പ്രശ്നങ്ങളിലൂടെ നിലനില്ക്കുമ്പോൾ ആദ്യത്തേത് കല്പനാത്മക പ്രശ്നങ്ങളിലൂടെയാണ് വികസിക്കുന്നത്. രൂക്ഷമായ പ്രശ്നങ്ങളെ ക്ഷണിച്ചുവരുത്തുംവിധം തീവ്രമായിട്ടാണ് ചോദ്യം ദസ്തേയേവ്സ്കിയുടെ നോവലുകളിൽ പ്രകടമായിട്ടുള്ളത്. അസ്തിത്വം മായയോ അല്ലെങ്കിൽ അനന്തതയോ ആണ്. ഈ അന്വേഷണംകൊണ്ട് ദസ്തയേവ്സ്കി തൃപ്തിപ്പെട്ടിരുന്നുവെങ്കിൽ അദ്ദേഹം ഒരു തത്ത്വജ്ഞാനി ആയിരുന്നേനെ. എന്നാൽ മനുഷ്യന്റെ ജീവിതത്തിൽ ഉണ്ടാകുമായിരുന്ന ബൗദ്ധിക ഭൂതകാലങ്ങളുടെ അനന്തരഫലങ്ങൾ ചിത്രീകരിച്ചതുകൊണ്ടാണ് അദ്ദേഹം ഒരു കലാകാരനായത്. ആ പരിണിതഫലങ്ങളുടെ ഇടയിൽ, പ്രത്യേകിച്ചു അവസാനത്തേതിനാൽ അദ്ദേഹത്തിന്റെ ശ്രദ്ധ തടയപ്പെട്ടിരിക്കുന്നു, ഇതിനെ അദ്ദേഹം 'താർക്കിക ആത്മഹത്യ' എന്ന് വിളിക്കുന്നു. 1876 ഡിസംബറിൽ അദ്ദേഹം 'താർക്കിക ആത്മഹത്യയുടെ' യുക്തിയും ഭാവനയും ചർച്ച ചെയ്യുന്നുണ്ട്. "അമരത്വത്തിൽ വിശ്വാസമില്ലാത്ത ഏവർക്കും മനുഷ്യന്റെ അസ്തിത്വം പരമമായ അസംബന്ധമാണെന്ന് ബോദ്ധ്യപ്പെട്ടിരിക്കുന്നു. അങ്ങനെ നിരാശ ബാധിച്ച മനുഷ്യൻ തന്റെ ഉപസംഹാരത്തിൽ എത്തിച്ചേരുന്നു."

"സന്തോഷത്തെക്കുറിച്ചുള്ള എന്റെ ചോദ്യങ്ങൾക്കുള്ള മറുപടി അന്തഃകരണത്തിന്റെ മദ്ധ്യസ്ഥതയിലൂടെ ഞാൻ എന്നോടു തന്നെ

പറഞ്ഞിരിക്കുന്നു. അതായത് എനിക്ക് ഗ്രഹിക്കാൻ കഴിയാത്തതും ഗ്രഹിക്കാവുന്ന സ്ഥാനത്ത് ഒരിക്കലും എത്തിച്ചേരാൻ പറ്റാത്തതുമായ എല്ലാ മഹത്വങ്ങളുമുള്ള ഐക്യം ഒഴിച്ച് എനിക്ക് സന്തോഷവാനാകാൻ കഴിയില്ല. ഇത് സ്പഷ്ടമാണ്....

എന്നിട്ട്, അവസാനമായി ഇതുമായി ബന്ധപ്പെട്ട് കുറ്റവാളിയുടെ വാദിഭാഗമായും പ്രതിഭാഗമായും കൂടാതെ ജഡ്ജിയായും ഞാൻ മാറുന്നു. പ്രകൃതിയാൽ അതിക്രമിച്ചുണ്ടായ ഈ രസകരമായ നാടകം ആകപ്പാടെ വിഡ്ഢിത്തമായി പരിഗണിക്കുകയും അത് കളിക്കുവാൻ വേണ്ടിയുള്ള അനുഗ്രഹത്തെ ഞാൻ അപമാനമായി വിചാരിക്കുകയും ചെയ്യുന്നു.

വാദിഭാഗം, പ്രതിഭാഗം, ന്യായാധിപൻ, കുറ്റവാളി എന്ന എന്റെ തർക്കരഹിതമായ അധികാരത്തിൽ കഷ്ടപ്പെടുത്തുവാൻ എന്നെ ജീവിതത്തിലേക്ക് കൊണ്ടുവന്ന, പ്രകൃതിയെ ഞാൻ അപലപിക്കുന്നു. കുറ്റപ്പെടുത്തുന്നു. എന്നോടൊപ്പം അതിനേയും ഉന്മൂലനം ചെയ്യണം."

ഈ അവസ്ഥയിൽ അവിടെ അല്പം ഹാസ്യം അവശേഷിക്കുന്നുണ്ട്. ഈ ആത്മഹത്യ, കൊലപ്പെടുത്തുന്നത് അയാളെത്തന്നെയാണ്. എന്തുകൊണ്ടെന്നാൽ അതിഭൗതിക തലത്തിൽ അയാൾ പ്രകോപിതനായിരുന്നു. ഒരു നിശ്ചിതബോധത്തിൽ അയാൾ പ്രതികാരം സ്വീകരിക്കുകയായിരുന്നു. അയാൾ 'ഉണ്ടായിരിക്കില്ല' എന്ന് തെളിയിക്കുന്ന അയാളുടെ വഴിയാണ് ഇത്. യുക്താനുസൃതമായ ആത്മഹത്യയുടെ ഒരു വക്താവ് എന്നപോലെ കിറിലോവിൽ അത്ഭുതകരമായ സാധാരണത്വത്തോടുകൂടി അതേ പ്രതിപാദ്യ വിഷയം മൂർത്തീകരിച്ചിരിക്കുന്നു. എൻജിനീയറായ കിറിലോവ് എവിടെയോ പ്രഖ്യാപിക്കുന്നുണ്ട്, അയാളുടെ സ്വന്തം ജീവിതമെടുക്കാൻ അയാൾ ആഗ്രഹിക്കുന്നുവെന്ന്. എന്തുകൊണ്ടെന്നാൽ ആത്മാവ് 'അയാളുടെ ആശയമാണ്.' അപ്പോൾ വാക്കിനെയാണ്. അതിന്റെ ശരിയായ അർത്ഥബോധത്തിലെടുക്കണം. ഇതൊരു ആശയത്തിനുവേണ്ടിയുള്ള ഒരു ചിന്തയാണ്. അതായത് അയാൾ മരണത്തിന് തയ്യാറെടുക്കുന്നു എന്ന ചിന്ത. ഇതാണ് മഹത്തായ ആത്മഹത്യ. പുരോഗമിക്കുന്ന അനുക്രമമായ രംഗങ്ങളിൽ കിറിലോവിന്റെ മനസ്സ് മെല്ലെമെല്ലെ പ്രകാശിക്കുന്നു. അയാളെ ഓടിച്ചുകൊണ്ടുപോകുന്ന മാരകമായ ചിന്തകൾ നമ്മുടെ മുൻപിൽ അനാവൃതമാകുന്നു. എഞ്ചിനീയർ വാസ്തവത്തിൽ 'ഡയറിയുടെ' വാദങ്ങളിലേക്ക് മടങ്ങിപ്പോകുന്നു. ദൈവം അനിവാര്യമാണെന്നും അത് നിലനില്ക്കണമെന്നും അയാൾക്കു തോന്നുന്നു. എന്നാൽ അത് ഇല്ലെന്നും അതിന് നിലനില്ക്കാൻ കഴിയില്ലെന്നും അയാൾ അറിയുന്നു. 'എന്തുകൊണ്ട് നിങ്ങൾ തിരിച്ചറിയുന്നില്ല' അയാൾ ഉച്ചത്തിൽ ചോദിക്കുന്നു. അതായത് തന്നെ തന്നെ കൊല്ലുന്നതിന് ഇത് തൃപ്തികരമായ കാരണമാണോ? ആ നിലപാട് അയാൾക്കുവേണ്ടി എന്നപോലെ അസംബന്ധത്തിന്റെ കുറച്ച് പരിണതഫലങ്ങൾ ഉൾപ്പെടുത്തുന്നു. അയാൾ നിന്ദിക്കുന്ന ഒരു കാര്യത്തിന്റെ ഗുണത്തിനുവേണ്ടി ഉപയോഗിക്കാൻ അയാളുടെ ആത്മഹത്യയെ വിടുന്നത്

നിഷ്പക്ഷതയിലൂടെ അയാൾ അംഗീകരിക്കുന്നു. "ഞാൻ ശ്രദ്ധിക്കില്ല, കഴിഞ്ഞ രാത്രിയിൽ ഞാൻ തീരുമാനിച്ചു." അയാൾ പറയുന്നു. കലാപത്തിന്റേയും സ്വാതന്ത്ര്യത്തിന്റേയും മിശ്രിതംകൊണ്ട് അയാൾ അയാളുടെ രേഖ അവസാനം തയ്യാറാക്കുന്നു. "എന്റെ ആജ്ഞാലംഘനം ഉറപ്പിച്ചു പറയുന്നതിന് വേണ്ടി ഞാൻ എന്നെതന്നെ കൊല്ലും" "എന്റെ പുതിയതും ഭയാനകവുമായ സ്വാതന്ത്ര്യം." ഇത് പ്രതികാരമല്ല, കലാപമാണ്. തൽഫലമായി, കിറിലോവ് ഒരു അസംബന്ധമാണ് - ഒഴിവാക്കാൻ പറ്റാത്ത ഈ പരിമിതികളോടെ, അയാൾ അയാളെ തന്നെ ഹിംസിക്കുന്നു. എന്നാൽ അയാൾ തന്നെ ഈ വൈരുദ്ധ്യം വിശദീകരിക്കുന്നു. ആ വഴിയിലൂടെ അതേസമയം അയാൾ അസംബന്ധ രഹസ്യം അതിന്റെ എല്ലാ ശുദ്ധിയോടുകൂടിയും പുറത്തുകാട്ടുന്നു. സത്യത്തിൽ അയാളുടെ സ്വഭാവം അതിന്റെ പൂർണ്ണമായ ദൂരക്കാഴ്ച നല്കുന്ന ഒരു അസാധാരണ അഭിലാഷം അയാളുടെ വിധികല്പിതമായ യുക്തിയോട് കൂട്ടിചേർക്കുന്നു. ദൈവമായി മാറാൻവേണ്ടി അയാൾ അയാളെതന്നെ കൊല്ലുവാൻ ആഗ്രഹിക്കുന്നു.

യുക്തിവിചാരം അതിന്റെ വ്യക്തതയിൽ ചിരസമ്മതമാണ്. ദൈവം ഇല്ലെങ്കിൽ, കിറിലോവ് ആണ് ദൈവം. നിലനില്ക്കുന്നില്ലെങ്കിൽ കിറിലോവ് സ്വയം മൃത്യുവിനെ വരിക്കും. അതുകൊണ്ട് ദൈവമാകാൻവേണ്ടി കിറിലോവ് സ്വയം മരിക്കുന്നു. ആ തർക്കശാസ്ത്രം അസംബന്ധമാണ്. എന്നാൽ അത് ആവശ്യമുള്ളതാണ്. രസകരമായ കാര്യം എന്തു തന്നെയായിരുന്നാലും ഭൂമിയിലേക്ക് കൊണ്ടുവന്ന ദിവ്യത്വത്തിന് ഒരർത്ഥം വരുന്നു. അത് പൂർവ്വവചനത്തെ വ്യക്തമാക്കുന്നു. 'ദൈവം ഇല്ലെങ്കിൽ ഞാൻ ദൈവം'. ഇത് അസ്പഷ്ടതയേക്കാൾ എപ്പോഴും നിലനില്ക്കുന്നു. മനുഷ്യൻ മോടിപിടിപ്പിച്ചുകാട്ടുന്ന ആ ഭ്രാന്തൻ അവകാശം യഥാർത്ഥത്തിൽ ഈ ലോകത്തിന്റേതാണെന്ന് തുടക്കത്തിലാഗ്രഹിക്കേണ്ടത് വളരെ പ്രധാനമാണ്. അവൻ, അവന്റെ ആരോഗ്യം നിലനിർത്തുവാൻ വേണ്ടി എല്ലാ പ്രഭാതത്തിലും വ്യായാമം ചെയ്യുന്നു. തന്റെ ഭാര്യയെ സുഖിപ്പിക്കുന്ന ചാറ്റോവിന്റെ സന്തോഷത്താൽ അയാൾ ഇളകിമറിഞ്ഞു. അയാളുടെ മരണകടലാസു തുണ്ടിൻമേൽ, 'അവയിൽ' പറ്റിപ്പിടിച്ചിരിക്കുന്ന നാക്കോടുകൂടിയ മുഖം വരയ്ക്കാൻ അയാൾ ആഗ്രഹിക്കുന്നു. അയാൾ ബാലചാപല്യവും മുൻകോപവും വികാരമുള്ളവനും ക്രമാനുസാരിയും സംവേദന ക്ഷമതയുള്ളവനുമാണ്. മനുഷ്യാതീതമായ ഒന്നും അയാൾക്കില്ലെങ്കിലും ന്യായവാദവും പീഡയും മനുഷ്യൻ എന്നതുകൊണ്ട് മുഴുവൻ അനുഭവങ്ങളും അയാൾക്കുണ്ട്. എങ്കിലും അയാൾ ശാന്തമായി അയാളുടെ ദിവ്യത്വത്തെക്കുറിച്ച് പറയുന്നു. അയാൾ ഭ്രാന്തനല്ല, ഇതൊരു അഹങ്കാരോന്മാദിയുടെ വിഭ്രാന്തിയല്ല. വാക്കുകളെ അതിന്റെ ശരിയായ അർത്ഥബോധത്തിലെടുക്കുമ്പോൾ ഈ ദൃഷ്ടാന്തങ്ങൾ, പരിഹാസ്യമായിരിക്കാം.

ഇതെല്ലാം മനസ്സിലാക്കുവാൻ കിറിലോവ്തന്നെ നമ്മെ സഹായിക്കുന്നു. സ്റ്റവ് റോജിനിന്റെ ഒരു ചോദ്യത്തിന് മറുപടിയായി, അയാൾ ആൾ ദൈവത്തിനെക്കുറിച്ചല്ല പറയുന്നത് എന്ന് വ്യക്തമാക്കുന്നുണ്ട്. ക്രിസ്തുവിൽ നിന്ന് തന്നെ വേർതിരിക്കുന്ന ബോധത്തിൽനിന്ന് കിളിർത്തുപൊന്തിയ ചിന്തയായിരിക്കണം ഇത്. പക്ഷേ, യഥാർത്ഥത്തിൽ ഇത് ക്രിസ്തുവിനോട് ബന്ധപ്പെടുത്തുന്ന കാര്യമാണ്. കിറിലോവ് സത്യത്തിൽ ഒരു നിമിഷനേരത്തേക്ക് ഭാവനയിൽ കാണുന്നത് ക്രിസ്തു അദ്ദേഹത്തിന്റെ മൃത്യുവിൽ, "അദ്ദേഹം അദ്ദേഹത്തെ സ്വർഗ്ഗത്തിൽ കണ്ടെത്തുന്നില്ല" എന്നതാണ്. അപ്പോൾ അദ്ദേഹം കണ്ടെത്തിയത് അദ്ദേഹത്തിനുണ്ടായ പീഡനം ഉപയോഗശൂന്യമായിരുന്നു എന്നാണ്. എൻജിനീയർ പറയുന്നു, 'പ്രകൃതി നിയമങ്ങൾ ക്രിസ്തുവിനെ കള്ളങ്ങളുടെ നടുവിൽ ജീവിക്കാനും ഒരു കള്ളത്തിനുവേണ്ടി മരിക്കാനും പരിവർത്തിപ്പിച്ചു. ഈ ബോധത്തിൽ മാത്രം ക്രിസ്തു, യഥാർത്ഥത്തിൽ മനുഷ്യ നാടകത്തെ മൊത്തത്തിൽ മനുഷ്യവല്ക്കരിച്ചു ദൃഷ്ടാന്തീകരിക്കുന്നു. ഏറ്റവും വലിയ അസംബന്ധാവസ്ഥയെ മനസ്സിലാക്കിയ ഒരാൾ എന്ന നിലയിൽ ക്രിസ്തു ഒരു പൂർണ്ണ മനുഷ്യനാണ്. അദ്ദേഹം ദൈവ-മനുഷ്യനല്ല. മനുഷ്യ-ദൈവമാണ്. അദ്ദേഹത്തെപ്പോലെ, നമ്മളിൽ ഓരോരുത്തരെയും ഇരയാക്കുകയും ക്രൂശിക്കുകയും ചെയ്യും-ഒരു നിശ്ചിത അളവുവരെ.

അതുകൊണ്ട് ചോദ്യത്തിലുള്ള ദിവ്യത്വം ആകപ്പാടെ ഭൗമ സംബന്ധിയാണ്. കിറിലോവ് പറയുന്നു: "മൂന്നുവർഷം, തന്റെ ദിവ്യത്വത്തിന്റെ സ്വഭാവം തേടി ഞാനലഞ്ഞു. ഒടുവിൽ ഞാൻ തന്നെ അതുകണ്ടുപിടിച്ചു. എന്റെ ദിവ്യത്വത്തിന്റെ സ്വഭാവം സ്വാതന്ത്ര്യമാണ്. കിറിലോവിന്റെ പ്രസ്തവനയുടെ അർത്ഥം ഇപ്പോൾ കാണാൻ കഴിയും. "ദൈവം ഇല്ലെങ്കിൽ ഞാനാണ് ദൈവം." ദൈവമാകണമെങ്കിൽ ഈ ഭൂമിയിൽ സ്വതന്ത്രനായിരിക്കണം. അനശ്വരമായ ഒന്നിനേയും സേവിക്കരുത്. എല്ലാറ്റിനുമുപരി, തീർച്ചയായും അത് വേദനാജനകമായ ആ സ്വാതന്ത്ര്യത്തിൽ നിന്ന് എല്ലാ അനുമാനങ്ങളെയും വലിച്ചുകൊണ്ടുവരുന്നു. ദൈവം നിലനില്ക്കുന്നുണ്ടെങ്കിൽ അതിനെ എല്ലാവരും ആശ്രയിക്കും. അതിന്റെ ഇച്ഛയ്ക്ക് എതിരായി നമുക്കൊന്നും ചെയ്യാനാവില്ല. അത് നിലനില്ക്കുന്നില്ലെങ്കിൽ എല്ലാം നമ്മെ ആശ്രയിച്ചിരിക്കും; കിറിലോവിന്, നിത്ഷേയ്ക്ക്. ദൈവത്തെ കൊല്ലുകയെന്നാൽ ഒരാൾ തനിയെ ദൈവമായിമാറുന്നു എന്നാണ് അർത്ഥമാക്കേണ്ടത്. സുവിശേഷം പറയുന്ന അനശ്വര ജീവിതം ഈ ഭൂമിയെ മനസ്സിലാക്കാൻ കൂടിയുള്ളതാണ്.

എന്നാൽ, ഈ അതിഭൗതികമാറ്റം മനുഷ്യന്റെ തൃപ്തിക്ക് വേണ്ടുവോളമാണെങ്കിൽ, ആത്മഹത്യ എന്തിന് അതിനൊപ്പം കൂട്ടി ചേർക്കണം. സ്വാതന്ത്ര്യം നേടിയശേഷം തന്നേതന്നെ കൊല്ലുന്നതും ലോകം ഉപേക്ഷിക്കുകയും ചെയ്യുന്നതെന്തിനാണ്? അത് പരസ്പരവിരുദ്ധമാണ്. ഇത് കിറിലോവിന് നന്നായി ബോദ്ധ്യമുള്ളതാണ്. അയാൾ കൂട്ടിച്ചേർക്കുന്നു

"നിങ്ങൾ ഒരു സാർ ചക്രവർത്തിയാണെന്നും സ്വയം കൊലയിൽനിന്ന് അകലെയാണെന്ന് നിങ്ങളെന്ന് തോന്നുകയുമാണെങ്കിൽ നിങ്ങൾ കീർത്തിയാൽ ആവരണം ചെയ്യപ്പെട്ട് ജീവിക്കും." എന്നാൽ, പൊതുവിൽ ആളുകൾക്കത് അതറിഞ്ഞുകൂടാ. 'അത്' അവർ അനുഭവിക്കുന്നില്ല. പ്രൊമിത്യൂസിന്റെ കാലത്തിലെന്നപോലെ അവർ അന്ധമായ ആഗ്രഹങ്ങളെ സല്ക്കരിക്കുന്നു. അവർക്ക് ധാർമ്മിക ഉദ്ബോധനത്തോടെ പ്രവർത്തിക്കുവാനുള്ള വഴി ആവശ്യമാണ്. തൽഫലമായി കിറിലോവ് മാനവരാശിക്കുവേണ്ടി സ്വയംതന്നെ കൊല്ലണം. അയാൾ, താൻ തന്നെ ആദ്യം നില്ക്കുന്ന രാജകീയവും പ്രയാസമുള്ളതുമായ ഒരു പാത സഹോദരന്മാർക്ക് കാട്ടികൊടുക്കുന്നു. അതൊരു ബോധനപരമായ ആത്മഹത്യയാണ്. അപ്പോൾ കിറിലോവ് സ്വയം ത്യജിക്കപ്പെടുന്നു. എന്നാൽ ക്രൂശിക്കപ്പെടുകയാണെങ്കിൽ അയാൾ സുവിശേഷാനുസാരമായ ഖിന്നതയാൽ ചായംപിടിപ്പിക്കപ്പെട്ടു. ഭാവിയില്ലാത്ത ഒരു മരണത്തെ ബോദ്ധ്യപ്പെട്ടു മനുഷ്യ ദൈവമായി അവശേഷിക്കും. അയാൾ പറയുന്നു 'ഞാൻ' അസന്തുഷ്ടനാണ്. കാരണം എന്റെ സ്വാതന്ത്ര്യം അറിയാൻ ഞാൻ ബാദ്ധ്യതപ്പെട്ടിരിക്കുന്നു. എന്നാൽ ഒരിക്കൽ അയാൾ മരിക്കുകയും ആളുകൾ അവസാനം ബോധോദയം ഉള്ളവരാകുകയും ചെയ്താൽ ഈ ഭൂമി മനുഷ്യകീർത്തികൊണ്ട് പ്രകാശിതമാകും. കിറിലോവിന്റെ കൈത്തോക്കിൽ നിന്നുള്ള വെടി അവസാന വിപ്ലവത്തിന്റെ അടയാളമായിരിക്കും. അങ്ങനെ അത് മരിക്കാൻ നിർബ്ബന്ധിപ്പിക്കുന്ന നിരാശയല്ല, അയാളുടെ സ്വന്തം നന്മയ്ക്കുവേണ്ടിയുള്ള അയൽക്കാരന്റെ സ്നേഹമാണ്. രക്തത്തിൽ അവസാനിപ്പിക്കുന്നതിന് മുൻപ് വിശദീകരിക്കാൻ അസാദ്ധ്യമായ ഒരു ആത്മീയ സാഹസികത കിറിലോവിനുണ്ട്. മനുഷ്യന്റെ കഷ്ടപ്പാടുകളോളം പ്രായമുള്ള ഒരു അഭിപ്രായം അതിനാൽ രേഖപ്പെടുത്തുന്നു: "എല്ലാം നല്ല നിലയിലാണ്."

ദസ്തയേവ്സ്കിയിലെ ഈ ആത്മഹത്യാ പ്രതിപാദ്യം, യഥാർത്ഥത്തിൽ ഒരു അസംബന്ധ പ്രതിപാദ്യമാണ്. അതിലേക്ക് പോകുന്നതിന് മുൻപ് അധികമായി ചേർത്ത അസംബന്ധപ്രതിപാദ്യങ്ങളെ ചലിപ്പിക്കുന്ന കഥാപാത്രങ്ങളിൽ കിറിലോവ് വീണ്ടും പ്രത്യക്ഷമാകുന്നത് നമുക്ക് കാണാം. സ്റ്റാവ്റോജിനും ഐവാൻ കാരമസോവും പ്രായോഗിക ജീവിതത്തിൽ അസംബന്ധ സത്യങ്ങൾ പ്രയോഗിക്കാൻ ശ്രമിക്കുന്നു. ഇവർ ഒരിക്കൽ കിറിലോവിന്റെ മൃത്യുവാൽ മോചിതരായവരാണ്. അവർ സാർ ചക്രവർത്തിമാരാകാൻ ശ്രമിക്കുന്നു. സ്റ്റവ്റോജ് ഒരു വ്യാജോക്തി ജീവിതം നയിക്കുന്നു. അത് എന്തിനെ സംബന്ധിച്ചാണെന്ന് പരക്കെ എല്ലാവർക്കും അറിയാവുന്നതാണ്. ചുറ്റുമുള്ള വെറുക്കപ്പെട്ടവരെ അയാൾ ഉണർത്തുന്നു. അയാളുടെ വിടവാങ്ങൽ കത്തിൽ കഥാപാത്രത്തിലേക്കുള്ള താക്കോൽ കാണാം. അയാൾ പറയുന്നു. "എനിക്ക് ഒന്നിനേയും തീരെ വെറുക്കാൻ കഴിയുന്നില്ല." അയാൾ നിക്ഷ്പക്ഷതയിലെ സാർ ചക്രവർത്തിയാണ്. അതുപോലെ ഐവാൻ മനസ്സിന്റെ രാജകീയ അധി

കാരത്തിനു മുൻപിൽ കീഴടങ്ങാൻ വിസമ്മതിക്കുന്നു. അയാളുടെ സഹോദരനെപ്പോലെയുള്ളവർ ആരാണോ അവർക്ക് അവരുടെ ജീവിതംകൊണ്ട് തെളിയിക്കേണ്ടത് എന്താണോ അത് വിശ്വാസത്തിലെടുക്കുന്നത് സ്വയം അപമാനിക്കപ്പെടലാണ്. ഈ അവസ്ഥ ലജ്ജാകരമെന്ന് അയാൾ മറുപടി നല്കിയേക്കും. അയാളുടെ പ്രധാന വാക്ക് ഖിന്നതയുടെ അനുയോജ്യമായ നിഴലോടുകൂടി 'ഓരോന്നും അനുവദിച്ചിരിക്കുന്നു.' എന്നാണ്. തീർച്ചയായും നീത്ഷെയെപോലെ വളരെക്കൂടുതൽ പ്രസിദ്ധരായ ദൈവത്തിന്റെ ഘാതകർ ജീവിതം ഭ്രാന്തിൽ അവസാനിപ്പിക്കുന്നു. എന്നാൽ, ഇത് കുഴപ്പംപിടിച്ച പലായനവും വേദനാജനകവുമായ അന്ത്യങ്ങളാൽ അഭിമുഖീകരിക്കപ്പെട്ടതുമാണ്. അസംബന്ധ മനസ്സിന്റെ അനിവാര്യമായ ഉൾപ്രേരണ ചോദിക്കുന്നു, "അത് എന്താണ് തെളിയിക്കുന്നത് എന്ന്?"

അങ്ങനെ നോവലുകൾ 'ഡയറി'പോലെ അസംബന്ധ ചോദ്യത്തെ ആലോചനയ്ക്കു വയ്ക്കുന്നു. അവ തർക്കശാസ്ത്രത്തെ, താർക്കിക യുക്തിയെ, മരണത്തിന്റെ ഉയർച്ചയിൽ, ഭയാനകമായ സ്വാതന്ത്ര്യത്തിൽ സ്ഥാപിക്കുന്നു. അങ്ങനെ സാർ ചക്രവർത്തിമാരുടെ കീർത്തി മാനുഷിക പരിഗണനയുള്ളതായി മാറുന്നു. 'എല്ലാം നല്ല നിലയിലാണ്' 'എല്ലാം അനുവദിച്ചിരിക്കുന്നു, വെറുക്കപ്പെടാവുന്നതൊന്നുമില്ല. "ഇതെല്ലാം അസംബന്ധ വിധിന്യായങ്ങളാണ്. എന്നാൽ, ഏതൊരു അത്ഭുത സൃഷ്ടിയിലാണ് അഗ്നിയുടേയും മഞ്ഞുകട്ടയുടേയും ആ പ്രാണികൾ നമ്മോട് കൂടുതൽ പരിചിതരാകുന്നത്, അവയുടെ ഹൃദയത്തിൽ മൂളുന്ന നിഷ്പക്ഷതയുടെ വൈകാരികലോകം നമുക്കെല്ലാം ബീഭത്സകമാണ് എന്ന് തോന്നിപ്പിക്കുന്നില്ല. നമ്മുടെ നിത്യജീവിതത്തിലെ ഉൽക്കണ്ഠകളിൽ നാം അതിനെ അംഗീകരിക്കുന്നു. അങ്ങനെയുള്ള പരിചയവും പീഡിപ്പിക്കുന്ന വശ്യപ്രയോഗവും ദസ്തയ്വിസ്കിയെപ്പോലെ മറ്റാരും ഇത്രയും കൂടുതൽ അവതരിപ്പിച്ചിട്ടില്ല.

ഇപ്പോൾ അദ്ദേഹത്തിന്റെ ഉപസംഹാരം എന്താണ്? എഴുത്തുകാരനെ മറ്റു വെളിപാടുകളിലേക്ക് നയിക്കുന്ന അതിഭൗതികത്തിന്റെ വിപരീതജ്ഞാനം രണ്ട് ഉദ്ധരണികളിൽ കണ്ടെത്താനാകും. വിമർശകരുടെ എതിർപ്പിനാൽ പ്രകോപിതനായി താർക്കിക ആത്മഹത്യ ചെയ്യുന്ന ഒരാളുടെ വാദങ്ങൾ ഡയറിയിലെ താഴെപറയുന്ന വാക്കുകളിൽ ദസ്തയേവ്സ്കി തന്റെ നിലപാട് വിപുലമാക്കുകയും പര്യവസാനിപ്പിക്കുകയും ചെയ്യുന്നു. "അമരത്വത്തിലുള്ള വിശ്വാസം മനുഷ്യന് അത്യന്താപേക്ഷിതമാണെങ്കിൽ അത് മനുഷ്യത്വത്തിന്റെ സാധാരണ നിലയാണ്. കാര്യം ഇതായിരിക്കെ, മനുഷ്യാത്മാവിന്റെ അമരത്വം യാതൊരു സംശയവുമില്ലാതെ നിലനില്ക്കും." എന്നിട്ട് അദ്ദേഹത്തിന്റെ അവസാന നോവലിന്റെ അവസാന പുറങ്ങളിൽ, ദൈവവുമായുള്ള ആ ബൃഹത്തായ യുദ്ധത്തിന്റെ അന്ത്യത്തിൽ ചില കുട്ടികൾ അലിയോചായോട് ചോദിക്കുന്നു. "കാരമസോവ്, വീണ്ടും നമുക്ക് പരസ്പരം കാണാവുന്ന വിധത്തിൽ മരണത്തിൽ നിന്ന് ഉണർന്നു വരുമെന്ന് മതങ്ങൾ പറയുന്നത് സത്യമാണോ?

അലിയോചാ മറുപടി പറയുന്നു. 'തീർച്ചയായും, വീണ്ടും നമ്മൾ തമ്മിൽ കാണും, സംഭവിച്ചതെല്ലാം ഓരോരുത്തരും പരസ്പരം സന്തോഷ ത്തോടെ ഏറ്റുപറയും."

അങ്ങനെ കിറിലോവ് സ്റ്റാവ്റോജിൻ, ഐവാൻ എന്നിവർ പരാജയ പ്പെടുന്നു. 'കരമസോവ് സഹോദരന്മാർ' ബാധാബാധിതന് മറുപടി കൊടു ക്കുന്നു. അലിയോചായുടെ നില മിഷ്കിൻ രാജകുമാരന്റേതുപോലെ അർത്ഥവ്യക്തമല്ലാത്തതല്ല. രണ്ടാമത്തെയാൾ പുഞ്ചിരിയുടേയും നിഷ്പക്ഷതയുടേയും മണിനാദം മുഴങ്ങുന്ന വർത്തമാനകാലത്തിൽ ജീവി ക്കുന്നു. ആ പരമാനന്ദാവസ്ഥ രാജകുമാരൻ പറയുന്ന നിത്യതയുടെ ജീവിതമായിരിക്കാം. അതിന് വിപരീതമായി, അലിയോചാ വളരെ വ്യക്ത മായി പറയുന്നു. 'ഞങ്ങൾ വീണ്ടും കണ്ടുമുട്ടും' ആത്മഹത്യയുടേയും ഭ്രാന്തിന്റേയും ഒരു ചോദ്യവുമിവിടില്ല. അസമത്വവും അതിന്റെ ആനന്ദവും ഉറപ്പായ ഏതൊരാൾക്കും അതുകൊണ്ട് എന്തുപ്രയോജനം? മനുഷ്യൻ സന്തോഷത്തിന് വേണ്ടി അവന്റെ ദിവ്യത്വം കൈമാറ്റം ചെയ്യുന്നു. 'സംഭ വിച്ചതെല്ലാം ഒരോരുത്തരോടും നാം ആഹ്ലാദത്തോടെ വിളിച്ചുപറയും. അങ്ങനെ വീണ്ടും കിറിലോവിന്റെ കൈത്തോക്ക് റഷ്യയിൽ എവിടെയോ ശബ്ദിക്കുന്നു. പക്ഷേ, ലോകം അതിന്റെ അന്ധമായ ആഗ്രഹങ്ങളെ പരിലാളിക്കുന്നു. 'അത്' മനുഷ്യൻ മനസ്സിലാക്കുന്നില്ല.

തൽഫലമായി അതൊരു അസംബന്ധ നോവലല്ല. പക്ഷേ, അദ്ദേഹ മൊരു അസ്തിത്വവാദ നോവലിസ്റ്റാണ്. അദ്ദേഹമാണ് നമ്മെ അഭി സംബോധന ചെയ്യുന്നത്. ഇവിടെയും കുതിപ്പ് സ്പർശ്യവും അതിനെ പ്രചോദിപ്പിക്കുന്ന കലയ്ക്ക് കുലീനത്വം നല്കുന്നതുമാണ്. ഇത് ഉണർത്തുന്നത് ഇണക്കമാണ്. സംശയങ്ങളോടു കൂടിയ കടം കഥയാ ണ്. അനിശ്ചിതത്വവും തീഷ്ണതയുമാണത്. കരമസോവ് സഹോദര ന്മാരെക്കുറിച്ച് സംസാരിക്കുമ്പോൾ ദസ്തയേവ്സ്കി എഴുതുന്നു. ഈ പുസ്തകത്തിലുടനീളം വായിക്കപ്പെടുന്നു മുഖ്യ ചോദ്യമെന്താണ്? ഞാൻ എന്റെ ജീവിതത്തിലുടനീളം ബോധപൂർവ്വമോ അല്ലാതയോ അനുഭവിച്ച ദുരിതങ്ങളിൽ നിന്നുണ്ടായ ഒന്നാണ് ദൈവത്തിന്റെ നിലനില്പ്. ഒരു ജീവി തകാലം മുഴുവനുമുള്ള അനുഭവമല്ല ദുരിതങ്ങളെ ആഹ്ലാദകരമായ നിശ്ചി തത്വത്തിലേക്ക് രൂപാന്തരീകരിക്കുന്നത്. ഇത് നോവലാണെന്ന് വിശ്വസി ക്കുന്നത് പ്രയാസമുള്ള കാര്യമാണ്. ഒരു വ്യാഖ്യാതാവ്, വളരെ ശരി യായി ചൂണ്ടികാട്ടുന്നു. ദസ്തയേവ്സ്കി, ഐവാന്റെ ഭാഗത്താണ്. മാത്ര വുമല്ല, സിദ്ധാന്തപരമായ അദ്ധ്യായങ്ങൾ മൂന്നു മാസത്തെ പ്രയത്നമെ ടുത്തപ്പോൾ 'ദൈവനിന്ദ' എന്ന് അദ്ദേഹം വിളിക്കുന്നവ എഴുതുവാൻ ഹൃദയ ക്ഷോഭത്തിന്റെ അവസ്ഥയിൽ മൂന്ന് ആഴ്ചകളെടുത്തു. മാംസ ത്തിൽ മുള്ള് വഹിക്കുന്ന ആരെങ്കിലും ഒരാൾ, അത് മൂർച്ഛിപ്പിക്കാത്ത ആരെങ്കിലും ഒരാൾ, അല്ലെങ്കിൽ സംവേദനത്തിലൂടെയോ അതിന് പരി ഹാരം തേടുന്ന ഒരാൾ അദ്ദേഹത്തിന്റെ കഥാപാത്രങ്ങളിലില്ല. ഏതുപ്ര കാരത്തിലായാലും ഈ സംശയത്തോട് കൂടി തുടരുവാൻ നമ്മെ അനു

വദിക്കുക. അവന്റെ ആഗ്രഹങ്ങൾക്കെതിരെയുള്ള മനുഷ്യപോരാട്ടത്തെ പിടിച്ചടക്കാൻ അനുവദിക്കുക. പകൽവെളിച്ചത്തേക്കാൾ കൂടുതൽ മുറുക്കിപ്പിടിക്കുന്ന വിരുദ്ധഭാവസന്നിവേശമുള്ള ഒരു കൃതി ഇതാ ഇവിടെ അന്ത്യത്തിൽ എത്തിചേർന്നിട്ട് സൃഷ്ടാവ് കഥാപാത്രങ്ങളുടെ തെരഞ്ഞെടുപ്പ് നടത്തുന്നു. ആ വൈരുദ്ധ്യം അങ്ങനെ ഒരു വ്യത്യാസം സൃഷ്ടിക്കാൻ നമ്മെ അനുവദിക്കുന്നു. ഇതൊരു അസംബന്ധ കൃതിയല്ല. എന്നാൽ അസംബന്ധപ്രശ്നം ആലോചനയ്ക്കു വയ്ക്കുന്ന കൃതിയാണ്.

ദസ്തയേവ്സ്കിയുടെ മറുപടി ഒരു നാണംകെടുത്തലാണ്. സ്റ്റാവ്റോജിൻ പറയുന്നപോലെ 'നാണക്കേട്' അസംബന്ധ കൃതി ഒരു മറുപടി തരുന്നില്ല; അതാണ് മൊത്തത്തിലുള്ള അതിന്റെ വ്യത്യാസം. ഉപസംഹാരത്തിൽ ഇത് ശ്രദ്ധാപൂർവ്വം കുറിക്കാം. ആ കൃതിയിൽ അസംബന്ധത്തെ വൈരുദ്ധ്യവല്ക്കരിക്കുന്നത് അതിന്റെ പ്രഖ്യാപനമാണ്. ഓരോ ക്രിസ്ത്യനും അസംബന്ധമാകാൻ സാദ്ധ്യതയുണ്ട്. ഭാവിജീവിതത്തിൽ വിശ്വസിക്കാത്ത ക്രിസ്ത്യാനികളുടെ ഉദാഹരണങ്ങൾ ധാരാളമുണ്ട്. കലയുടെ പ്രവർത്തനത്തെ സംബന്ധിച്ച്, മുൻ പേജുകളിൽ ഊഹിച്ചു കഴിഞ്ഞിട്ടുള്ള അസംബന്ധ വിശേഷണത്തിന്റെ ദിശകളിൽ ഒന്നിനെ നിർവ്വചിക്കാൻ അതുകൊണ്ട് സാദ്ധ്യമാകും. ഇത്, സുവിശേഷത്തെ അസംബന്ധ പ്രതിപാദ്യത്തിലേക്ക് നയിക്കുന്നു. അത് ഈ ആശയത്തിലേക്ക് പ്രകാശം ചൊരിയുന്നു. ഫലംതരുന്ന പ്രത്യാഘാതം, ആ കുറ്റത്തിൽ സംശയ ദൃഷ്ടിയുള്ള നോട്ടത്തെ തടയുന്നില്ല. മറിച്ച്, ഈ പാതകളെല്ലാമായി പരിചയമുള്ള കർത്താവ് ഉപസംഹാരത്തിൽ തികച്ചും വ്യത്യസ്തമായ മാർഗ്ഗമെടുക്കുന്നു. ദസ്തയേവ്സ്കിയുടെ കഥാപാത്രങ്ങൾക്ക്, കിറിലോവിന്റെ സ്രഷ്ടാവിന്റെ പെട്ടെന്നുള്ള മറുപടി ഇങ്ങനെ ചുരുക്കാൻ കഴിയും. "നിലനില്പ്" മായികമാണ്. ഒപ്പം നിത്യവുമാണ്!

ക്ഷണിക സൃഷ്ടി

ഇവിടെ, പിടിയിൽനിന്ന് തെന്നിമാറാൻ കഴിയാത്തതും അതിൽനിന്ന് സ്വതന്ത്രമാകണമെന്ന് ആഗ്രഹിച്ചിട്ടുപോലും ചുറ്റി വളയുന്നതുമായ ആഗ്രഹങ്ങളെ ഞാൻ തിരിച്ചറിയുന്നു. ഇതുവരെ ചർച്ചചെയ്ത കൃതികളിൽ ഞാൻ കാണുന്ന താല്പര്യം ഇതാണ്. സൃഷ്ടിയുടെ ലോകത്തിൽ ഏറ്റവും കുറഞ്ഞത്, എനിക്ക് ചില യഥാർത്ഥ അസംബന്ധ കൃതികളുടെ പട്ടിക എടുക്കാൻ കഴിയും. ഉദാഹരണത്തിന് ഹെൻറിമെൽവിന്റെ 'മോബിഡിക്ക്'. എന്നാൽ എല്ലാറ്റിനും ഒരാരംഭം ഉണ്ടായിരിക്കണം. ഈ അന്വേഷണത്തിന്റെ ലക്ഷ്യം ഒരു നിശ്ചിതവിശ്വാസ്യതയാണ്. നാസ്തികരോട് പള്ളി പരുക്കനായി പെരുമാറുന്നു. കാരണം പള്ളി കരുതുന്നത് വൃത്തികെട്ട ശത്രു ഇല്ലെന്നാണ്. പക്ഷേ, ജ്ഞാനവാദപരമായ മര്യാദ ഇല്ലായ്മയും *മാനീഷ്യൻ തരംഗത്തിന്റെ വാശിയും എല്ലാ പ്രാർത്ഥനകളേയുംകാൾ ചോദ്യംചെയ്യപ്പെടാൻ പറ്റാത്ത യാഥാസ്ഥിതികത്വത്തിന്റെ നിർമ്മിതിക്ക് കൂടുതൽ സംഭാവന നല്കിയിട്ടുണ്ട്. ഒറ്റതിരിഞ്ഞ് അലയുന്ന വഴികൾ കണ്ടുപിടിക്കുന്നതിലൂടെയാണ് ഒരാൾ അയാളുടെ ഗതി അംഗീകരിക്കുന്നത്. ഇതിൽനിന്നാണ് അസംബന്ധത്തിന്റെ സത്യം തിരിച്ചറിയാൻ കഴിയുന്നത്. അസംബന്ധയുക്തിയുടെ ഉപസംഹാരത്തിൽ, അതിന്റെ താർക്കിക യുക്തി ആജ്ഞാപിക്കുന്ന നിലപാടുകളിലൊന്നിൽ കൂടുതൽ സ്പർശ്യമായ ഒന്നിന്റെ കീഴിൽ തിരിച്ചുവരുന്ന പ്രത്യാശ കണ്ടുപിടിക്കുന്നത് നിക്ഷ്പക്ഷതയുടെ കാര്യമല്ല. ഇത് അസംബന്ധ സന്ന്യാസത്തിന്റെ ബുദ്ധിമുട്ട് കാണിക്കുന്നു. എല്ലാറ്റിനുമപരി, തുടർച്ചയായ ജാഗ

* മനിഷ്യന്റെ തരംഗം - പേർഷ്യൻ പ്രവാചകനായ മാനി എ ഡി 216-276 ഇദ്ദേഹം സ്ഥാപിച്ച പുതിയ മതം. വിവിധ മതങ്ങളുടെ ഘടകങ്ങൾ ചേർത്തുണ്ടാക്കിയ ഈ മതം ഇപ്പോൾ നിലവിലില്ലെങ്കിലും ക്രിസ്തുമതത്തിലും ചൈനയിലും ടാവോ മതത്തിലും ഇതിന്റെ സ്വാധീനം കാണാം

രൂകതയുടെ ആവശ്യവും ഈ ഉപന്യാസത്തിന്റെ പൊതുപരിപാടി സ്ഥിരീകരിക്കുന്നതും ഇത് കാണിക്കുന്നു.

എന്നാൽ, അസംബന്ധ സൃഷ്ടികളെ പട്ടികപ്പെടുത്തുന്നത് വളരെ നേരത്തേയാണെങ്കിൽ, ഏറ്റവും അസംബന്ധാസ്തിത്വത്തെ പൂർത്തീകരിക്കാൻ കഴിയുന്ന ഒരു സർഗ്ഗാത്മക നിലപാടിലെത്തിച്ചേരാനാകും. നിഷേധാത്മകചിന്തയിലൂടെ കലയെ സേവിക്കാൻ ഒരിക്കലും കഴിയില്ല. ഒരു മഹത്തായ കൃതിയെ കറുപ്പും വെളുപ്പുമായി മനസ്സിലാക്കുന്നതിന് അതിന്റെ ഇരുളടഞ്ഞതും അപമാനിതവുമായ നടപടികൾ അത്യാവശ്യമാണ്. പ്രവർത്തിക്കുന്നതും സൃഷ്ടിക്കുന്നതും ഒന്നുമല്ല. കളിമണ്ണിൽ പ്രതിമ ഉണ്ടാക്കുന്നത്, അയാളുടെ സൃഷ്ടിക്ക് ഭാവി ഇല്ലാ എന്ന് അറിയാനാണ്. ഒരു ദിവസം ഒരാളുടെ സൃഷ്ടികളെ നശിപ്പിച്ചു കളഞ്ഞത് കാണുമ്പോൾ നാമറിയുന്നത് മൗലികമായി നൂറ്റാണ്ടുകൾക്കുവേണ്ടി പണിതുയർത്തിയതിനേക്കാൾ ഇതിന് പ്രാധാന്യമില്ല എന്നാണ്. അസംബന്ധ ചിന്ത അനുവദിക്കുന്ന പ്രയാസമേറിയ ജ്ഞാനമാണത്. ഒരു വശത്ത് നിക്ഷേപിക്കുകയും മറുവശത്ത് വിപുലീകരിക്കുകയും ചെയ്യുന്ന ഈ രണ്ടു പ്രവർത്തികളെയും ഒരുപോലെ ചെയ്യുമ്പോൾ അത് അസംബന്ധ സൃഷ്ടിയിലേക്ക് തുറന്നിട്ടവഴിയായി മാറുന്നു. അതിന്റെ വർണ്ണങ്ങൾക്ക് അയാൾ നിരർത്ഥകത നല്കേണ്ടതാണ്.

ഇത് കലാസൃഷ്ടിയെ പ്രത്യേക ബോധത്തിലേക്ക് നയിക്കുന്നു. എപ്പോഴും സൃഷ്ടാവിന്റെ ഒറ്റപ്പെട്ട സാക്ഷ്യങ്ങളുടെ തുടർച്ചയായിട്ടാണ് ഇത് കണക്കാക്കുന്നത്. അങ്ങനെ കലാകാരനും സാഹിത്യകാരനും ഒരു പ്രത്യേക മനോനിലയിലെത്തുന്നു. ഒരു അഗാധ ചിന്ത അനുരൂപമാകുന്നതിന്റെ സ്ഥിരാവസ്ഥയിലായിരിക്കും ഇത് സംഭവിക്കുക. ഇത് ജീവിതാനുഭവങ്ങളെ സ്വീകരിക്കുകയും അതിന്റെ രൂപം പ്രാപിക്കുകയും ചെയ്യും. അതുപോലെ ഏകതാനമായ സൃഷ്ടി അതിന്റെ പിന്തുടർച്ചയിലൂടെയും ഗുണിത ഫലങ്ങളിലൂടെയും ശക്തിപ്രാപിക്കുന്നു. ഒരോന്നിനു ശേഷവും ഒന്ന് മറ്റൊന്നിനെ പ്രോത്സാഹിപ്പിക്കും. ഒന്ന് മറ്റൊന്നിനെ നന്നാക്കുകയോ കടത്തിവെട്ടുകയോ ചെയ്യും. ഒന്ന് മറ്റൊന്നിന് വിരുദ്ധമാക്കുകയും ചെയ്യും. ഏതെങ്കിലും സൃഷ്ടിക്ക് ഒരന്ത്യം കൊണ്ടുവരികയാണെങ്കിൽ അത് അന്ധനായ കലാകാരന്റെ, വിജയമോ മിഥ്യാബോധത്തിന്റെ കരച്ചിലോ ആയിരിക്കില്ല.

ആ ഉദ്യമം, അതായത് അതിമാനുഷികമായ അന്ത:കരണബോധം സാധാരണവായനക്കാരന് പ്രകടമാവണമെന്ന് നിർബ്ബന്ധമില്ല. മനുഷ്യസൃഷ്ടിയിൽ ഗൂഢാർത്ഥമില്ല. ഇച്ഛ ഈ അത്ഭുതം ചെയ്യുന്നു എന്നുമാത്രം. പക്ഷേ, ഒരു രഹസ്യവും ഇല്ലാതെ നേരായ സൃഷ്ടിയില്ല. ഉറപ്പാക്കണമെങ്കിൽ സൃഷ്ടിയുടെ തുടർച്ച ഒരേ ചിന്തയുടെ ഏകദേശ സാദൃശ്യത്തിന്റെ ഒരു നിരയായിരിക്കും. എന്നാൽ അടുക്കിവയ്ക്കലിലൂടെ കൃത്യം നടത്തുന്ന മറ്റൊരു മാതൃകയിലുള്ള സൃഷ്ടാവിനെയും മനസ്സിലാക്കാൻ സാദ്ധ്യമാണ്. അവരുടെ സൃഷ്ടിപ്രവർത്തനങ്ങൾ പരസ്പര ബന്ധത്തെ

ഇല്ലാതാകുന്നതാണോ എന്ന് തോന്നിപ്പിച്ചേക്കും. ഒരു നിശ്ചിത പരിധി വരെ അവ നിഷേധാത്മകമാണ്. എന്നാൽ മൊത്തത്തിൽ നോക്കുമ്പോൾ അവ അവയുടെ സ്വാഭാവിക ഒത്തുചേരൽ പുന:രാരംഭിക്കുന്നതായി കാണാം. അവയുടെ അവിതർക്കിതമായ പ്രാധാന്യം മൃത്യുവിൽനിന്ന് നേടുന്നു. അവ അവയുടെ വളരെ സ്പഷ്ടമായ പ്രകാശം സ്രഷ്ടാവിന്റെ ശരിക്കുമുള്ള ജീവിതത്തിൽനിന്ന് സ്വീകരിക്കുന്നു. മരണത്തിന്റെ നിമിഷത്തിൽ, കൃതികളുടെ ശ്രേണി, പരാജയങ്ങളുടെ ശേഖരണം മാത്രമാണ്. എന്നാൽ ഈ പറയപ്പെടുന്ന പരാജയങ്ങൾക്കെല്ലാം ഒരേ തരം അനുരണനമാണുള്ളത്. എങ്കിൽ അതിന്റെ അധീനതയിലുള്ള വന്ധ്യമായ രഹസ്യം വായുവിൽ പ്രതിധ്വനിക്കുകതന്നെ ചെയ്യും. സ്വന്തം അവസ്ഥയുടെ പ്രതിബിംബത്തിൽ സൃഷ്ടാവ് ആവർത്തനം നിർവ്വഹിക്കുന്നു.

അധികാരം ചെലുത്തുവാനുള്ള പ്രയത്നം ഇവിടെ പ്രസക്തമാണ്. മനുഷ്യബുദ്ധി വളരെ ഉയർന്നതാണ്. അവബോധം നിലനിർത്തുന്നതിനേക്കാൾ മനുഷ്യന് മറ്റ് ഉദ്ദേശ്യങ്ങളൊന്നുമില്ലായിരുന്നുവെന്ന് ഞാൻ മറ്റെവിടെയോ വെളിപ്പെടുത്തിയിട്ടുണ്ട്. എന്നാൽ അച്ചടക്കമില്ലാതെ അത് ചെയ്യുവാൻ കഴിയുമായിരുന്നില്ല. സഹനത്തിന്റേയും പ്രസന്നതയുടേയും എല്ലാ ദർശനങ്ങളിലും വച്ച് ഏറ്റവും സഫലമായത് സൃഷ്ടിയാണ്. മനുഷ്യാന്തസ്സിന്റെ ഉൽകൃഷ്ടമായ തെളിവ് കൂടിയാണിത്. അവന്റെ അവസ്ഥയ്ക്കെതിരെയുള്ള കലാപം വന്ധ്യമായി പരിഗണിക്കുന്ന ഒരു പ്രചാരത്തിലെ സ്ഥിരോത്സാഹം, ദൈനംദിന പ്രയത്നം, സ്വന്തമായ പ്രാവീണ്യം, സത്യങ്ങളുടെ പരിധികളെ സംബന്ധിച്ച വിലമതിപ്പ് ഇവയെല്ലാം ഇത് ആഹ്വാനം ചെയ്യുന്നു. ഇത് ഒരുതരം സന്ന്യാസം രൂപപ്പെടുത്തുന്നു.

സൗന്ദര്യശാസ്ത്രത്തിൽ തെറ്റുകൾ ഇല്ലായിരിക്കാം. ഇത് സഹനത്തോടെയുള്ള അന്വേഷണമല്ല. ഞാൻ ഇവിടെ അഹ്വാനം ചെയ്യുന്നത് ഒരു ബന്ധത്തിന്റെ അവസാനിക്കാത്തതും വന്ധ്യവുമായ ചിത്രീകരണമാണ്. ഞാൻ വ്യക്തമായി മനസ്സിലാക്കിയിട്ടുണ്ടെങ്കിൽ തികച്ചും വിപരീതമായാണതെല്ലാം. സ്വയം സംതൃപ്തമായ ചിന്തകളാൽ കൂടുതലും ചിലപ്പോഴെല്ലാം പ്രചോദിതമായ ഒന്നായിരിക്കും പ്രബന്ധങ്ങളും നോവലുകളും. കൈവശംവയ്ക്കാൻ നിങ്ങൾക്ക് ഉറപ്പ് തോന്നുന്ന സത്യങ്ങളായിരിക്കും നിങ്ങൾ പ്രകടിപ്പിക്കുക. ഒരാൾ വിക്ഷേപിക്കുന്ന ആശയങ്ങളാണ് അതെല്ലാം. അങ്ങനെയുള്ള സ്രഷ്ടാക്കൾ സ്വയം ലജ്ജിക്കുന്ന തത്ത്വജ്ഞാനികളാണ്. ഞാൻ പറയുന്നതോ ഞാൻ ഭാവന ചെയ്യുന്നതോ ആയ അവർ പ്രസന്നചിന്തകരാണ്. ചിന്ത പിന്നിലേക്കു തിരിയുന്ന ബിന്ദു എവിടെയാണോ ആ നിശ്ചിത ബിന്ദുവിൽ അവർ പരിമിതിയുടെ, കലഹപ്രിയമായ ചിന്തകളുടെ വ്യക്തമായ അടയാളങ്ങൾ നിറഞ്ഞതായിരിക്കും. ഇതാണവരുടെ കൃതികളെ ഉയർത്തികാട്ടുന്നത്.

ഈ കൃതികൾ നല്കുന്ന തെളിവുകൾ ലോകത്തിന് വേണ്ടിയല്ലാതെ നോവലിസ്റ്റുകൾക്കുവേണ്ടി സജ്ജീകരിക്കുന്നവയാണ്. നോവലിസ്റ്റുകൾ

മൂർത്തതയിൽ വിജയിക്കണം. അതാണ് അവരുടെ കുലീനത്വത്തെ രൂപ വല്ക്കരിക്കുന്നത്. പൂർണ്ണമായും വിഷയാസക്തമായ ഈ വിജയം അവർക്ക് വേണ്ടി പാകം ചെയ്തത് അപമാനിതമായ ഒരു ചിന്തയിലാണ്. അങ്ങനെയാകുമ്പോൾ ഐഹിക ജീവിതം അതിന്റെ എല്ലാ അസംബന്ധ തേജസ്സിലും സൃഷ്ടിച്ചവയായിരിക്കും. എല്ലാറ്റിനും ശേഷം, വിപരീ താർത്ഥ തത്ത്വചിന്തകൾ വികാര തീവ്രമായ കൃതികൾ ഉല്പാദിപ്പിക്കും.

ഐക്യത്തെ കൈ ഒഴിയുന്ന ഏതുചിന്തയും വൈവിദ്ധ്യത്തെ മഹ ത്വവല്കരിക്കും. വൈവിദ്ധ്യം കലയുടെ വീടാണ്. മനസ്സിനെ വിമോചി പ്പിക്കുന്ന ഏകചിന്ത അതിനെ അതിന്റെ പരിമിതികളുടെ സുനിശ്ചിതത്വ ത്തിലേക്കും അതിന്റെ ആസന്നമായ അന്ത്യത്തിലേക്കും നയിക്കും. ഒരു പ്രമാണവും അതിനെ ധിക്കരിക്കില്ല. അത് ജീവിതത്തിന്റേയും കൃതിയു ടേയും പാകമാകലിനെ പ്രതീക്ഷിക്കുന്നു. അതിൽ നിന്ന് വേർപെടുത്തി യാൽ, കൃതി, പ്രത്യാശയിൽ നിന്ന് ശാശ്വതമായി വേർപെടുത്തിയ ആത്മാ വിന് കഷ്ടിച്ച് ഒച്ചയില്ലാത്ത ഒരു ശബ്ദം ഒരിക്കൽക്കൂടി നല്കും. അല്ലെ ങ്കിൽ, സൃഷ്ടികർത്താവ് പ്രവൃത്തിയിൽ ക്ഷണിച്ച് പിൻതിരിയാൻ തുനി യുകയാണെങ്കിൽ അത് ശബ്ദമേ നല്കില്ല.

അതുകൊണ്ട് അസംബന്ധ സൃഷ്ടിയോട് ഞാൻ ചോദിക്കുന്നു; എന്താണ് എനിക്ക് ചിന്തയിൽനിന്ന് ആവശ്യമുള്ളതെന്ന്. കലാപം, സ്വാതന്ത്ര്യം, വൈവിദ്ധ്യം, പിന്നീട് അതിന്റെ ഫലമില്ലായ്മ അത് പ്രകടി പ്പിക്കും. ബുദ്ധിയും വികാരവും ഒന്നിച്ച് ചേർന്ന് പരസ്പരം ആകർഷി ക്കുന്ന പരിശ്രമത്തിൽ അസംബന്ധ മനുഷ്യൻ ഒരു ശിക്ഷണം കണ്ടുപി ടിക്കുകയും അത് അയാളുടെ ശക്തികളുടെ ഏറ്റവും മഹത്തരമായത് ഉണ്ടാക്കുകയും ചെയ്യും. ആവശ്യമുള്ള അദ്ധ്വാനശീലം, ദൃഢമനസ്സ്, പ്രസ ന്നത എന്നിവ അങ്ങനെ ജേതാവിന്റെ നിലപാടുമായി സാമ്യമാകും. സൃഷ്ടിക്കുകയെന്നാൽ ഒരാളുടെ വിധിക്ക് രൂപം നല്കുന്നതുപോലെ യാണ്. ഈ കഥാപാത്രങ്ങൾക്കെല്ലാംവേണ്ടി അവരുടെ കൃതികൾ അവരെ നിർബ്ബന്ധിക്കുന്നു, ഏറ്റവും കുറഞ്ഞത്, അവർ നിർവ്വഹിച്ചതി നോളം. നടൻ നമ്മെ ഇത് പഠിപ്പിക്കുന്നു. “നിലനില്ക്കുന്നതിനും പ്രത്യ ക്ഷപ്പെടലിനുമിടയിൽ അതിരുകളില്ല” എന്നാണ് ഇത് അർത്ഥമാക്കുന്നത്.

എന്നെ ആവർത്തിക്കാൻ അനുവദിച്ചാലും. ഇതിലൊന്നിലും യഥാർത്ഥ അർത്ഥമില്ല. ആ സ്വാതന്ത്ര്യത്തിന്റെ വഴിയിൽ ഇനിയും പുരോ ഗതി ഉണ്ടാകേണ്ടിയിരിക്കുന്നു. അനുബന്ധപ്പെട്ടിരിക്കുന്ന ഈ മനസ്സു കൾക്ക് വേണ്ടി, സൃഷ്ടാവോ ജേതാവോ അവരുടെ വാഗ്ദാനങ്ങളിൽ നിന്നുകൂടി അവർക്കു തനിയെ സ്വതന്ത്രമാകുന്നത് കൈകാര്യം ചെയ്യുന്നു. പിടിച്ചടക്കൽ പ്രേമം അല്ലെങ്കിൽ സൃഷ്ടി ഇവയേതെ ങ്കിലുമായാലും തികഞ്ഞ കൃതി പ്രദാനം ചെയ്യുന്നതിൽ വിജയിക്കുന്നു. നല്ലതല്ലെങ്കിൽ പോലും ഏതു വ്യക്തി ജീവിതത്തിന്റേയും മുഴുവൻ വ്യത്ഥ തയെയും അങ്ങനെ നിറവേറ്റുന്നു. എല്ലാ ആധിക്യത്തോടുംകൂടി അതിൽ മുങ്ങിത്താഴാൻ അവരെ അധികാരപ്പെടുത്തുന്ന ജീവിതത്തിന്റെ അസം

ബന്ധ ബോധത്തിലേക്ക് വരുന്നതുപോലെ അവർക്ക് അത് ആ സൃഷ്ടിയുടെ സാക്ഷാല്കരണത്തിൽ യഥാർത്ഥത്തിൽ കൂടുതൽ സ്വാതന്ത്ര്യം നല്കുന്നു.

അവശേഷിക്കുന്നു ഒരു വിധി, അതിന്റെ പരിണതഫലം വിനാശകരമാണ്. മരണത്തിന്റെ ഏക ദുർദശയ്ക്ക് പുറത്ത് എല്ലാം ആഹ്ലാദമാണ്, പരമാനന്ദമാണ്, സ്വാതന്ത്ര്യമാണ്. ഒരുമനുഷ്യൻ ഏകാധിപനായിരിക്കുന്ന ഒരു ലോകം ബാക്കിയാകുന്നുണ്ട്. അയാളെ ബന്ധനസ്ഥനാക്കുന്നത് എന്തെന്നാൽ, അത് മറ്റൊരു ലോകത്തെക്കുറിച്ചുള്ള മിഥ്യബോധമാണ്. അയാളുടെ ചിന്തയുടെ പരിണതഫലം ആത്മത്യാഗത്തെ ഇല്ലാതാക്കുന്ന പ്രതിമയിലെ പൂക്കളാണ്. കാല്പനിക കഥകൾ മനുഷ്യ ദുരിതങ്ങളെക്കാൾ മറ്റ് അഗാധതകൾ ഒന്നുമില്ലാത്ത അക്ഷയങ്ങളാണ്. വിനോദിപ്പിക്കുന്നതും അന്ധനാക്കുന്നതുമായ ദിവ്യകല്പിത കഥയല്ല അവ. എന്നാൽ ഭൂമിയിലുള്ള മുഖം, ആംഗ്യം, ഒപ്പം പ്രയാസമേറിയ ജ്ഞാനവും ക്ഷണികമായ വികാരവും ഒന്നിക്കുന്ന നാടകമാണത്.

അനുബന്ധം 1

സിസിഫസ് പുരാണത്തിന്റെ പൊരുൾ

ഡോ. മുഞ്ഞിനാട് പത്മകുമാർ

വലിയ പാറക്കഷണങ്ങൾ പർവ്വത മുകളിലേക്ക് അവിരാമമായി ഉരുട്ടിക്കയറ്റുന്ന സിസിഫസിനെ ദൈവങ്ങൾ കുറ്റപ്പെടുത്തി. വ്യർത്ഥവും ആശയറ്റതുമായ പ്രയത്നത്തെക്കാൾ ഭയാനകമായ മറ്റൊന്ന് ഭൂമിയിലില്ലെന്ന് കാര്യകാരണ സഹിതം വെളിപ്പെടുത്തിക്കൊണ്ടാണ് ദൈവങ്ങൾ സിസിഫസിനെ കുറ്റപ്പെടുത്തിയത്.

ഹോമറിനെ വിശ്വസിക്കുമെങ്കിൽ, മനുഷ്യരിൽ അതിബുദ്ധിമാനും മഹാവിവേകശാലിയുമായിരുന്നു സിസിഫസ്. പാരമ്പര്യമനുസരിച്ചാണെങ്കിൽ ഇയാൾ പിടിച്ചുപറിക്കൽ എന്ന തൊഴിലിനു നിയോഗിക്കപ്പെട്ടവനായിരുന്നു. ഞാനതിൽ ഒരു വൈരുദ്ധ്യവും കാണുന്നില്ല. പാതാളത്തിലെ നിരർത്ഥകപ്രയത്നിയായിപ്പോയതിന്റെ കാരണങ്ങളെ സംബന്ധിച്ച് അഭിപ്രായങ്ങൾ വ്യത്യസ്തങ്ങളായിരിക്കാം. ദൈവങ്ങളോട് ഒട്ടുംതന്നെ ബഹുമാനമില്ലാത്ത ആളായിരുന്നു സിസിഫസ് എന്ന വിലയിരുത്തലിൽ നിന്നുതന്നെ വിശദീകരണം തുടങ്ങാമെന്നു തോന്നുന്നു.

ദൈവങ്ങളുടെ രഹസ്യങ്ങൾ മോഷ്ടിച്ചെടുക്കാൻ അതിസമർത്ഥനായിരുന്നു സിസിഫസ്. നദീദേവനായ ഈസോപ്പസിന്റെ മകൾ ഏജ്നായെ ജൂപ്പിറ്റർ ഒരിക്കൽ തട്ടിക്കൊണ്ടുപോയി. മകളുടെ തിരോധനത്തിൽ ഞെട്ടിപ്പോയ പിതാവ് സിസിഫസിനോട് പരാതി പറഞ്ഞു. ബലപ്രയോഗത്തെക്കുറിച്ചും തിരോധാനത്തെക്കുറിച്ചും അറിഞ്ഞിരുന്ന സിസിഫസ് കൊറിന്തിലെ കോട്ടകൊത്തളത്തിൽ ഈസോപ്പസ് ജലം നല്കാം എന്ന വ്യവസ്ഥയിൽ കഴിഞ്ഞ സംഭവത്തെക്കുറിച്ച് പറയാം എന്ന് വാഗ്ദാനം ചെയ്യുന്നു. സ്വർഗ്ഗീയമായ മിന്നൽപിണറിന് വേണ്ടി ജലാഭിഷേകത്തിന് ഈസോപ്പസ് തയ്യാറായി. പാതാളത്തിൽ ഇതിനുള്ള ശിക്ഷയും അയാൾക്ക് ലഭിച്ചു. സിസിഫസ്, മരണദേവനെ ബന്ധനസ്ഥനാക്കി എന്ന്

ഹോമർ പറയുന്നുണ്ട്. എല്ലാവരാലും ഉപേക്ഷിക്കപ്പെട്ട നിശ്ശബ്ദ ചക്രവർത്തിയെ കണ്ടത് പ്ലൂട്ടോയ്ക്ക് സഹിച്ചില്ല. അദ്ദേഹം യുദ്ധദേവനെ വിട്ട് അക്രമികളുടെ കൈയിൽ നിന്ന് മരണദേവനെ വിമോചിപ്പിച്ചു.

മരണത്തോട് അടുത്തു നില്ക്കുന്ന സിസിഫസ് ലക്കും ലഗാനവുമില്ലാതെ, തന്റെ ഭാര്യയുടെ സ്നേഹത്തെ പരിശോധിക്കണമെന്ന് ആഗ്രഹിച്ചിരുന്നതായും പറയപ്പെടുന്നു. തന്റെ മൃതദേഹം പൊതുസ്ഥലത്ത് പ്രദർശിപ്പിക്കണമെന്ന് ഭാര്യയ്ക്ക് ആജ്ഞ കൊടുത്തു. അങ്ങനെ പാതാളത്തിൽനിന്ന് സിസിഫസ് ഉണർന്നു വന്നു. മനുഷ്യ സ്നേഹത്തിന് വിപരീതമായി, ഒരു വിധേയന്റെ ഉപദ്രവമാണ് സിസിഫസിനെ ഉണർത്തിയത്. ഭൂമിയിലേക്ക് തിരിച്ചുപോയി ഭാര്യയെ ശിക്ഷിക്കുവാനുള്ള അനുവാദം പ്ലൂട്ടോയിൽനിന്ന് സിസിഫസ് നേടി. ഭൂമിയിലെ കാഴ്ചകൾ കണ്ട സിസിഫസ് നരകത്തിൽ അന്ധകാരത്തിലേക്ക് മടങ്ങി പോകുവാൻ ആഗ്രഹിച്ചില്ല. മിന്നിത്തിളങ്ങുന്ന സമുദ്രത്തിന്റെയും പുഞ്ചിരിക്കുന്ന ഭൂമിയുടെയും ഇടയ്ക്കുള്ള ഉൾക്കടലിന്റെ വക്രതയെ അഭിമുഖീകരിച്ചുകൊണ്ട് വളരെക്കാലം അയാൾ ജീവിച്ചു. അപ്പോൾ ഒരു ദൈവകല്പന അനിവാര്യമായി. മെർക്കുറി വന്നു. മര്യാദ ഇല്ലാത്ത അധികപ്രസംഗിയായ അവനെ കഴുത്തിൽ തൂക്കിയെടുത്ത് അവന്റെ സന്തോഷങ്ങളെ എല്ലാം തട്ടിപ്പറിച്ചു. ബലം പ്രയോഗിച്ച് അയാളെ തിരികെ പാതാളത്തിലേക്ക് കൊണ്ടുപോയി. അവിടെ അവന്റെ പാറ അവനുവേണ്ടി തയ്യാറായിരുന്നു.

സിസിഫസ് ഒരു അസംബന്ധ നായകനാണെന്ന് നിങ്ങൾ ഇതിനകം തന്നെ ഉറപ്പിച്ചിട്ടുണ്ടാകും. വൈകാരികതയിലൂടെയും പീഡനത്തിലൂടെയും ദൈവത്തോടുള്ള പുച്ഛം, മരണത്തോടുള്ള വെറുപ്പ്, ലൗകിക ജീവിതത്തോടുള്ള അമിതാവേശം എന്നിവയാൽ പടുത്തുയർത്തിയ ആ ഹൃദയം വാക്കുകൾക്ക് അതീതമായ ശിക്ഷയാണ് സിസിഫസിന് നേടിക്കൊടുത്തത്. അങ്ങനെ ഒന്നും പൂർത്തിയാക്കാതെയും നേടാതെയും ആ ജീവിതം ശൂന്യമായി. ലൗകികമായ വികാരത്തിന് കൊടുക്കേണ്ട വില ഇതുതന്നെയാണ്. പാതാളത്തിലെ സിസിഫസിനെപ്പറ്റി നമ്മോട് ആരും ഒന്നും പറഞ്ഞിട്ടില്ല. ജീവിതത്തിലേക്ക് ശ്വസിച്ചെടുക്കുവാനുള്ള ഭാവനകൾക്കുവേണ്ടി നിർമ്മിക്കപ്പെട്ടിട്ടുള്ളതാണ് മിത്തുകൾ. ഈ മിത്തുകളെ സംബന്ധിച്ച് ഒരാൾ കാണുന്നത് വലിയ പാറക്കല്ലുകൾ ഉയർത്തുമ്പോൾ ശരീരം സ്വീകരിക്കുന്ന കടുത്ത പ്രയത്നം മാത്രമാണ്. നൂറ് കണക്കിന് തവണ ഉരുട്ടിത്തള്ളി ഉയർത്തുമ്പോൾ ഒരാൾ കാണുന്നത് കല്ലിന്റെ കാഠിന്യം പോലെ പിരി മുറുകിയ മുഖവും വലിഞ്ഞുപൊട്ടുന്ന കവിളുകളും ചെളി പുരണ്ട തോളുകളും ചെളിയിലേക്ക് ആപ്പുപോലെ ആഴ്ന്നിറങ്ങിയ പാദങ്ങളും ക്ഷീണം മാറ്റി വീണ്ടും തള്ളുന്ന കൈകളുമാണ്. അവസാനം ആകാശരഹിതമായതും ആഴമില്ലാത്തതുമായ സ്ഥലവും കാലവും കൊണ്ട് അളക്കപ്പെട്ട ഈ നീണ്ട പ്രയത്നത്തിന്റെ പ്രയോജനം ഫലം നേടുന്നു. അപ്പോൾ സിസിഫസ് അധോലോകത്തിലേക്ക് ഉരുണ്ടു താഴുന്ന കല്ലിനെ ശ്രദ്ധിക്കുന്നു. വീണ്ടും

കല്ലിനെ ഉയർത്തുന്നു. എന്നിട്ട് അയാൾ സമതലത്തിലേക്ക് തിരികെ പോകുന്നു.

ആ തിരിച്ചുവരവിൽ, സിസിഫസ് എന്നിൽ താല്പര്യമുണർത്തുന്നു. കല്ലിനോട് വളരെ അടുത്തുചേർന്ന് കഷ്ടപ്പെടുന്ന ഒരു മുഖം കല്ലായി മാറി കഴിഞ്ഞിരിക്കുന്നു. അജ്ഞാതമായ പീഡയുടെ താഴ്ചയിലേക്ക് അയാൾ ഇനിയും എണ്ണപ്പെട്ടിട്ടില്ലാത്ത ഭാരമേറിയ ചുവടുകളോടെ തിരിച്ചു പോകുന്നത് ഞാൻ കാണുന്നു. നിശ്ചയമായും അവന്റെ ത്യാഗത്തെ തിരികെ കൊണ്ടുവരുന്ന മണിക്കൂറുകളാണ് ബോധത്തിന്റെ മണിക്കൂർ. അങ്ങനെയുള്ള ഓരോ നിമിഷവും ഉയരങ്ങളിലേക്ക് പോകുമ്പോഴും ദൈവത്തിന്റെ ഒളിസ്ഥലത്തേക്ക് താഴുമ്പോഴും അവൻ നിയതിയെക്കാൾ അതീതനാണ്. അവൻ അവന്റെ പാറയെക്കാൾ ശക്തനാണ്.

അധഃപതനത്തിന്റെ നിർവ്വഹണം ദുരവസ്ഥയിലാണെങ്കിൽ അത് സന്തോഷാവസ്ഥയിലും സംഭവിക്കാം. അനുഭവത്തിന് ഭംഗികേടില്ല. സിസിഫസ് അയാളുടെ പാറയിലേക്ക് പോകുന്നതായി ഞാൻ വീണ്ടും സങ്കല്പിക്കുന്നു. അതുപോലെ സങ്കടം ആരംഭത്തിലേ ഉണ്ടായിരുന്നുള്ളൂ എന്നും സങ്കല്പിക്കുന്നു. ഭൂമിയുടെ നിഴലുകൾ ഓർമ്മകളെ മുറുകെ ചുറ്റിപ്പിണയുമ്പോൾ, മനുഷ്യഹൃദയത്തിൽ ശോകങ്ങൾ ഒന്നൊന്നായി ഉണർന്നെഴുന്നേല്ക്കുന്നു. ഇതാണ് ശിലയുടെ വിജയം. ഇതാണ് ശിലയുടെ മൗലികത. ഇതെല്ലാം നമ്മുടെ *ഗെതസ്മൻ രാവുകളാണ്. എന്നാൽ, നിർണ്ണായകമായ സത്യങ്ങൾ പൊതുവിൽ അംഗീകരിക്കപ്പെട്ടു കഴിയുമ്പോൾ അവ കെട്ടുപോകുന്നു.

ഇതിലെ നായകൻ ബോധവാനായതുകൊണ്ടാണ് ഈ മിത്ത് ദുഃഖപര്യവസാനിയായിത്തീർന്നത്. എവിടെയായിരുന്നിരിക്കാം അവന്റെ പീഢ കൂടിക്കൊണ്ടിരുന്നത്? ഓരോ ചുവടുവെയ്പിലും പിന്തുടർച്ചയുടെ പ്രത്യാശകൾ അവനെ ഉയർത്തിയിട്ടുണ്ടാകണം. ഇന്നത്തെ തൊഴിലാളി അവന്റെ ജീവിതത്തിൽ എല്ലാ ദിവസവും ഒരേ തൊഴിൽതന്നെ ചെയ്യുന്നു. ഇത് അസംബന്ധമല്ല. എന്നാൽ ബോധത്തിന്റെ അപൂർവ്വനിമിഷങ്ങളിൽ മാത്രമേ ഇത് ദുഃഖപൂർണ്ണമാകുന്നുള്ളൂ. ദൈവത്തിന്റെ തൊഴിലാളിയായിരുന്നു സിസിഫസ്. അധികാരമില്ലാത്തവനും വിപ്ലവകാരിയും ജീവിതനിരാസത്തിന്റെ മുഴുവൻ വ്യാപ്തിയും അറിയുന്നവനുമാണ് സിസിഫസ് എന്ന് ദൈവത്തിന് ഉത്തമബോദ്ധ്യമുണ്ടായിരുന്നു. പതനത്തിൽപ്പോലും അവൻ പലതും ചിന്തിച്ചുകൂട്ടുന്നുണ്ട്. അവന്റെ പീഡയെ രൂപവല്കരിക്കുന്ന സ്പഷ്ടത അവന്റെ വിജയത്തിന് കിരീടം ചാർത്തുന്നു. എന്നാൽ വിധിയെ വിദ്വേഷം കൊണ്ട് വെല്ലാൻ അവന് കഴിയുന്നില്ല.

ഈഡിപ്പസ് വിധിയെ മനസ്സിലാക്കാതെ ആരംഭത്തിൽ തന്നെ വിധിയെ അനുസരിക്കുന്നു. എന്നാൽ അയാൾ വിധിയെ മനസ്സിലാക്കുന്ന നിമിഷം അയാളുടെ ദുഃഖവും ആരംഭിക്കുന്നു. അന്ധനും നിരാശനുമാ

---

* അന്ത്യ അത്താഴത്തിനു ശേഷം ഈ ഉദ്യാനത്തിൽ വെച്ചാണ് യേശു പിടിക്കപ്പെട്ടത്.

കുന്ന അതേ നിമിഷം തന്നെ ലോകവുമായി ബന്ധിപ്പിക്കുന്ന ഏകകെട്ടുപാട് ഒരു പെണ്ണിന്റെ തണുത്ത കൈകളാണെന്ന് അയാൾ തിരിച്ചറിയുന്നു. അപ്പോൾ ഭയങ്കരമായ ഒരു പ്രവചനത്തിന്റെ മണിമുഴങ്ങുന്നു. "അഗ്നിപരിക്ഷണങ്ങൾ ധാരാളമുണ്ടായിരുന്നെങ്കിലും എന്റെ പക്വമായ പ്രായവും എന്റെ ആത്മാവിന്റെ കുലീനത്വവും എല്ലാം ശുഭമായി പര്യവസാനിപ്പിക്കുവാൻ എന്നെ പ്രാപ്തനാക്കി" എന്ന് ഈഡിപ്പസ് വിളിച്ചുപറയുന്നു. സോഫോക്ലിസിന്റെ ഈഡിപ്പസ്, ദെസ്തയേവ്സ്കിയുടെ കിറിലോവ് എന്നിവരെപ്പോലെ അസംബന്ധ വിജയത്തിന്റെ അനുഭവതലം സിസിഫസും വെളിപ്പെടുത്തുന്നു. അങ്ങനെ പ്രാചീനജ്ഞാനം ആധുനിക ധീരതയെ സ്ഥിരീകരിക്കുന്നു.

സുഖാനുഭവത്തെക്കുറിച്ച് ഒരു ഗ്രന്ഥം എഴുതുവാൻ പ്രചോദിതനാകാതെ ഒരാൾക്ക് അസംബന്ധത്തെ അനാവരണം ചെയ്യാൻ കഴിയില്ല. എന്ത്? എങ്ങനെ? തുടുങ്ങിയ മാർഗ്ഗത്തിലൂടെയോ എങ്ങനെയായാലും ഏതുവിധമായാലും ലോകം ഒന്നേയുള്ളൂ. സുഖാനുഭവങ്ങളും അസംബന്ധങ്ങളും ഒരേ മണ്ണിന്റെ രണ്ടു പുത്രന്മാരാണ്. ഇവർ അവിഭാജ്യമാണ്. ഇവരെ വേർപെടുത്തുവാൻ കഴിയുകയേയില്ല. അസംബന്ധമായ കണ്ടുപിടിത്തത്തിൽ നിന്ന് അനിവാര്യമായത് ബഹിർഗ്ഗമിക്കുന്നതാണ് സുഖാനുഭവം. ഇങ്ങനെ പറയുന്നത് തെറ്റായിരിക്കാം. അതുപോലെ അസംബന്ധത്തിന്റെ അനുഭവങ്ങൾ സുഖാനുഭവത്തിൽനിന്ന് ഉത്ഭവിക്കുന്നതായും മനസ്സിലാക്കാവുന്നതാണ്. "എല്ലാം ശരിയായതിനാൽ ഞാൻ അവസാനിപ്പിക്കുന്നു" എന്നാണ് ഈഡിപ്പസ് പറയുന്നത്. ഈ അഭിപ്രായം വിശുദ്ധവുമാണ്. ഇത് വനത്തിലും പരിമിതമായ മനുഷ്യപ്രപഞ്ചത്തിലും പ്രതിദ്ധ്വനിക്കുന്നു. ഒന്നും തീർന്നില്ല അല്ലെങ്കിൽ തീർന്നുകൊണ്ടിരിക്കുന്നില്ല എന്ന് ഇത് പഠിപ്പിക്കുന്നു. ഇത് അസംതൃപ്തിയുമായി വന്നുചേർന്ന, നിഷ്ഫലമായ പീഡനാനുഭവത്തിന് മുൻഗണന നല്കുന്ന ദൈവത്തെ ഈ ലോകത്ത് നിന്ന് ചാടിച്ച് പുറത്താക്കുന്നു. ഇത് വിധിയെ മനുഷ്യവിഷയമായും മനുഷ്യൻതന്നെ പരിഹരിക്കേണ്ട വിഷയമായും മാറ്റുന്നു.

സിസിഫസിന്റെ നിശ്ശബ്ദാഹ്ലാദമെല്ലാം അതിലടങ്ങിയിരിക്കുന്നു. അയാളുടെ വിധി അയാൾക്കു മാത്രം അവകാശപ്പെട്ടതാണ്. അയാളുടെ പാറ അയാളുടേത് എന്നതുപോലെ അസംബന്ധ നായകൻ അയാളുടെ പീഡയെക്കുറിച്ച് ആലോചിക്കുമ്പോൾ എല്ലാ വിഗ്രഹങ്ങളും നിശ്ശബ്ദമാകുന്നു. പ്രപഞ്ചത്തിൽ അസംഖ്യം കുഞ്ഞു ഭൗമശബ്ദങ്ങൾ ഉയർന്നുപൊങ്ങി നിശ്ശബ്ദതയിൽ പുനഃസ്ഥാപിക്കപ്പെടുന്നു. അബോധം, രഹസ്യവിളികൾ, എല്ലാ മുഖത്തുനിന്നുമുള്ള ക്ഷണങ്ങൾ ഇവയെല്ലാം വിജയത്തിന്റെ വിലയാണ്. നിഴലില്ലാതെ സൂര്യനില്ല. അതുപോലെ രാത്രിയെക്കുറിച്ചുള്ള അറിവ് അത്യാവശ്യവുമാണ്. അസംബന്ധനായകൻ 'അതേ' എന്ന് പറയുന്നതിനോടൊപ്പം അയാളുടെ പ്രയത്നം അപ്പോൾതൊട്ട് അവിരാമവുമായി തീരും. സൂക്ഷ്മവും ദുർഗ്രാഹ്യവും സർവ്വവ്യാപിയുമായ നിമിഷത്തിൽ മനുഷ്യൻ അവന്റെ പിന്നിലുള്ള ജീവിതത്തിലേക്ക്

കണ്ണോടിക്കുമ്പോൾ സിസിഫസ് അവന്റെ പാറയിലേക്ക് മടങ്ങുന്നു. ലോലമായ ഭ്രമണത്തിൽ അവൻ സൃഷ്ടിച്ച പരസ്പരബന്ധമില്ലാത്ത പ്രവൃത്തികളുടെ പരമ്പര അവന്റെ വിധിയായി മാറുന്നതും അവന്റെ സ്മൃതിയുടെ നയനങ്ങളിൽ അവ സമ്മേളിച്ച് പെട്ടെന്ന് മൃത്യുവാൽ ആവരണം ചെയ്യപ്പെടുന്നതും അവൻ ചിന്തിച്ചറിയുന്നു. അങ്ങനെ എല്ലാവരും മനുഷ്യരാണെന്ന് മനുഷ്യോല്പത്തി പൂർണ്ണമായി അവനെ ബോദ്ധ്യപ്പെടുത്തുന്നു. രാത്രിക്ക് അവസാനമില്ലെന്ന് അറിയുന്നവനെ കാണാൻ കൊതിക്കുന്ന അന്ധൻ അപ്പോഴും ഊർജ്ജ്വസ്വലമായി, വിശ്രമമില്ലാതെ പരിശ്രമിച്ചുകൊണ്ടിരിക്കുന്നു. പാറ അപ്പോഴും ഉരുണ്ടുകൊണ്ടേയിരിക്കുന്നു.

ഞാൻ സിസിഫസിനെ പർവ്വതത്തിന്റെ അടിവാരത്തിൽ ഉപേക്ഷിക്കുന്നു. ഒരാൾ എപ്പോഴും മറ്റൊരാളുടെ ഭാരത്തെ കണ്ടെത്തുന്നു. എന്നാൽ സിസിഫസ് ദൈവത്തെ നിഷേധിക്കുന്ന ഉയർന്ന വിശ്വാസ്യത പഠിപ്പിച്ചുകൊണ്ട് പാറ ഉയർത്തുന്നു. എല്ലാം ശരിയാണെന്നതിൽ അയാളും എത്തിച്ചേരുന്നു. ഇനി മേലിൽ ഈ പ്രപഞ്ചം ഒരു നായകന്റെ അഭാവത്തിൽ വന്ധ്യമോ നിഷ്ഫലമോ ആകുന്നില്ലെന്ന് അയാൾക്ക് തോന്നുന്നു. പാറയുടെ ഓരോ അണുവിലും രാത്രിയാൽ ആവരണം ചെയ്യപ്പെട്ട പർവ്വതത്തിന്റെ ഓരോ ധാതു പാളികളിലും ഒരു ലോകം സ്വയം രൂപപ്പെടുന്നു. ഉയരങ്ങളിലേക്കുള്ള പോരാട്ടം ഒരുവന്റെ ഹൃദയം നിറയ്ക്കുവാൻ വേണ്ടുവോളമാണ്. ഭാവനയിൽ സിസിഫസ് അനുഭവിക്കുന്ന ആനന്ദം അനിർവ്വചനീയമായൊരു അനുഭവമാണ്.

അനുബന്ധം 2

അസംബന്ധത്തിന്റെ പുനഃസൃഷ്ടികൾ

കാഫ്കയുടെ *ദി കാസിൽ* ഒരു പ്രായോഗിക ദൈവശാസ്ത്രമാണ്. അത് ആത്മാവിന്റെ പാപവിമുക്താവസ്ഥയെക്കുറിച്ചുള്ള ആത്മാവിന്റെ തന്നെ വൈയക്തികമായ സാഹസികാന്വേഷണമാണ്: പുരുഷൻ ലോകത്തിന്റെ രാജകീയ രഹസ്യങ്ങളും സ്ത്രീ അവരിൽ സുക്ഷുപ്താവസ്ഥയിലുള്ള ദൈവത്തിന്റെ അടയാളങ്ങളും അന്വേഷിക്കുന്നു. നേരേമറിച്ച് 'മെറ്റമോർഫിസിസി'ൽ ധർമ്മശാസ്ത്രത്തിന്റെ ബീഭത്സകമായ പ്രതിബിംബങ്ങളുടെ കൂട്ടത്തെയാണ് പ്രതിനിധാനംചെയ്യുന്നത്. എന്നാൽ, അത് അനായാസമായി മൃഗബോധത്തിൽ എത്തിച്ചേരുന്ന ഒരാളുടെ നിർണ്ണയാതീതമായ വിസ്മയത്തിന്റെ ഉല്പന്നം കൂടിയാണ്. ഇവിടെ മൗലികതയുടെ അവ്യക്തതയിൽ കാഫ്കയുടെ പ്രതിഭാരഹസ്യം കൂടി കിടപ്പുണ്ട്. സ്വാഭാവികതയ്ക്കും അസ്വാഭാവികതയ്ക്കും വ്യക്തിക്കും പ്രപഞ്ചത്തിനും ദുരന്തത്തിനും സന്തോഷത്തിനും അസംബന്ധത്തിനും യുക്തിക്കും ഇടയ്ക്കുള്ള അതിന്റെ മാറ്റൊലിയും അർത്ഥവും അദ്ദേഹത്തിന്റെ കൃതികളിലുടനീളം കാണാൻ കഴിയും. അസംബന്ധം മനസ്സിലാക്കാൻ വേണ്ടി ഈ വൈരുദ്ധ്യങ്ങളെ ഇനം തിരിച്ച് എണ്ണി തിട്ടപ്പെടുത്തുകയും പരസ്പരവിരുദ്ധങ്ങളായ ഇവയെ ശക്തിപ്പെടുകയും വേണം.

ഒരു പ്രതീകം യഥാർത്ഥത്തിൽ രണ്ടു തലങ്ങൾ കൈക്കൊള്ളുന്നുണ്ട്. ആശയങ്ങളുടെയും ഇന്ദ്രിയജ്ഞാനങ്ങളുടെയും രണ്ടു ലോകങ്ങൾ. ഇവയ്ക്കിടയിൽ പാരസ്പര്യത്തിന്റെ ഒരു നിഘണ്ടുവുമുണ്ട്. ഈ നിഘണ്ടു ചിട്ടയിൽ ക്രമപ്പെടുത്തുന്നത് കഠിനമായ കാര്യമാണ്. മുഖാമുഖം നില്ക്കുന്ന ആ രണ്ടുലോകങ്ങളിലേക്ക് ഉണർന്ന് ബോധവാനായി കടന്നാൽ അവയുടെ രഹസ്യത്തിന്റെ കാലടിപ്പാത ഒരുപോലെയിരിക്കും. കാഫ്കയിൽ ഈ രണ്ട് ലോകങ്ങളുമുണ്ട്. ഒരുവശത്ത് നിത്യജീവിതവും

മറുവശത്ത് പ്രകൃത്യാതീത വ്യാകുലതയുമാണുള്ളത്. 'തെരുവിലാണ് വൻപ്രശ്നങ്ങൾ'എന്ന നീത്ഷേയുടെ അഭിപ്രായത്തിന്റെ ഇഴഞ്ഞു നീങ്ങുന്ന സ്വാർത്ഥപ്രയോഗം ഇവിടെ നാം തീർച്ചയായും തിരിച്ചറിയുക തന്നെ ചെയ്യും.

മനുഷ്യാവസ്ഥയിൽ ഒരു അടിസ്ഥാന അസംബന്ധത്വവും അതു പോലെ ഇണങ്ങാത്ത മഹാമനസ്കത അഥവാ കുലീനത്വവും ഉണ്ട്. രണ്ടിന്റെയും ഏകീഭാവം അത്രത്തോളം സ്വാഭാവികമാണ്. ആത്മീയമായ അതിക്രമങ്ങളെയും ക്ഷണികമായ ഇന്ദ്രിയ സുഖങ്ങളെയും വേർതിരിക്കുന്ന പരിഹാസാത്മകമായ മോചനത്തെ അവ രണ്ടും പ്രതിനിധീകരിക്കുന്നു. അസംബന്ധകാവ്യം എന്നാൽ അത് ക്രമംതെറ്റി അതീന്ദ്രിയമാകുന്ന ഈ ശരീരത്തിന്റെ ആത്മാവ് തന്നെ ആയിരിക്കും. ഈ അസംബന്ധത്തെ പ്രതിനിധീകരിക്കാൻ ആഗ്രഹിക്കുന്ന ആരാണോ അയാൾ ഇത് സമാന്തരമായ ഒത്തുനോക്കലിന്റെ ഒരുനിരയായി ജീവിതത്തെ അനുഷ്ഠിക്കണം. അങ്ങനെ കാഫ്ക ദുരന്തത്തെ സാധാരണമായും അസംബന്ധത്തെ യുക്താനുസൃതമായും പ്രകാശിപ്പിക്കുന്നു.

ഒരു ദുരന്ത കഥാപാത്രത്തെ അവതരിപ്പിക്കുന്ന നടന് കൂടുതൽ പ്രയത്നിക്കേണ്ടിവരും. തന്റെ അഭിനയം ക്രമാതീതമാകാതിരിക്കാൻ ആ നടൻ പ്രത്യേകം ശ്രദ്ധാലുവായിരിക്കണം. അയാൾ മിതത്വം പാലിക്കുന്ന ആളാണെങ്കിൽ അയാൾ ആവാഹിക്കുന്ന ദുഃഖം അമിതമായി പോകും. ഈ കാര്യത്തിൽ ഗ്രീക്ക് ട്രാജഡികൾ സമ്പന്നമാണ്. ഒരു ദുരന്തപര്യവസായിയായ കൃതിയിൽ വിധി എല്ലായ്പ്പോഴും യുക്തിയുടേയും സ്വാഭാവികതയുടെയും നാട്യത്തിൽ സ്വയം നല്ലതാണെന്ന് തോന്നിപ്പിക്കും. ഈഡിപ്പസിന്റെ വിധി മുൻകൂർ പ്രഖ്യാപിക്കപ്പെട്ടതായിരുന്നു. അയാൾ കൊലപാതകം ചെയ്യുമെന്നും നിഷിദ്ധസംഗമം നടത്തുമെന്നും പ്രകൃത്യാതീതമായി നിശ്ചയിക്കപ്പെട്ടിരുന്നു. യുക്തിയുടെ വ്യവസ്ഥാപിത ചട്ടക്കൂടിനെ ചുരുക്കിച്ചുരുക്കി കഥാനായകന്റെ ദൗർഭാഗ്യങ്ങൾക്കു കിരീടം അണിയിക്കുന്നതായാണ് നാടകത്തിന്റെ മൊത്തം പ്രയത്നവും കാണിക്കുന്നത്. അസംഭാവ്യമായതിനാൽ സാധാരണയല്ലാത്ത ആ വിധി ഭീകരമായിരിക്കുമെന്ന് നമ്മളെ അറിയിക്കുവാൻ വേണ്ടി മാത്രം. എന്നാൽ നിത്യജീവിതം, സമൂഹം, രാഷ്ട്രം, സുപരിചിത വികാരങ്ങൾ എന്നിവയുടെ ചട്ടക്കൂട്ടിൽ ഇതിന്റെ ആവശ്യകത പ്രകടിപ്പിച്ചു നമ്മെ കാണിക്കുകയാണെങ്കിൽ അപ്പോൾ ഭീകരത വിശുദ്ധമാക്കപ്പെടും. ഈ സംഘർഷത്തിൽ അത് മനുഷ്യനെ പിടിച്ചു കുലുക്കുകയും "അത് സാദ്ധ്യമല്ല" എന്ന് അവനെക്കൊണ്ട് പറയിക്കുമെങ്കിലും "അത് നടക്കും" എന്ന നിശ്ചിതത്വം അവിടെ ഉയർന്നുകേൾക്കുകയും ചെയ്യും.

ഗ്രീക്ക് ട്രാജഡികളുടെ പൊതുരഹസ്യം ഇതാണ്. ഇവിടെ വിപരീത ദിശയിലൂടെയുള്ള അന്വേഷണം തീർച്ചയായും കാഫ്കയെ നന്നായി മനസ്സിലാക്കുവാൻ നമ്മെ സഹായിക്കും. ഉടച്ചുതകർക്കുന്നതുമാത്രമായ എന്തോ ഒന്നാണ് വിധിക്ക് നല്കേണ്ടതെന്ന ഒരു ബോധം മനുഷ്യഹൃദ

യത്തിനുണ്ട്. അതുപോലെ സന്തോഷം, അനിവാര്യമായതുകൊണ്ട് കാരണം പ്രകടമാക്കാതെ അതിന്റെ മാർഗ്ഗത്തിൽ എത്തിച്ചേരും. എന്നാലും ആധുനിക മനുഷ്യൻ ഇത് മനസ്സിലാക്കാൻ പരാജയപ്പെടാത്തപ്പോൾ അതിനുള്ള അംഗീകാരം സ്വയം സ്വീകരിക്കും. ഗ്രീക്ക് ട്രാജഡികളുടെ അനുഗൃഹീത വിധികളെപ്പറ്റിയും ഏറ്റവും കഠിനമായ സാഹസങ്ങളിൽ നിന്ന് സ്വയം രക്ഷപ്പെട്ട യുലീസിസിനെപ്പോലുള്ള ഇതിഹാസ പുരുഷന്മാരെ അനുകൂലിക്കുന്നവരെപ്പറ്റിയും ഇവിടെ കൂടുതൽ പറയാൻ കഴിയും. അത്ര ലളിതമല്ലായിരുന്നു ഇഥാക്കയിലേക്കുള്ള യൂലീസിസിന്റെ മടങ്ങിവരവ്.

ഏതവസ്ഥയിലും ഓർത്തിരിക്കേണ്ടത് താർക്കികമായ യുക്തിയുടെയും സാധാരണമായതിനെയും ദുരന്തത്തിലേക്ക് യോജിപ്പിക്കുന്ന പങ്കാളിത്തത്തിന്റെ രഹസ്യമാണ്. ഇതുകൊണ്ടാണ് *മെറ്റമോർഫിസിസി*ലെ നായകൻ ഗ്രഗർ സാംസ യാത്ര ചെയ്യുന്ന ഒരു കച്ചവടക്കാരനായത്. അവനെ ഒരു പുഴുവാക്കി മാറ്റുന്ന അപരിചിതമായ സാഹസികയാത്രയിൽ അവനെ അസ്വസ്ഥനാക്കുന്നത് ദേഷ്യപ്പെടുന്നതുകൊണ്ടാണ്. കാലുകളും സ്പർശിനികളും അവനിൽനിന്ന് പുറത്തേക്ക് കൂടുതൽ വളർന്നുവരുന്നു. അവന്റെ നട്ടെല്ല് ഉയർന്ന് ആർച്ചുപോലെ വളഞ്ഞു. അവന്റെ വയറ്റിനു പുറത്ത് വെള്ളപ്പാടുകൾ പ്രത്യക്ഷപ്പെട്ടു. ഇവയെല്ലാം അവനെ ആശ്ചര്യപ്പെടുത്തുകയില്ല എന്നു ഞാൻ പറയുകയില്ല. കാരണം ഉദ്ദിഷ്ട സിദ്ധിക്ക് കോട്ടം വരുത്തിയേക്കും. അത് അവന് സ്വൈരക്കേടിന് ഹേതുവാകും. ആ വിവേചനത്തിലാണ് കാഫ്കയുടെ മൊത്തം കലയും അന്തർലീനമായിരിക്കുന്നത്. അദ്ദേഹത്തിന്റെ കേന്ദ്രകൃതിയായ "ദി കാസ്സിൽ", നിത്യജീവിതത്തിന്റെ വിശദാംശങ്ങൾ മുന്തി നില്ക്കുന്നതും ഒന്നും അവസാനിപ്പിക്കാതെ എല്ലാം വീണ്ടും ആരംഭിക്കുകയും ചെയ്യുന്ന ആ അസാധാരണ നോവലാണ്. പാപവിമുക്തിക്ക് വേണ്ടിയുള്ള അന്വേഷണത്തിന്റെ അത്യന്താപേക്ഷിതമായ സാഹസികതയാണ് ഈ നോവൽ അനുഭവവേദ്യമാക്കുന്നത്. പൊതുവായതും സവിശേഷമായതുമായ പ്രശ്നത്തിന്റെ പ്രവൃത്തിയിലേക്കുള്ള വിവർത്തനത്തെ ഓരോ മഹത്തായ സൃഷ്ടിയും പരിഗണിക്കുന്നു എന്നാണ് ഇതിന്റെയർത്ഥം. 'ദി ട്രയലി'ൽ നായകന് ഷിമിറ്റ് എന്നോ ഫ്രാൻസ് എന്നോ പേരിട്ടിരിക്കാം. എന്നാൽ, അവന് പേരിട്ടിരിക്കുന്നത് ജോസഫ് കെ. എന്നാണ്. അവൻ കാഫ്ക അല്ല എന്നു പറയുമ്പോൾത്തന്നെ അവൻ കാഫ്കയാണ്. അവൻ ശരാശരി ഒരു യൂറോപ്യനാണ്. അവൻ മറ്റുള്ളവരെപ്പോലെതന്നെ. എന്നാൽ 'കെ' എന്ന അസ്തിത്വവുംകൂടിയുള്ള അവൻ അതേ മാംസത്തിന്റേയും രക്തത്തിന്റേയും സമവാക്യത്തിന്റെ 'എക്സ്' ആണ്. അതുപോലെ കാഫ്ക അസംബന്ധത്തെ പ്രകാശിപ്പിക്കുകയാണെങ്കിൽ അദ്ദേഹം സ്ഥിരതയെ അഥവാ സാന്ദ്രതയെ തീർച്ചയായും ഉപയോഗപ്പെടുത്തിയിരിക്കും.

ഒരു കിറുക്കൻ കുളിത്തൊട്ടിലിൽ മീൻപിടിക്കുന്ന കഥയുണ്ട്. മനോരോഗ ചികിത്സകനായ ഒരു ഡോക്ടർ കിറുക്കനോട് ചോദിച്ചു. "അവ

കുത്തുന്നതാണെങ്കിൽ നീ എന്തുചെയ്യും?" കിറുക്കൻ ഉച്ചത്തിൽ മറുപടി കൊടുത്തു. "വിഡ്ഢീ തീർച്ചയായും ഇല്ല. ഇതൊരു കുളിത്തൊട്ടിലാണ്." ഈ കഥ വികൃതാലങ്കാരമാതൃകയിൽ പെട്ടതാണ്. പക്ഷേ, ഇതിൽനിന്ന് തർക്കശാസ്ത്രത്തിന്റെ അസംബന്ധഫലം എത്രത്തോളം അളവിൽ കൊളുത്തിയിരിക്കുന്നുവെന്ന് വ്യക്തമായി ഊഹിക്കുവാൻ കഴിയും. കാഫ്കയുടെ ലോകം സത്യത്തിൽ ഒരു അവർണ്ണനീയമായ പ്രപഞ്ചമാണ്. ഫലമൊന്നുമില്ലെന്ന അറിവോടെ കുളിതൊട്ടിലിൽനിന്ന് മീൻ പിടിക്കുന്ന യാതനാനിർഭരമായ ആഡംബരസമൃദ്ധിക്ക് ഒരു വ്യക്തി അയാളെത്തന്നെ അനുവദിക്കുന്നു എന്നതാണ് ഇതിൽനിന്ന് മനസ്സിലാക്കാൻ കഴിയുന്നത്.

തൽഫലമായി, ഒരു കൃതിയെ അതിന്റെ തത്ത്വത്തിൽത്തന്നെ അസംബന്ധമായത് ഞാൻ അംഗീകരിക്കുന്നു. *ദി ട്രയലി*നെക്കുറിച്ചാണെങ്കിൽ, ഉദാഹരണമായി, ഒരു സമ്പൂർണ്ണ വിജയമെന്ന് എനിക്ക് യഥാർത്ഥത്തിൽ പറയാൻ കഴിയും. ശരീരം വിജയിക്കുന്നു. അപ്രകാശിത വിപ്ലവത്തെയോ, തെളിഞ്ഞതും മൂകവുമായ നൈരാശ്യത്തെയോ നോവലിലെ കഥാപാത്രങ്ങൾ അവരുടെ ആത്യന്തികമായ മരണം വരെ ദൃഷ്ടാന്തീകരിക്കുന്ന വിസ്മയാവഹമായ സ്വാതന്ത്ര്യത്തേയോ വില കുറച്ചു കാണിക്കുന്നുമില്ല.

ഇനിയും, ഈ ലോകം നാം കാണുന്നതുപോലെ അത്ര സമീപത്തല്ല. ക്ഷേമാഭിവൃദ്ധി ഇല്ലാത്ത ഈ ലോകത്ത് കാഫ്ക ഒരു വിചിത്ര വ്യവസ്ഥയിൽ പ്രതീക്ഷ ഉപക്രമിപ്പിക്കുവാൻ പോകുന്നു. ഇതുമായി ബന്ധപ്പെട്ട് *ദി ട്രയലിലും ദി കാസിലി*ലും ഒരേ പാത പിന്തുടരുന്നില്ല. അവ പരസ്പര പൂരകമാണ്. ഒന്നിൽനിന്നും മറ്റേതിലേക്കുള്ള വെറും ഇന്ദ്രിയ വിഷയമായ അഭിവൃദ്ധി. രക്ഷപ്പെടലിന്റെ ലോകത്തിലെ വൻവിജയത്തെ പ്രതിനിധാനം ചെയ്യുന്നു. *ദി ട്രയൽ, ദി കാസിൽ* ഒരളവുവരെ അത് പരിഹരിക്കുന്നു. ആദ്യത്തേത് ശാസ്ത്രംപോലൊരു മാർഗ്ഗത്തിൽ അവസാനിപ്പിക്കാതെ വിവരിക്കുന്നു. രണ്ടാമത്തേത് ഒരു നിശ്ചിത അളവുവരെ വിശദമാക്കുന്നു. *ദി ട്രയലിൽ* രോഗനിർണ്ണയം നടത്തുന്നു. *ദി കാസിലിൽ* ചികിത്സ ഭാവനയിൽ കാണുന്നു. എന്നാൽ ഇവിടെ നിർദ്ദേശിക്കുന്ന ഔഷധം രോഗം സുഖപ്പെടുത്തുന്നില്ല. ഇവിടെ രോഗം സാധാരണജീവിതത്തിലേക്ക് തിരിച്ചുവരുന്നു. അത് സ്വീകരിക്കുവാൻ സഹായിക്കുന്നു. അതിനെ പരിപോഷിപ്പിക്കുവാൻ ജനങ്ങളെ തയ്യാറാക്കുന്നു. ഭൂസർവ്വേയറായ 'കെ'യ്ക്ക് ഇപ്പോൾ അനുഭവിക്കുന്ന ദാരുണമായ വേദനയേക്കാൾ മറ്റൊരു ആശങ്ക ഭാവന ചെയ്യാനേ കഴിയുന്നില്ല. അയാൾക്കു ചുറ്റുമുള്ള ഓരോരുത്തരും നിരർത്ഥകവും നാമരഹിതവുമായ ആ വേദനയോട് കൂട്ടിച്ചേർക്കപ്പെട്ടു. പീഡനാനുഭവം ഒരു വിശേഷാവകാശമുള്ള സംഗതിയായി മാറുമെങ്കിൽ അതുപോലെ. 'ഏതു വിധത്തിൽ നിന്നെ എനിക്ക് ആവശ്യമുണ്ട്.'ഫ്രീദാ 'കെ'യോട് പറയുന്നു. "നീ എന്നോടൊപ്പം ഇല്ലാത്തപ്പോൾപ്പോലും ഞാൻ നിന്നെ അറിയുമ്പോഴും എനിക്ക് തോന്നുന്നു എങ്ങനെ നീ പരിരക്തയാക്കപ്പെട്ടു എന്ന്." ഈ ദുർഗ്രാഹ്യമായ പ്രതി

വിധി, നമ്മെ പിഴിയുന്നതും പ്രത്യാശമുളപ്പിക്കുന്നതുമായ ആശയ ലോകത്തെ സ്നേഹിപ്പിക്കുകയും ചെയ്യുന്നു. എല്ലാറ്റിനേയും വ്യത്യാസപ്പെടുത്തുന്ന പൊടുന്നനെയുള്ള ഈ കുതിച്ചുചാട്ടമാണ് അസ്തിത്വവിപ്ലവത്തിന്റേയും *ദി കാസിലി*ന്റെയും രഹസ്യം.

ചുരുക്കം കൃതികൾ അവയുടെ പുരോഗതിയിൽ 'ദി കാസിലി'നെക്കാൾ കൂടുതൽ കഠിനമാണ്. 'കാസിലി'ലെ ഭൂസർവ്വേയറിന് 'കെ' എന്നു പേരിട്ടിരിക്കുന്നു. അയാൾ ഗ്രാമത്തിൽ എത്തിച്ചേരുന്നു. എന്നാൽ ഗ്രാമത്തിൽനിന്ന് കോട്ടയിലേക്ക് വാർത്താവിനിമയം അസാദ്ധ്യമാണ്. വഴി കണ്ടുപിടിക്കുന്നതിനും വഴിയിലൂടെ മുന്നേറുന്നതിനും കാര്യസാദ്ധ്യത ഉപയോഗിക്കുന്നതിനും ഒരിക്കലും ദ്വേഷിക്കാതെ, സംഭ്രമിപ്പിക്കുന്ന ജനപ്രീതിയോടെ തന്നിൽ നിക്ഷിപ്തമായിരിക്കുന്ന കടമകൾ ഏറ്റെടുക്കുന്നതിനും, ഒരിക്കലും നൂറുകണക്കിന് പേജുകളിലൂടെ 'കെ' നിർബ്ബന്ധം പിടിക്കുന്നു. ഓരോ അദ്ധ്യായവും ഓരോ പുതിയ മോഹഭംഗവും ഓരോ പുതിയ തുടക്കവുമാണ്. ഇത് യുക്തിപരമോ താർക്കികമോ അല്ല. എന്നാൽ സാന്ദ്രമായ മാർഗ്ഗമാണിതെല്ലാം. ഈ ശാഠ്യത്തിന്റെ ലക്ഷ്യം കൃതിയുടെ ദുരന്തമേന്മ രൂപപ്പെടുത്തുക എന്നതാണ്. 'കെ' കോട്ടയിലേക്ക് ടെലഫോൺ ചെയ്യുമ്പോൾ അവ്യക്തമായ ശബ്ദങ്ങൾ മാത്രമേ കേൾക്കുന്നുള്ളൂ. ഗ്രീഷ്മാംബരത്തിൽ പ്രത്യക്ഷപ്പെടുന്ന ചുരുക്കം ചില അടയാളങ്ങൾ പോലെയോ ജീവിതത്തിന്റെ യുക്തിയെ ചമയ്ക്കുന്ന സായാഹ്നപ്രതീക്ഷകൾ പോലെയോ, അവ അയാളുടെ പ്രത്യാശയെ വേണ്ടുവോളം സഹായിക്കുന്നു. കാഫ്കയുടെ സവിശേഷവും സ്ഥായിയുമായ വിഷാദപ്രവണതയുടെ രഹസ്യം ഇവിടെ കാണാം. ഇത് പ്രൗസ്റ്റിന്റെ കൃതികളിലും പ്ലോട്ടിനസ്സിന്റെ പ്രകൃതിദൃശ്യങ്ങളിലും കാണാം. ഇത് നഷ്ടസ്വർഗ്ഗത്തിന്റെ ഗതകാലസുഖസ്മരണപോലെ എനിക്ക് വലിയ സങ്കടമായിപ്പോയി എന്ന് ഓൾഗാ പറയുന്നു. കോട്ടയിലേക്ക് പോകുന്നു എന്ന് രാവിലെ ബാർനാബാസ് എന്നോട് പറഞ്ഞപ്പോൾ മിക്കവാറും അതൊരു നിഷ്ഫലയാത്രയായിരിക്കും എന്ന് എനിക്ക് തോന്നിയിരുന്നു. അനശ്വരതയുടെ അന്വേഷണം ഇവിടെ അതിസൂക്ഷ്മമാണ്. അങ്ങനെ പ്രചോദിതരായ യന്ത്രപ്പാവപോലുള്ളവരും വ്യതിയാനങ്ങളെ ഒരു മാനസിക തകരാറുകൊണ്ട്—ഉപേക്ഷിച്ചവരും അപമാനത്തിന് തീർത്തും വിട്ടുകൊടുക്കാത്തവരുമാണ് നമ്മളെങ്കിൽ എന്താകുമെന്നതിൽ ഒരു കൃത്യമായ (സൂക്ഷ്മമായ)പ്രതിബിംബം കാഫ്കയുടെ കഥാപാത്രങ്ങൾ നമുക്ക് നല്കുന്നുണ്ട്.

*ദി കാസിലി*ൽ സാധാരണ ജീവിതം കീഴടങ്ങുന്നത് നൈതികമായി മാറുന്നുണ്ട്. 'കെ'യുടെ ഏറ്റവും വലിയ ആഗ്രഹം കോട്ടയിൽ കടന്നുകൂടി ദത്തെടുക്കപ്പെടണമെന്നായിരുന്നു. ഒറ്റയ്ക്ക് ഈ ലക്ഷ്യം നേടുന്നത് അസാദ്ധ്യമെന്ന് കണ്ടപ്പോൾ മറ്റുള്ളവർ ഓരോരുത്തരും അയാൾക്ക് നല്കിയിരുന്ന വിദേശി എന്ന പദവി നഷ്ടപ്പെടുത്തിക്കൊണ്ടും ആ ആനുകൂല്യത്തിന് അർഹനാണ് എന്ന് ഉറപ്പിച്ചുകൊണ്ടും ഗ്രാമത്തിലെ ഒരു

താമസക്കാരനെങ്കിലും ആകുക എന്നതായിരുന്നു അയാളുടെ മുഖ്യ പ്രയത്നം. ഒരു തൊഴിൽ, ഒരു വീട്, ആരോഗ്യകരമായ ജീവിതം എന്നിവ വേണമെന്നും ഒരു സാധാരണമനുഷ്യനാകണമെന്നും അയാൾ അതിയായി ആഗ്രഹിച്ചു. കിറുക്കോടുകൂടി അയാൾക്ക് കൂടുതൽ കാലം തുടരാൻ കഴിയുകയില്ല. തന്നെ അപരിചിതനാക്കുന്ന ഗ്രാമശാപത്തിൽനിന്ന് മോചനം നേടാൻ അയാൾ ആഗ്രഹിച്ചു. ഫ്രീദായുടെ സംഭവകഥനം ഇതു സംബന്ധിച്ച് പ്രധാനമാണ്. 'കാസിലി'ന്റെ ഉദ്യോഗസ്ഥവൃന്ദത്തിൽ ഒരാളായി അറിയപ്പെട്ടിരുന്ന ഈ സ്ത്രീയെ അയാളുടെ യജമാനത്തി ആയി അയാളെടുത്താൽ അതിനു കാരണം അവളുടെ പോയ കാലമാണ്. 'കാസിലി'ൽ അവളെ എപ്പോഴും കൊള്ളരുതാത്തവളാക്കി മാറ്റുന്നതെന്താണോ അതിനെക്കുറിച്ച് ബോദ്ധ്യം വരുമ്പോൾ അയാളെ ഉയർത്തുന്ന എന്തോ ഒന്ന് അവളിൽനിന്ന് അവന് ലഭിക്കുന്നു. ഇത് കിർക്കെഗോറിന് റജിനാ ഒൽസനോട് ഉള്ള പ്രേമത്തെക്കുറിച്ച് ചിന്തിപ്പിക്കും. ചിലർ അവരെത്തന്നെ ദഹിപ്പിച്ചുകളയുന്ന നിത്യതയുടെ അഗ്നിജ്വാലകൾ അവരുടെ ഏറ്റവും അടുപ്പമുള്ളതും ഗാഢബന്ധമുള്ളവരുമായവരുടെ ഹൃദയത്തെ കത്തിച്ചുകളയുവാൻ വേണ്ടുവോളം ഉപയോഗപ്പെടുത്തുകയും ചെയ്യും. വിനാശകരമായ തെറ്റ് എന്തെന്നാൽ ദൈവത്തിന്റേയല്ലാത്തത് ദൈവത്തിന് നല്കുന്നു എന്നുള്ളതാണ്. 'ദി കാസിലി'ന്റെ ഇതിവൃത്തം പോലെയാണത്. എന്നാൽ കാഫ്കയെ സംബന്ധിച്ച് ഇതൊരു തെറ്റല്ല. ഇതൊരു പ്രമാണവും "കുതിച്ചുചാട്ട"വുമാണ്. ദൈവത്തിന്റേയല്ലാത്തത് ഒന്നുമവിടെയില്ല.

എങ്കിലും പ്രധാനമായ വസ്തുത ബാർനാബസ് സഹോദരിമാരെ സമീപിക്കാൻ വേണ്ടി ഭൂസർവ്വേയർ ('കെ')ഫ്രീദായുമായി പിരിയുന്നു എന്നതാണ്. ക്രൂരമായി പുറത്താക്കിയ ഗ്രാമത്തിലെ ഏക കുടുംബമാണ് ബാർനാബസ് കുടുംബം. കൊട്ടാര ഉദ്യോഗസ്ഥരിൽ ഒരാൾ മുന്നോട്ടുവച്ച നാണംകെട്ട നിർദ്ദേശം. (പ്രേമാഭ്യർത്ഥനയോ വിവാഹാഭ്യർത്ഥനയോ?) നിരസിച്ച മൂത്തസഹോദരിയാണ് അമലിയാ. അവളെ പിന്തുടർന്ന അസാന്മാർഗ്ഗികശാപം അവളെ എന്നന്നേക്കുമായി ദൈവസ്നേഹത്തിൽനിന്ന് പുറത്താക്കി. അസ്തിത്വവാദപരമായ തത്ത്വശാസ്ത്രത്തോട് സാമ്യമുള്ള ഒരു പ്രതിപാദ്യം നിങ്ങൾക്കപ്പോൾ തിരിച്ചറിയാനാകും. ഇത് ധർമ്മനീതിക്ക് വിരുദ്ധമായ സത്യമാണ്. ഇവിടെ കാര്യങ്ങൾ ദൂരവ്യാപകമാകുന്നു. ഫ്രീദായിൽ തുടങ്ങി ബാർനാബസ് സഹോദരിമാർ വരെയുള്ള പാതയിൽ കാഫ്കയുടെ കഥാപാത്രം വായിച്ചെടുത്തത്, ഒരാളെ പ്രണയത്തിന്റെ വിശ്വാസത്തിൽനിന്ന് അസംബന്ധത്തിന്റെ ദിവ്യത്വമാരോപിക്കലിലേക്ക് നയിക്കുന്നു എന്നാണ്. ഇവിടെ വീണ്ടും കാഫ്കയുടെ ചിന്ത കിർക്കിഗോറിന്റേതിന് സമാന്തരമായി സഞ്ചരിക്കുന്നു. പുസ്തകത്തിന്റെ അവസാനം ബാർനാബസ് കഥ ചേർത്തിരിക്കുന്നതിൽ ആശ്ചര്യപ്പെടാനില്ല. അയാളെ നിഷേധിക്കുന്നത് എന്താണോ അതിലൂടെ അയാളെ അംഗീകരിക്കാൻ നമുക്ക് തയ്യാറാകേണ്ടിവരുന്നു. നന്മയുടെയും

സൗന്ദര്യത്തിന്റെയും നമ്മുടെ തരംതിരിക്കൽ അനുസരിക്കാതെ എന്നാൽ അയാളുടെ വെറുപ്പിന്റെയും അയാളുടെ അനീതിയുടെയും ഇടയ്ക്കുള്ള നിഷ്പക്ഷതയുടെ പൊള്ളയായതും അറപ്പുളവാക്കുന്നതുമായ ഘടകങ്ങൾക്ക് പിന്നിലൂടെ ദൈവത്തെ തിരിച്ചുപിടിക്കുകയാണ് ഭൂസർവ്വേയറുടെ അവസാനത്തെ ശ്രമം. അല്പം നീണ്ട നാടുകടത്തലിനെ തുടർന്നുണ്ടായ സമുദ്രസഞ്ചാരത്തിന്റെ അവസാനം അപരിചിതനായ അയാൾ കോട്ടയോട് അയാളെ ദത്തെടുക്കാൻ ആവശ്യപ്പെടുന്നു. അവന്റെ ഭ്രാന്തമായ പ്രത്യാശയാൽ ദൈവകൃപയുടെ മരുഭൂമിയിലേക്ക് പ്രവേശിക്കാൻ ശ്രമിക്കുന്നതിനുവേണ്ടി അവനോടുതന്നെ അവന് വിശ്വാസമില്ലാതായി. ധർമ്മനീതി, യുക്തിഭദ്രത, ബൗദ്ധികസത്യം എന്നിവ അവൻ അതോടെ പരിത്യജിക്കുന്നു.

'പ്രത്യാശ' എന്ന വാക്ക് ഇവിടെ പരിഹാസ്യമായിട്ടല്ല ഉപയോഗിച്ചിരിക്കുന്നത്. പകരം 'പ്രത്യാശ' ദൃഢവും ആക്രമണോത്സുകവുമായി മാറുന്നതിന്റെ ദുരവസ്ഥയാണ് കാഫ്ക വിവരിക്കുന്നത്. *ദി ട്രയൽ* സത്യത്തിൽ വളരെ അസംബന്ധമാണ്. 'ദി കാസിലി'ന്റെ ആവേശഭരിതമായ 'കുതിപ്പ്' നിയമാനുസൃതമല്ലാത്തതും കൂടുതൽ ചലനാത്മകവുമാണെന്ന് തോന്നുന്നു. എന്നാൽ അസ്തിത്വവാദപരമായ ചിന്തയുടെ വിരോധാഭാസം ശുദ്ധസ്ഥിതിയിൽ ഇവിടെ വീണ്ടും നാം കണ്ടെത്തുന്നു. ഉദാഹരണമായി ലൗകികമായ ആഗ്രഹങ്ങളെ നശിപ്പിച്ചാൽ മാത്രമേ ഹൃദയശുദ്ധിയാൽ ഒരാൾക്ക് രക്ഷപ്പെടാൻ കഴിയൂ എന്ന് കീർക്കെഗോർ പ്രഖ്യാപിക്കുന്നു. 'ട്രയൽ' എഴുതിയ ഒരാൾക്കേ 'കാസിൽ' ഏറ്റെടുക്കാൻ കഴിയുകയുള്ളൂ എന്ന് ഇതിനെ ഇങ്ങനെ വായിച്ചെടുക്കാനാകും.

കാഫ്കയെക്കുറിച്ച് സംസാരിക്കുമ്പോൾ കൂടുതൽ പേരും പറയുന്നത്, അദ്ദേഹം അദ്ദേഹത്തിന്റെ കൃതികളെ നിർവ്വചിച്ചിരിക്കുന്നത് മനുഷ്യന് പശ്ചാത്തപിക്കാൻ അവസരം നല്കാത്ത 'നിരാശാരോദനം' എന്നാണ്. എന്നാൽ അതിൽ പുനരവലോകനത്തിന്റെ ഒരു വിളിയുണ്ട്. ഇവിടെ പ്രത്യാശ ഉണ്ട്. ഹെന്റി ബോർഡെക്സിന്റെ ശുഭാപ്തമായ കൃതികൾ വൈയക്തികമായി എന്നെ നിരുത്സാഹപ്പെടുത്തുന്നു. ഇത് എന്തുകൊണ്ടെന്നാൽ, ഇതിൽ വിവേകബുദ്ധിയുള്ളവർക്ക് വേണ്ടി ഒന്നുമില്ല എന്നതുകൊണ്ടാണ്. മറുവശത്ത് മാർഡെക്സിന്റെ ചിന്തകൾ എപ്പോഴും ശക്തിപകരുന്നതാണ്. എന്നാൽ, ഇതിൽ രണ്ടിലും ഒരേ പ്രത്യാശയുടെയോ ഒരേ നിരാശയുടെയോ പ്രശ്നങ്ങൾ ഒന്നുമില്ല. അസംബന്ധകൃതി ദൈവനിന്ദയിലേക്ക് നയിച്ചേക്കാമെന്ന് ഞാൻ കരുതുന്നു. ഇത് ഒഴിവാക്കാൻ ഞാൻ ആഗ്രഹിക്കുന്നു. ഒരുപക്ഷേ, ഒരു കൃതി വന്ധ്യതാവസ്ഥയുടെ വ്യർത്ഥമായ ആവർത്തനമായിരിക്കാം. ക്ഷണികമായതിന്റെ സുഗ്രഹമായ ഒരു വാഴ്ത്തപ്പെടൽ വികല്പത്തിന്റെ കളിത്തൊട്ടിലായി മാറുകയാണിവിടെ. ഇത് പ്രത്യാശയ്ക്ക് രൂപം നല്കുന്നു. സ്രഷ്ടാവിന് സ്വയം കൂടുതൽ കാലം ഇതിൽനിന്ന് വിട്ടുനില്ക്കാൻ കഴിയില്ല. ഇത് ദുരന്തവിനോദമല്ല; അങ്ങനെ ആകേണ്ടതായിരുന്നുവെങ്കിലും. അത് ഗ്രന്ഥകാരന്റെ ജീവിതത്തിന് ഒരു അർത്ഥം നല്കുന്നുണ്ട്.

ഏത് അവസ്ഥയിലായാലും ഇത് വിചിത്രമാണ്. കാഫ്ക, കിർക്കെഗോർ, ചെസ്റ്റോവ് തുടങ്ങിയവരുടെ കൃതികളും അസംബന്ധത്തോടും അതിന്റെ അനന്തരഫലങ്ങളോടും പൂർണ്ണമായി ആഭിമുഖ്യമുള്ള അസ്തിത്വവാദനോവലിസ്റ്റുകളും തത്ത്വചിന്തകരല്ലാത്തവരും കാലാന്തരത്തിൽ പ്രത്യാശയുടെ നീതിരഹിതമായ രോദനത്തിലേക്ക് നയിക്കപ്പെട്ടേക്കാം.

അവർ, അവരെ ദഹിപ്പിക്കുന്ന ദൈവത്തെ ആശ്ലേഷിക്കുന്നു. വിനയത്തിലൂടെ പ്രത്യാശ പ്രവേശിക്കുന്നു. ഈ അസ്തിത്വത്തിന്റെ അസംബന്ധത്തിന് പ്രകൃത്യാതീതയാഥാർത്ഥ്യത്തിന്റെ ഉറപ്പു കൂടിയുണ്ട്. ഈ ജീവിതചര്യ ദൈവത്തിലേക്ക് നയിക്കുന്നുവെങ്കിൽ എല്ലാറ്റിനുംശേഷം ഒരു പരിണതഫലമുണ്ടാകും. കിർക്കെഗോർ, ചെസ്റ്റോവ്, കാഫ്കാ എന്നിവരുടെ കഥാപാത്രങ്ങൾ ആവർത്തിക്കുന്ന സ്ഥിരോത്സാഹവും ശാഠ്യവും നിശ്ചിതത്വത്തിന്റെ ഉയിർപ്പും ശക്തിയുടെ പ്രത്യേക അനുഭവതലങ്ങളും സൃഷ്ടിക്കുന്നുണ്ട്.

കാഫ്ക അദ്ദേഹത്തിന്റെ ദൈവസന്മാർഗ്ഗികമായ മഹാമനസ്കത, നന്മ, യുക്തമായ പൊരുത്തപ്പെടൽ എന്നിവയെ നിരാകരിക്കുന്നു. എന്നാൽ, ദൈവത്തിന്റെ കൈകളിലേക്ക് പതിയുന്നത് മാത്രമാണ് നല്ലത്. അസംബന്ധത്തെ അംഗീകരിച്ച് സ്വീകരിച്ച് മനുഷ്യൻ അതിന് വഴങ്ങുന്നു. എന്നാൽ അവിടെ നാം മനസ്സിലാക്കുന്നത് അത് അസംബന്ധമല്ലാതായി എന്നുള്ളതാണ്. മനുഷ്യാവസ്ഥയുടെ പരിധിക്കുള്ളിൽ ആ അവസ്ഥയിൽനിന്ന് രക്ഷപ്പെടാൻ അനുവദിക്കുന്ന പ്രത്യാശയെക്കാൾ മഹത്തരമായ പ്രത്യാശ എന്താണ്? ഒരിക്കൽക്കൂടി ഞാൻ കാണുന്നതുപോലെ ഇവിടെ അസ്തിത്വവാദചിന്ത (നിലവിലുള്ള അഭിപ്രായത്തിന് വിരുദ്ധമായ)വിശാലമായ പ്രത്യാശയിൽ ആണ്ടു പോകുന്നു. പ്രാചീന ലോകത്ത് കത്തിപ്പടർന്നതും ക്രിസ്തീയതയുടെ ആദ്യനാളുകളിൽ ഉണ്ടായിരുന്നതുമായ പ്രത്യാശ അസ്തിത്വവാദചിന്തയെ വിശേഷിപ്പിക്കുന്ന ആ കുതിപ്പിൽ, അതിന്റെ ശാഠ്യത്തിൽ, ഉപരിതലമെന്നു നിരാകരിക്കുന്ന ദിവ്യത്വത്തിന്റെ വ്യാപ്തി നിർണ്ണയിക്കലിൽ സ്പഷ്ടതയുടെ അടയാളങ്ങൾ സ്വയം നിരാകരിക്കുന്നത് എങ്ങനെ കാണാതിരിക്കാനാകും? സ്വയം സംരക്ഷിക്കപ്പെടാൻ വേണ്ടിയുള്ള ഗർവ്വ് ഉപേക്ഷിക്കലാണിത്. അങ്ങനെയുള്ള നിഷേധം ഫലപുഷ്ടിയുള്ളതായിരിക്കും. എന്നാൽ, ഇത് അതിനെ വ്യത്യാസപ്പെടുത്തുന്നില്ല. എല്ലാ ഗർവ്വിനേയുംപോലെ അതിനെ നിർഗുണമെന്ന് വിളിക്കുന്നതുവഴി എന്റെ ദൃഷ്ടിയിൽ സ്പഷ്ടതയുടെ ധർമ്മാധർമ്മവിവേചനം കുറയ്ക്കാൻ കഴിയില്ല. സത്യമായിട്ടുകൂടി, അതിന്റെ സൂക്ഷ്മനിർവ്വചനത്തിൽ അത് നിർഗുണമാണ്. ഒന്നും വിശദീകരിക്കാതെ സർവ്വവും നല്കപ്പെട്ടിട്ടുള്ള ഈ ലോകത്ത് മൂല്യത്തിന്റേയോ അതിഭൗതികതയുടേയോ (ആത്മീയതയുടെയോ) ഫലപുഷ്ടി അർത്ഥം നഷ്ടപ്പെട്ട ഒരു ആശയം മാത്രമാണ്.

ഏതു പ്രകാരത്തിലായാലും കാഫ്കയുടെ കൃതികൾ സ്വീകരിച്ചിരിക്കുന്നത് ചിന്തയുടെ ഏതു പാരമ്പര്യത്തിലാണെന്ന് നിങ്ങൾക്ക് ഇവിടെ കാണാം. *ദി ട്രയലിൽ* നിന്ന് *ദി കാസിലി*ലേക്കുള്ള പുരോഗതി അനിവാര്യമായും പരിഗണിക്കുന്നത് യഥാർത്ഥത്തിൽ ബുദ്ധിപരമായിരിക്കും. ജോസഫ് 'കെ'യും ഭൂസർവ്വേയർ 'കെ'യും കാഫ്കെയെ ആകർഷിക്കുന്ന വെറും രണ്ടു ധ്രുവങ്ങളാണ്. അദ്ദേഹത്തിന്റെ കൃതികൾ മിക്കവാറും അസംബന്ധമല്ല എന്നു ഞാൻ പറയും. എന്നാൽ അത് കൃതിയുടെ കുലീനത്വവും സാർവ്വലൗകികതയും കാണുന്നതിൽനിന്ന് നമ്മെ പിന്തിരിപ്പിക്കുകയില്ല. കൃതി ജന്മംകൊണ്ടത് പ്രത്യാശയിൽനിന്ന് ദുഃഖത്തിലേക്കും നിരാശജനകമായ വിജ്ഞാനത്തിൽനിന്ന് മനഃപൂർവ്വമുള്ള അന്ധതയിലേക്കുമുള്ള നിത്യജീവിതവഴിത്താരയെ പ്രതിനിധീകരിക്കുവാൻ പരിശ്രമിച്ചു എന്ന സത്യത്തിൽനിന്നാണ്. മനുഷ്യത്വം ഓടി ഒളിക്കുന്നതിന്റെ വൈകാരിക ചലനങ്ങൾ പ്രകടമാകുന്ന മനുഷ്യമുഖങ്ങൾ, അദ്ദേഹത്തിന്റെ വൈരുദ്ധ്യങ്ങളിൽ നിന്നാണ് കണ്ടെടുക്കുന്നത്. കാഫ്കയുടെ കൃതികൾ സാർവ്വലൗകികമാണ്. എന്തുകൊണ്ടെന്നാൽ അത് മതപരമാണ്. എല്ലാ മതങ്ങളേയുംപോലെ മനുഷ്യൻ അവന്റെ ഭാരത്തിൽനിന്ന് അവന്റെ ജീവിതം കൊണ്ട് സ്വതന്ത്രനാകുന്നു. പക്ഷേ, ഞാനത് അറിയുകയും ആദരിക്കുകയും ചെയ്യുന്നില്ലെങ്കിൽപ്പോലും അത് ഞാൻ നേടിയിരിക്കും.

കൂടുതൽ ആവേശമുണർത്തുന്ന ജീവിതം കൂടുതൽ അസംബന്ധം തരുന്നത്, നഷ്ടപ്പെടുമെന്നുള്ള ബോധമാണ്. ഇത് ഒരുപക്ഷേ, നീത്ഷേയുടെ കൃതികളിൽ അനുഭവപ്പെടുന്ന വരണ്ട അവസ്ഥയുടെ രഹസ്യമാകാം. അസംബന്ധസൗന്ദര്യ ബോധത്തിന്റെ തീവ്രപരിണിതഫലങ്ങൾ കണ്ടെത്തിയ ഒരേ ഒരു കലാകാരൻ പ്രത്യക്ഷനാകുന്നത് നീത്ഷേയിലൂടെയാണ്. അദ്ദേഹത്തിന്റെ അവസാന സന്ദേശം കൂടുതലും കിടക്കുന്നത് നിർഗുണവും കീഴടക്കുന്നതുമായ സ്പഷ്ടതയിലും ഏതെങ്കിലും പ്രകൃത്യാതീതശക്തിയുടെ നിരാകരണത്തിലുമാണ്.

മുമ്പേ പറഞ്ഞത് എന്തുതന്നെ ആയിരുന്നാലും, കാഫ്കയുടെ മൗലികപ്രാധാന്യം വെളിച്ചത്തുകൊണ്ടു വരുവാൻ ഈ ഉപന്യാസത്തിന്റെ ചട്ടക്കൂട് പര്യാപ്തമല്ല. ഇവിടെ നാം മനുഷ്യചിന്തകളാൽ പരിമിതപ്പെട്ടിരിക്കുന്നു. വാക്കുകളുടെ സമ്പൂർണ്ണ അർത്ഥത്തിൽ പറയുകയാണെങ്കിൽ, ആ കൃതിയിലുള്ളവയെല്ലാം വളരെ അത്യാവശ്യമുള്ളതാണ്. ഏത് അസംബന്ധപ്രകാരത്തിലായാലും അത് അസംബന്ധപ്രശ്നം അപ്പാടെ പ്രതിപാദിക്കുന്നു. ഒരാൾ ഈ കണ്ടെത്തലുകളെ നമ്മുടെ പ്രാഥമിക അഭിപ്രായങ്ങളുമായും രൂപത്തോടുകൂടിയ ഉള്ളടക്കത്തോടും ശുദ്ധകലയുടെ മൂശയിൽ വാർത്തെടുത്ത *ദി കാസിലി*ന്റെ രഹസ്യഅർത്ഥത്തോടും സാധാരണ ജീവിതത്തിന് എതിരായി സംഭവിക്കുന്ന 'കെ'യുടെ വികാരതീവ്രതയോടും ദുരഭിമാനവാഞ്ഛയോടും താരതമ്യപ്പെടുത്തുമ്പോൾ അതിന്റെ മഹത്വം മനസ്സിലാകും. ഗൃഹാതുരത്വമാണ് മനുഷ്യചിഹ്നം എങ്കിൽ ഒരുപക്ഷേ, ആരും അങ്ങനെയുള്ള മാംസവും രൂപാന്തര

പ്രാപ്തിയും ദുഃഖത്തിന്റെ പ്രേതത്തിന് കൊടുക്കില്ല. എന്നാൽ അതേ സമയം എന്ത് സവിശേഷകുലീനത്വമാണ് അസംബന്ധകൃതി ലക്ഷ്യം വയ്ക്കുന്നതെന്ന് തോന്നും. ഒരുപക്ഷേ, അത് കണ്ടെന്നും വരില്ല. പൊതുവായതിനെ സവിശേഷതയുമായും ഒരുതുള്ളി ജലത്തിന്റെ ക്ഷണികമായ നിത്യതയെ പ്രകാരക്രീഡയുമായും കൂട്ടിയിണക്കുന്നതാണ് കലയുടെ സഹജഗുണമെങ്കിൽ ഈ രണ്ടു ലോകത്തിനുമിടയ്ക്ക് അയാൾക്ക് കാണാൻ കഴിയുന്ന അകലംകൊണ്ട് ഒരു അസംബന്ധ ഗ്രന്ഥകാരന്റെ മഹത്വത്തെ വിധിക്കുന്നത് നേരായിരിക്കാം. അത് ഒത്തുചേരുന്നത് എവിടെയാണോ ആ കൃത്യമായ ബിന്ദു കണ്ടുപിടിക്കാനുള്ള കഴിവിൽ അയാളുടെ രഹസ്യം അടങ്ങിയിരിക്കുന്നു.

സത്യം പറഞ്ഞാൽ മനുഷ്യന്റെ ഈ ജ്യാമിതീയസ്ഥലവും മനുഷ്യത്വമില്ലായ്മയും ഹൃദയത്തിലെ പവിത്രത എല്ലായ്പ്പോഴും കണ്ടുകൊണ്ടിരിക്കുന്നു. *ഫൗസ്റ്റും ഡോൺ കിക്സോട്ടും* കലയുടെ മഹത്തായ സൃഷ്ടികളാണെങ്കിൽ അതിനു കാരണം അവർ, അവരുടെ പ്രാപഞ്ചിക കരങ്ങളാൽ ചൂണ്ടിക്കാട്ടുന്ന അപരിചിതമായ കുലീനത്വങ്ങളാണ്. എങ്കിലും ആ കരങ്ങളാൽ സ്പർശിക്കാവുന്ന സത്യങ്ങളെ മനസ്സ് നിരാകരിക്കുന്ന നിമിഷം എപ്പോഴും വരാം. സൃഷ്ടി, ദുരന്തത്തോടെ ഒടുങ്ങുന്ന ഒരു നിമിഷം വരും. അപ്പോൾ മനുഷ്യൻ പ്രത്യാശയിൽ കുടുങ്ങിയിരിക്കും. എന്നാൽ അത് അവന്റെ ജോലി പരിമിതിയോ അല്ലതാനും. ഒഴിവുകഴിവിൽനിന്ന് തിരിഞ്ഞുപോകലാണ് അവന്റെ ജോലി. പ്രപഞ്ചത്തിനെതിരെ കാഫ്ക സ്ഥാപിക്കുന്ന തീവ്രനടപടികളുടെ സമാപ്തിയിൽ ഞാൻ ഇതാണ് കാണുന്നത്. അദ്ദേഹത്തിന്റെ അവിശ്വസനീയമായ വിധി എന്തെന്നാൽ, എല്ലാ പെരുച്ചാഴികളും പ്രത്യാശയ്ക്കു തുനിയുന്ന ബീഭത്സവും കീഴ്മേൽ മറിയുന്നതുമായ ഈ ലോകമാണ് ഇതെന്നാണ്.

വിപരീതമാനദണ്ഡങ്ങൾകൊണ്ടാണ് ആശയറ്റ ചിന്തകളെ നിർവ്വചിക്കേണ്ടത്. എല്ലാ ഭാവിപ്രത്യാശകളും നാടുകടത്തപ്പെട്ടശേഷം ഒരു സന്തുഷ്ട മനുഷ്യനെ ജീവിതം അടയാളപ്പെടുത്തുന്ന കൃതികളായിരിക്കാം ദുരന്തകൃതികൾ.

www.ingramcontent.com/pod-product-compliance
Lightning Source LLC
LaVergne TN
LVHW040814051026
849519LV00007BA/2627